INSIGHT PUBLICA

INSIGHT PUBLICA®

Nadakkavu, Kozhikode, Kerala
Tel:0495–4020666
www.insightpublica.com
e-mail: insightpublica@gmail.com
Yathrikan Sakshi
Johny Sebastian
(Travelogue-Malayalam)
First Edition: July 2021

ISBN 978-93-90535-95-8

യാത്രികൻ സാക്ഷി

ജോണി സെബാസ്റ്റ്യൻ

INSIGHT PUBLICA®

കോട്ടയം ജില്ലയിലെ കാഞ്ഞിരപ്പള്ളിയിൽ ജനനം. മാതാപിതാക്കളോടൊപ്പം ഇടുക്കി ജില്ലയിലെ കുടിയേറ്റ ഗ്രാമമായ മാങ്കുളത്തേയ്ക്കാണ് ആദ്യയാത്ര. ഹൈസ്കൂൾ വിദ്യാഭ്യാസത്തിനുശേഷം ഉപരിപഠനത്തിനായി യാത്ര കോഴിക്കോട്ടേയ്ക്കും മൈസൂരിലേയ്ക്കും നീണ്ടു. കാലിക്കറ്റ് മൈസൂർ യൂണിവേഴ്സിറ്റികളിൽ നിന്നായി ചരിത്രത്തിലും, നിയമത്തിലും ബിരുദവും പി ജി ഡിപ്ലോമയും നേടി. 1999 മുതൽ കോഴിക്കോട് ബാറിൽ അഭിഭാഷകൻ. മകൻ, സ്കൂൾ വിദ്യാർത്ഥിയായ ആനന്ദ് ജോൺ.

കോഴിക്കോട്ടെ പൗരാവകാശ, ജനകീയ, പരിസ്ഥിതി, വിദ്യാഭ്യാസ പ്രവർത്തനങ്ങളിലെ സജീവമായ ഇടപെടലുകളിലൂടെ ശ്രദ്ധേയൻ. യാത്രയെന്ന മുഖ്യ അഭിനിവേശത്തെ നിരവധിയായ യാത്രകളിലൂടെ സാക്ഷാത്കരിക്കുന്നു. ഇന്ത്യയിലാകമാനവും ഏതാനും വിദേശ രാജ്യങ്ങളിലും സഞ്ചാരിയും പഠിതാവുമായി പലകുറി യാത്രകൾ നടത്തി.

അമിക്കസ് ദി ലോയേഴ്സ്
9447276085
advjohny@gmail.com

ജോണി സെബാസ്റ്റ്യൻ

സമർപ്പണം

ജീവിതയാത്ര സാധ്യമാക്കിത്തന്ന എന്റെ മാതാപിതാക്കളായ
ദേവസ്യാ മത്തായിക്കും അന്നമ്മയ്ക്കും...

ഉള്ളടക്കം

അവതാരിക

സന്തോഷ് ജോർജ് കുളങ്ങര

ലോകത്തെ വഴികളുടെ ദൈർഘ്യമോർക്കുമ്പോൾ; കാഴ്ചകളുടെ വൈപുല്യമോർക്കുമ്പോൾ ചെറിയൊരു യാത്രയുടെ വിവരണമാണിത്.

സ്കോട്ട്ലന്റിലെ എഡിൻബർഗ് മുതൽ ഇംഗ്ലണ്ടിലെ ലണ്ടൻ വരെയുള്ള യാത്ര.

പക്ഷേ, ശരിക്കും ഇതൊരു ചെറുയാത്രയല്ല. അനുഭവങ്ങളുടെയും അറിവുകളുടെയും അനുഭൂതി പകരുന്ന ദീർഘയാത്രതന്നെയാണ്.

അഡ്വ. ജോണി സെബാസ്റ്റ്യൻ രചിച്ച ഈ യാത്രാപുസ്തകം വളരെ ആസ്വദിച്ചാണ് വായിച്ചത്. വ്യവഹാരങ്ങളുടെയും കോടതിനടപടികളുടെയും ലോകത്താണല്ലോ അഭിഭാഷകർ കൂടുതൽ സമയവും ചെലവഴിക്കുന്നത്. എന്നാൽ ആ തിരക്കുകൾക്കിടയിലും തന്നിൽ നല്ലൊരു എഴുത്തുകാരനുണ്ടെന്ന് തെളിയിക്കുന്നു അഡ്വ. ജോണി സെബാസ്റ്റ്യൻ ഈ പുസ്തകത്തിലൂടെ.

എഴുത്തിനുവേണ്ടി നടത്തിയ യാത്രയല്ല ഇതെന്ന് ഈ രചനയിലൂടെ കടന്നുപോകുമ്പോൾ മനസ്സിലാവും. യാത്രയുടെ ഓർമ്മകൾ നിർബന്ധപൂർവം യാത്രികനെക്കൊണ്ട് ഇത് എഴുതിക്കുകയായിരുന്നെന്നു കരുതാം. അത്രയും വൈകാരികമാവുന്നുണ്ട് ഇതിലെ പല ഭാഗങ്ങളും.

സാധാരണയായി യാത്രക്കാർ സഞ്ചരിക്കാത്ത ചില പഥങ്ങളിലൂടെ എഴുത്തുകാരൻ കടന്നുപോകുന്നുണ്ട്. സ്കോട്ടിഷ് കോടതിയിലെ സന്ദർശനം അത്തരമൊന്നാണ്. മനോഹരമായ

സ്കോട്ടിഷ് തെരുവുകളിലൂടെയും യന്ത്രങ്ങൾ കീഴടക്കിയ കാർഷിക പ്രദേശങ്ങളിലൂടെയും യാത്ര നീളുന്നു.

കാൾ മാക്സിന്റെ കുടീരത്തിനരികെ നിൽക്കുമ്പോൾ ഉയരുന്ന ചിന്തകളും സ്റ്റോൺഹെൻജ് എന്ന പുരാനിർമ്മിതിയെപ്പറ്റിയുള്ള ചരിത്രവായനയുമെല്ലാം ഈ കൃതിയെ സവിശേഷമാക്കുന്നുണ്ട്.

യാത്രകൾ തുടരട്ടെ.

ആശംസകൾ- ഗ്രന്ഥകാരനും ഈ യാത്രാപുസ്തകത്തിനും.

ആമുഖം

യാത്ര സംഗീതംപോലെയാണ്. ശ്രവണമധുരമായ രാഗഗതികളുടെ ആരോഹണ അവരോഹണങ്ങൾപോലെ അത് നമ്മെ ഒഴുക്കിക്കൊണ്ടിരിക്കും. ചിലപ്പോൾ അത് ബിസ്മില്ലാഖാന്റെ ഷെഹനായിയുടെ താളവിന്യാസംപോലെ ആസ്വാദ്യകരമാകും. ഉസ്താദ് അള്ളാരാഖയുടെയും സക്കീർഹുസൈന്റെയും തബലവാദനമായി മനസ്സിൽ ഇരമ്പും. മറ്റു ചിലപ്പോൾ മഞ്ഞുരുകിയെത്തുന്ന തെളിനീർ കണങ്ങൾപോലെ നിലയ്ക്കാത്ത സാക്സഫോൺ നാദമായി കാല്പാദങ്ങളെ ചുംബിച്ച് കടന്നുപോകും. ഉള്ളുണർത്തുന്ന, സാന്ത്വനിപ്പിക്കുന്ന, ആനന്ദമൂർച്ഛകൾ സമ്മാനിക്കുന്ന വിസ്മയാനുഭവങ്ങളുടെ കുളിർമഴയാണ് യാത്രകൾ. സംഗീതമെന്നപോലെ, യാത്രയും ലഹരിയാണ്. കാഴ്ചകളും അനുഭവങ്ങളും സമ്മാനിച്ച് ഓരോ യാത്രയും ആത്മാവിനെ ഉന്മത്തമാക്കിക്കൊണ്ടിരിക്കും.

പകലും രാത്രിയും കൂട്ടിമുട്ടുന്ന അസുലഭ നിമിഷം. നൈമിഷികമായ പ്രകൃതിയുടെ വശ്യതയിൽ തീരാത്ത പകലിനെ പുണരാൻ തയ്യാറെടുക്കുകയാണ് ഇളം നിലാവ്. മേഘങ്ങൾ വഴിപിരിയുന്ന സന്ധ്യയുടെ ഇളം ശോഭ മറനീക്കി ഭൂമിയിലേയ്ക്ക് പ്രവഹിച്ചു. കിളികൾ കൂട്ടപറ്റാനായി കലമ്പൽ കൂട്ടി പാറിപ്പോകുന്നുണ്ട്. എല്ലാം കീഴടക്കിയ മട്ടിൽ ചേക്കേറിയവർ ആഹ്ലാദകോലാഹലത്തിലും സൗന്ദര്യപ്പിണക്കത്തിലുമാണ്. സ്ഥിരം ചില്ലകൾ കയ്യടക്കിയതിന്റെ കശപിശ ഒരു ഭാഗത്തും ഉറ്റവരെ കാണാതെ വേവലാതി പൂണ്ടവരുടെ പരിഭവവും തേങ്ങലുമെല്ലാം മറ്റൊരു ഭാഗത്തും അന്തരീക്ഷത്തെ മുഖരിതമാക്കിത്തുടങ്ങി. പ്രണയിനിയെ കാണാത്തതിൽ സങ്കടത്തോടെ

ഒച്ചകൂട്ടി ചിറകടിച്ച് മറ്റൊരിടത്തേയ്ക്ക് ചിലർ പാറുമ്പോൾ മറ്റൊരു കൂട്ടം ചുറ്റും ശ്രദ്ധിക്കാതെ കൊക്കുരുമ്മി അനുരാഗചേഷ്ടകളിലേയ്ക്ക് കടന്നിരിക്കുന്നു. അന്നത്തെ യാത്രയുടെ കഥകൾ കേൾക്കാനായി സകുടുബം ആകാംക്ഷയോടെ കൂട്ടമായിരുന്നുള്ള സല്ലാപം ഇലകളുടെ മർമ്മരത്തിൽ പതിയെ അലിഞ്ഞ് ഇല്ലാതായി.

കനം തൂങ്ങിവരുന്ന മൃദുവായ ഇരുളിൻപാളികൾ ചുവന്ന ആകാശത്തുടിപ്പിന് തിരശ്ശീല നെയ്യുന്ന തിരക്കിലാണ്. പകൽ വെയിലിന്റെ ഇളം ചൂട് പതുക്കെ പുറത്തേക്ക് ഗമിക്കുന്ന പാറക്കെട്ടിൽ ചാഞ്ഞ് കിടക്കുമ്പോൾ വിശാലമായ ആകാശത്ത് മിന്നിമറയുന്ന നക്ഷത്രങ്ങൾ എന്തൊക്കയോ സംവദിച്ച് തുടങ്ങി. ചുറ്റിലും അപൂർവ്വമായ ഊർജംപരത്തുന്ന മിന്നിത്തുടങ്ങിയ നക്ഷത്രക്കൂട്ടങ്ങളോടൊപ്പം വിചാരങ്ങളുടെ വിഹായസ്സിലേക്ക് മനസ്സ് പതുക്കെ പറന്നു കഴിഞ്ഞു.

ഇളം ചൂടേറ്റ് കിടന്നാൽ പതിയെ സ്വപ്നങ്ങളിലേയ്ക്ക് ചേക്കേറാം. അത് ആമ്പൽപ്പൂ വിരിഞ്ഞു നില്ക്കുന്ന തടാകക്കരയിലേയ്ക്ക് നിങ്ങളെ കൂട്ടിക്കൊണ്ടു പോകും. നീന്തിത്തുടിക്കുന്ന അരയന്നങ്ങൾ നിറഞ്ഞ തടാകത്തിലൂടെ പതിയെ നീന്തുന്ന മനസ്സ് ചുറ്റുപാടുകൾ വിട്ട് അനന്ത പഥങ്ങളിലേക്ക് ചേക്കേറും.

ശാന്തമായ അന്തരീക്ഷത്തിൽ മാനത്ത് പൂത്തുനില്ക്കുന്ന നക്ഷത്രത്തിളക്കത്തിൽ സർവ്വതും മറന്നിരിക്കുമ്പോൾ ചുറ്റും കറങ്ങുന്ന ഗ്രാമത്തിന് പുറത്തേയ്ക്കുള്ള കാഴ്ചകൾ വ്യത്യസ്തമാകുമെന്ന് ഉള്ളിൽ നിന്നാരോ മന്ത്രിക്കുന്നുണ്ടായിരുന്നു. പുതിയ ആകാശവും ഭൂമിയും തേടിയുള്ള യാത്രകൾ അറിവും അനുഭവങ്ങളുംകൊണ്ട് സമ്പന്നമാകുമെന്ന് തിരിച്ചറിയാൻ കഴിയാത്ത കാലത്ത് ഒരുൾവിളിയാൽ ഗ്രാമങ്ങളെ വിട്ട് നഗരങ്ങളിലെ കോൺക്രീറ്റ് കാടുകളിൽ രാപാർക്കാൻ ശീലിച്ചുതുടങ്ങി.

പുതിയ അനുഭവങ്ങൾ സമ്പാദ്യങ്ങളിലെ മുതൽക്കൂട്ടായി പഴയതിനോടൊത്ത് ചേർന്ന് മനസ്സിന്റെ പുസ്തകത്തിൽ അറിയാതെ അടയാളപ്പെട്ടു തുടങ്ങിയിരുന്നു. കൂടുവിട്ട് കൂടുമാറ്റംപോലെ നഗരവാസിയാകാൻ വണ്ടികയറുമ്പോൾ കടം വാങ്ങിയ പാന്റ്സ് കടലാസിൽ പൊതിഞ്ഞ് കൈയിൽ വെച്ചിരുന്നു. പിന്നീട് വല്ലപ്പോഴും നാട്ടിൽ വണ്ടിയിറങ്ങുമ്പോൾ ശ്രദ്ധ പിടിച്ചുപറ്റുന്ന പാൻസിട്ട ജീവി മാത്രമായി മാറിയ കുറെ കാലം. പാൻസിട്ട ജീവികൾ ഏവരുടെയും ശ്രദ്ധയാകർഷിക്കുന്ന വിശേഷ കഥാപാത്രങ്ങളായിരുന്നതിൽനിന്ന് ഗ്രാമം പതിയെ മാറി. പള്ളിയും അമ്പലവും അങ്ങാടിയുമൊക്കെ ട്രൗസർ ഗ്യാങ്ങുകൾ കീഴടക്കിയിരിക്കുകയാണിപ്പോൾ.

അനുഭവങ്ങളാണല്ലോ ഓർമ്മകൾ. പുറത്ത് പതിച്ച ആ ഇളം ചൂട് വിടാതെ അനുഭവപ്പെട്ടുമ്പോളൊക്കെ ചിന്തകളെ ഉദ്ദീപിപ്പിക്കുന്നതിന് തലച്ചോറിനുമാത്രമല്ല ഇളം ചൂട് പകരുന്ന പാറക്കൂട്ടങ്ങൾക്കും പ്രകാശമാനമായ ആകാശഗംഗയ്ക്കും കഴിയുമെന്ന് തോന്നാറുണ്ട്. കുറച്ച് കാലംകൊണ്ട് തന്നെ ബാല്യത്തിൽ കൂട്ടം കൂടിയവരെയൊക്കെ മനസ്സിൽ പല വഴിക്ക് പിരിച്ചുവിട്ടു. സുഹൃത്തുക്കൾ പലരും ലോകത്തിന്റെ വിവിധ കരകളിൽ അതിജീവനത്തിനായി കുടിയേറിയപോലെ തിരക്കേറിയ ജീവിതത്തിന്റെ ഭാഗമായി ഞാനും അലിഞ്ഞുചേർന്നു.

പഴയതെല്ലാം യവനികയ്ക്കുള്ളിൽ മറയുന്ന നഗരത്തിന്റെ വിഭ്രാമക ഭൂമികയിൽ ആരെയുംപോലെ ഒന്ന് കാലിടറിയിട്ടുണ്ടാകും. കയ്പേറിയ അനുഭവങ്ങളിൽ നട്ടംതിരിയുമ്പോഴാണ് പഴയ കാലങ്ങളെപ്പറ്റി വീണ്ടുവിചാരമുണ്ടാകുക. അതുവരെ നിലാവത്ത് അഴിച്ചുവിട്ട കോഴി മാതിരി ലക്കില്ലാതെ പോയിക്കൊണ്ടിരിക്കും.

പഴയ കുറച്ചാളുകളെ കണ്ടുകിട്ടിയെങ്കിലും എല്ലാവരെയും കണ്ട് കൂട്ടിപ്പിടിച്ച് ഒരു ദിവസത്തേയ്ക്കെങ്കിലുമൊന്ന് ആ പഴയ കാലത്തേക്ക്, ഗ്രാമത്തിലേയ്ക്ക് തിരിച്ചുപോകണമെന്ന് മനസ്സ് നിർബന്ധിച്ചുകൊണ്ടിരുന്നെങ്കിലും സ്ഥിരമായ തിരിച്ചുപോക്കിന് അവധി നൽകുന്ന മനസ്സ് നഗര സൗകര്യങ്ങൾ നല്കുന്ന ഭ്രമമാണ് സുഖം എന്ന് തെറ്റിദ്ധരിച്ചിരിക്കുന്നു.

കണ്ടുകിട്ടാത്തവരെ പിടികൂടാൻ ഫെയ്സ് ബുക്ക് നല്ലതാണെന്ന ഉപദേശത്തിൽപ്പെട്ട് കുറച്ചുകാലം ആ വഴിക്കൊന്നു ശ്രമിച്ചു നോക്കിയെങ്കിലും പേരുകളുടെ സാമ്യമല്ലാതെ കാലപ്രവാഹത്തിൽ മുഖരൂപം തീരെ തിരിച്ചറിയാൻ കഴിയാത്തവിധം പലരും മാറിപ്പോയിരിക്കുന്നു. മെസഞ്ചറിലൂടെ കൊടുത്ത ചില സന്ദേശങ്ങൾ വർഷങ്ങൾ കഴിഞ്ഞിട്ടും അനാഥമായി കിടക്കുന്നതു കണ്ടാൽ ഏതോ രോഗി അയച്ചതായിരിക്കുമെന്ന് അവർ ചിന്തിച്ചിട്ടുണ്ടാവുക സ്വാഭാവികം.

ഫെയ്സ് ബുക്കിലെ നിരവധി പോസ്റ്റുകളിലെ ചിത്രങ്ങൾക്ക് കഥയില്ലാ ജീവിതമാണ് ധാരാളമായി ഉണ്ടാകാറുള്ളതെന്ന് എഴുതുന്നവനും വായിക്കുന്നവനും തിരിച്ചറിയാൻ കഴിയുന്ന കഥയില്ലാക്കാലമാണല്ലോ ഇത്! അതുകൊണ്ട് വിവരണങ്ങളോ ഫേസ്ബുക്ക് കുറിപ്പുകളോ ഇല്ലാത്ത സ്വതന്ത്രവും സ്വച്ഛന്ദവുമായ യാത്ര തന്നെയാണ് മനസ്സിലുണ്ടായിരുന്നത്. ഏതോ മാന്ത്രികശക്തിയാൽ ആകർഷിക്കപ്പെട്ട ചില നിമിഷങ്ങൾ അറിയാതെ മറ്റുള്ളവരുമായി പങ്കുവെയ്ക്കപ്പെടുകയായിരുന്നു മെയ്യും മനസ്സുമറിയാത്ത യാന്ത്രികമായ ഒരനുഭൂതിയിൽ.

ഒരിക്കലും രണ്ടാമതൊരാവൃത്തി വായിക്കാൻ കഴിയാതിരുന്ന കാര്യങ്ങൾ സുഹൃത്തുക്കളുമായി പങ്കുവെയ്ക്കുമ്പോൾ, കണ്ട ജീവിതങ്ങൾ കൂടുതൽ മിഴിവുറ്റതായി വീണ്ടും വീണ്ടും മനസ്സിലേക്ക് കടന്നു വന്നു. വിശാലമായ ലോകത്തിലെ ചെറുതായ ജീവിതരസാവസ്ഥകളുടെ തിരിച്ചറിവുകളാണ് യാത്രകൾ. അനുനിമിഷം നമ്മെ ധനവാനാക്കിത്തീർക്കുന്ന സാമ്പാദ്യക്കുമ്പാരങ്ങൾ. അത് ലാഭത്തിന്റെ കണക്കുപുസ്തകത്തിലെ നീക്കിയിരുപ്പുകളും.

യാത്ര ആരംഭിക്കുമ്പോഴോ അവസാനിക്കുമ്പോഴോ വിവരണങ്ങൾ ഒരു പുസ്തകരൂപത്തിൽ പുറത്ത് വരുമെന്ന് ഒരിക്കലും ഓർത്തിരുന്നില്ല. കോടതിയിൽ സമർപ്പിക്കാൻ അന്യായങ്ങളും ഹരജികളും തയ്യാറാക്കിയിട്ടുണ്ടെന്നല്ലാതെ ഒരു പായ കടലാസിൽ കവിഞ്ഞ് എഴുതിയ ശീലവുമില്ല.

ഇടവേളകളിലെ ഒഴിവുകാലത്തിന്റെ ആസ്വാദനം എഴുതിക്കൂട്ടിയ കുറിപ്പുകളായി കുറച്ചുകാലം വിശ്രമത്തിലായിരുന്നു. ഗുണദോഷ വിചാരങ്ങൾക്കായി അത് കൊതിച്ചു. കാത്തിരിപ്പിന്റെ ആലസ്യവും ക്ഷീണവും വർദ്ധിച്ച് അന്ത്യവിശ്രമത്തെ അത് മുഖാമുഖം കണ്ടു. അവിചാരിത സൗഹൃദഭാഷണത്തിൽ കടന്നുവന്ന യാത്രാനുഭവങ്ങൾ അതിർത്തികൾ ഭേദിച്ച് കാടായി വളർന്നതും ചില്ലകളെല്ലാം വെട്ടിയൊതുക്കി ചെറിയ പൂന്തോട്ടമാക്കണമെന്നും കണ്ടെത്തിയത് എഴുത്തുകാരനും മാധ്യമ പ്രവർത്തകനുമായ രാജൻ ചെറുക്കാടാണ്. മാർഗ്ഗനിർദ്ദേശങ്ങൾ തന്ന ഡോ. ജോണി വടക്കേൽ, ടി. നാരായണൻ വട്ടോളി പുസ്തകരൂപത്തിൽ പ്രസിദ്ധീകരിക്കാൻ സഹായിക്കാമെന്നേറ്റ ഇൻസൈറ്റ് പബ്ലിക്ക എന്നിവരോടൊപ്പം മറ്റ് സഹായങ്ങൾ ചെയ്ത സാവിത്രി, സജീഷ് എന്നിവരെയും ഉപദേശങ്ങൾ തന്ന സുഹൃത്തുക്കളെയും ഈ അവസരത്തിൽ ഓർക്കുന്നു.

ശുദ്ധീകരണസ്ഥലം

സ്വപ്നങ്ങൾക്ക് ചിറക് മുളച്ചാൽ കാതങ്ങളുടെ സഞ്ചാരത്തിന്റെ കടിഞ്ഞാണില്ലാത്ത കുതിരകളാകുമത്. ഇളംകാറ്റുപോലെ അത് മറ്റുള്ളവരുടെ സ്വപ്നങ്ങളിലേക്ക് ചേക്കേറും. പുതിയ നിറച്ചാർത്തുകൾക്കായി ആ കുളമ്പടി ശബ്ദം മേച്ചിൽപ്പുറങ്ങൾ തേടി പ്രയാണമാരംഭിക്കും.

ഇംഗ്ലണ്ടിന്റെ വടക്കുപടിഞ്ഞാറൻ പ്രദേശമായ ഡെവൺ കൗണ്ടിയിൽ സ്ഥിരതാമസക്കാരനായ പഴയ സഹപാഠി സാബു എബ്രാഹം സ്പോൺസർ ചെയ്യാൻ തയ്യാറായതോടു കൂടി പ്രധാന കടമ്പ കടന്നുകിട്ടി. എന്നാൽ, കത്തുമായി ഏജൻസിയെ സമീപിച്ചപ്പോൾ അവർ പറഞ്ഞ നിബന്ധനകൾ കേട്ട് അന്തംവിട്ടു പോയി. കടമ്പകൾ ഒന്നൊന്നായി കടന്നുകയറുമ്പോഴും ചക്രം തിരിയുംപോലെ പുതിയത് വന്നുകൊണ്ടിരിന്നു. ബാങ്ക് ബാലൻസ്, ഫിക്സഡ് ഡിപ്പോസിറ്റുകൾ, വീടിന്റെ ആധാരം, ജനിച്ച സ്ഥലം, ജോലി ചെയ്യുന്നതിന്റെ രേഖകൾ, ശമ്പളം അങ്ങനെ പലതും ഹാജരാക്കിയില്ലെങ്കിൽ എടുത്ത പണി വെറുതെയാകുമെന്ന് തീർച്ച.

കുഞ്ഞുപാപങ്ങൾ ചെയ്തവരെ സ്വർഗ്ഗത്തിലേയ്ക്കുള്ള പ്രവേശന കവാടത്തിൽവെച്ച് ദൈവത്തിന്റെ കിങ്കരൻമാർ ഇന്റർവ്യൂ നടത്തുന്ന ഒരേർപ്പാടുണ്ട്. പി.എസ്.സി യുടെ സർട്ടിഫിക്കറ്റ് വെരിഫിക്കേഷൻ പോലെ ഒരു കടമ്പയാണിത്. എന്തെങ്കിലും അക്ഷരത്തെറ്റ് കണ്ടുപിടിക്കാൻ അവർ പരമാവധി ശ്രമിക്കും. ധാരാളം ആൾക്കാർ കൂട്ടമായി സ്വർഗ്ഗരാജ്യം തേടി വരുമ്പോൾ ചെറിയൊരു ചെക്കിങ്ങ് നടത്തിയില്ലെങ്കിൽ ജനബാഹുല്യം കൂടുമല്ലോ എന്ന കാരണത്താലാണ് ശുദ്ധീകരണ സ്ഥലം എന്ന ഏർപ്പാർട് ഉണ്ടാക്കിയിരിക്കുന്നത്. അച്ഛന്റെ

പേരിലെ അക്ഷരത്തെറ്റിന് വൺ ആന്റ് ദി സെയിം സർട്ടിഫിക്കറ്റ് വരെ ആവശ്യപ്പെടും. കൈത്തെറ്റുകൾ പറ്റിപ്പോയ കുറച്ചാൾക്കാരെ ശുദ്ധീകരണസ്ഥലത്തിട്ട് വട്ടംകറക്കും. ഒട്ടകം സൂചിക്കുഴയിലൂടെ കടക്കുംപോലെയാണ് സ്വർഗ്ഗരാജ്യത്തിലേയ്ക്കുള്ള പ്രവേശനമെന്ന് അവർക്ക് ക്ലാസ് കൊടുക്കുകയും ചെയ്യും. അതിർത്തിയിൽനിന്ന് നോക്കിയാൽ നരകത്തിന്റെ വറുതികൾ കാണാൻ കഴിയുന്നവിധം ക്രമീകരണങ്ങൾ നടത്തും. ചിലർ അവസരം കിട്ടിയാൽ കടന്നുകയറു കയും ചെയ്യും. അങ്ങനെ ബ്രിട്ടീഷ് എംബസിയുമായി നടത്തിയ ഇടപാ ടുകളിൽ എനിക്ക് മുൻതൂക്കം ലഭിച്ചു. ശുദ്ധീകരണ സ്ഥലത്തുനിന്നും നൂൽപ്പാലത്തിലൂടെ സ്വർഗ്ഗവാതിൽ തേടി യാത്രതുടർന്നു.

മരിച്ചു പോയ അപ്പന്റെയും അമ്മയുടെയും ജനനത്തീയ്യതി ചോദി ച്ചതോടുകൂടി പണിതരുമെന്ന് ഉറപ്പിച്ചു. പുകിലുകൾ ഒന്നായി പിറകെ വന്നുതുടങ്ങി. സ്പോൺസർക്ക് എന്നെപ്പോറ്റാൻ ദമ്പടി ഉണ്ടെന്ന് സ്ഥാപിക്കണം. ജയിൽവാസത്തിനു പോകുന്നവനു കിട്ടുന്ന നടയടി പോലെയുള്ള ഗുലുമാലു പിടിച്ച അവരുടെ മനോഹരമായ ആചാരങ്ങൾ ഇന്ധനമായി മാറി എന്നിലെ ആഗ്രഹങ്ങൾക്ക് തീപിടിപ്പിച്ചു.

യൂറോപ്യൻ യൂണിയന്റെ ഭാഗമായിരുന്നിട്ടും വിസ നല്കുന്നതിൽ ബ്രി ട്ടീഷുകാർക്ക് കാർക്കശ്യമാണ്. വരുന്നവർ കുറച്ച് ബുദ്ധിമുട്ടി വന്നാൽ മതിയെന്ന സമീപനമാണ് അവർക്ക്. വേണമെങ്കിൽ കഷ്ടപ്പെട്ട് ഇടിച്ചുകയറിക്കൊള്ളൂ എന്ന നിലപാട്, അങ്ങനെ വിട്ടാൽ പറ്റില്ലല്ലോ റിവർ തെയിംസും ലണ്ടൻ ബ്രിഡ്ജും മറ്റും മനസ്സിൽ കിടക്കുമ്പോൾ എങ്ങനെ ശ്രമിക്കാതിരിക്കും.

ശ്രേഷ്ഠരും കുലീനരും ആഢ്യൻമാരും സമ്പന്നരും വിദ്യാഭ്യാസ ത്തിൽ മികച്ചവരുമാണെങ്കിലും വെറുതെ സമ്മതിച്ചു കൊടുക്കാൻ മനസ്സുവന്നില്ല. നമ്മുടെ ആരോഗ്യപ്രവർത്തകർ ഒന്ന് മുഷ്ടി ചുരുട്ടി യാൽ താളംതെറ്റുന്ന ധാർഷ്ട്യമൊക്കെയേ ഉള്ളൂ എന്നതാണ് അവർ ഓർക്കേണ്ടകാര്യം. ഒരുമിച്ച് ധാരാളം സ്ഥലങ്ങൾ കാണാൻ കഴിയുന്ന സംവിധാനങ്ങളുണ്ടെങ്കിലും അത് കാഴ്ചയുടെ അനുഭവങ്ങളൊക്കെ അനുഭൂതികളായി മനസ്സിലേയ്ക്ക് കുടിയേറാനുള്ള സമയം നൽകാറില്ല. വെറുതെ പുസ്തകത്തിൽ ചില പേരുകൾ എഴുതിച്ചേർക്കാമെന്നല്ലാതെ മറ്റ് ഗുണങ്ങൾ ഇല്ലാത്തതിനാലാണ് പത്ത് രാജ്യങ്ങൾ സന്ദർശിക്കു ന്ന പരിപാടി വേണ്ടന്നുവെച്ചത്.

കാനഡ, അമേരിക്ക, ഓസ്ട്രേലിയ തുടങ്ങിയ പത്തു രാജ്യ ങ്ങൾ സന്ദർശിച്ചവർക്ക് കുറച്ച് മുൻഗണന നല്കുന്നത്, ഇയാളൊരു സ്ഥിരംയാത്രക്കാരനാണെന്ന് കരുതുന്നതിനാലാണ്. അതൊന്നും കന്നിസ്വാമിക്ക് വഴങ്ങുന്ന കാര്യങ്ങളല്ലല്ലോ. കൃത്യമായ വിവരങ്ങൾ

കാണിക്കുന്ന ക്ഷണക്കത്തിൽ സന്ദർശിക്കുന്ന സ്ഥലവും ഉദ്ദേശ്യവുമെല്ലാം വ്യക്തമാക്കണം. യാത്രയുടെ മുഴുവൻ ചെലവുകളും സ്വന്തമായി വഹിക്കാൻ കഴിയുമെന്ന് തെളിയിക്കണം. സ്ഥിരവാസം ഇവിടെയാണെന്നു സ്ഥാപിക്കുന്നതോടൊപ്പം പോയാൽ തിരിച്ചുപോരുമെന്ന് ഉറപ്പാക്കുന്നതിനാണ് ഈ രേഖകളുടെ കൂമ്പാരങ്ങൾ. സമ്പന്നതയിൽ കണ്ണുമഞ്ഞളിച്ച് അവിടെ ഇറങ്ങി മുങ്ങിയാലോ എന്നത് ന്യായമായൊരു സംശയമാണ്. അങ്ങനെ പലരും പാസ്പോർട്ടു കീറിക്കളഞ്ഞ് മുങ്ങിയിട്ടുണ്ടെന്നതിനാൽ ഇത്തിരി മുടി നരപ്പിച്ചുവെയ്ക്കുന്നത് നന്നാകുമെന്ന് മനസ്സിലായി. സമ്പന്നതയിൽ ലഭിക്കാത്ത കുപ്പയിലെ മുത്തും പവിഴവുമാണ് യാത്രയെന്നവർക്കറിയില്ലായിരിക്കും.

അങ്ങനെ കൂട്ടിവെച്ച രേഖകളുടെ കെട്ടുമായി എംബസി നിശ്ചയിച്ച ഏജൻസിയെ സമീപിച്ച് ആറുമാസ വിസ ലഭിച്ചു. ജോലിയിൽനിന്ന് തുടർച്ചയായി മാറി നില്ക്കേണ്ടിവരുന്നതിനാൽ കലണ്ടറിലെ ചുവന്ന അക്ഷരങ്ങൾ കൂടുതലുള്ള മാസം തെരഞ്ഞെടുത്തു. തിരിച്ചെത്തുംവരെ ഓഫീസുകാര്യങ്ങൾ മാനേജ് ചെയ്യാൻ സുഹൃത്തുക്കളായ റിവാറസും ധന്യയും റെഡിയായതോടെ പ്രശ്നങ്ങൾ എല്ലാം തീർത്ത് യാത്രയ്ക്കുള്ള പെട്ടി നിറച്ചു.

ചരിത്രത്തിൽതന്നെ സ്ഥാനംപിടിച്ച യാത്രകളാണ് സമുദ്രസഞ്ചാരിയായ മഗല്ലനും വാസ്കോഡഗാമയും നടത്തിയത്. കിട്ടിയതും നേടിയതും അനുഭവിക്കാനിരിക്കുന്നതുമായ കാണാമറയത്തെ അറിവുകളുടെ ലോകത്തേക്കാണ് എല്ലാ സഞ്ചാരങ്ങളും. നാട്ടും നഗരവും പൗരാണികതയും സംസ്കാരവുമെല്ലാം പഠനവിഷയമാകുന്നുണ്ടെങ്കിലും സമ്പത്ത് തേടിയുള്ള ഉപജീവനത്തിന്റേയും അതിജീവനത്തിന്റേയും യാത്രകൾക്കാണ് ചരിത്രം സാക്ഷ്യം വഹിച്ചിട്ടുള്ളത്. കടൽ കടന്നുപോയ സുഗന്ധദ്രവ്യങ്ങളുടെ സൗരഭ്യമാണ് പല യാത്രക്കാരേയും ലോകത്തിന്റെ പല ഭാഗങ്ങളിലേക്കെത്തിച്ചത്. ലക്ഷ്യങ്ങൾ പലതായിരുന്നെങ്കിലും ഇവരുടെ സമുദ്രയാത്രകൾ പുത്തൻ അറിവും സംസ്കാരത്തിന്റെ സംയോജനങ്ങളുമാണ് ചരിത്രത്തിന് നൽകിയത്. അനവധിയായ ലക്ഷ്യങ്ങളും സാധൂകരണമില്ലാത്ത പ്രചോദനങ്ങളും നിറഞ്ഞ ജിജ്ഞാസയുമായിരുന്നു യാത്രകളുടെ അടിസ്ഥാനം. അനന്തമായ കാഴ്ചയിലേക്ക് മനസ്സ് തുറക്കുമെന്നതിനാൽ അത് പകരുന്ന അറിവും ഉൻമേഷവും ആനന്ദവും പ്രധാനമാണ്.

പായ്കപ്പലും വള്ളങ്ങളും സഞ്ചാരമാർഗ്ഗങ്ങളായി സ്വീകരിച്ച അറിയപ്പെടാത്തതും ചരിത്രത്താളുകളിൽ സ്ഥാനം പിടിക്കാതെ പൊലിഞ്ഞുപോയതുമായ ആയിരക്കണക്കിന് യാത്രക്കാരുടെ ഓർമ്മകൾക്ക് മുന്നിൽ ഈ യാത്രാനുഭവം സമർപ്പിക്കുന്നു.

ആത്മാവിന്റെ സഞ്ചാരം

വരാനിരിക്കുന്ന ദിവസങ്ങളിലെ കാഴ്ചകളും അനുഭവങ്ങളും മനസ്സിൽ നിറഞ്ഞതിനാൽ കരിപ്പൂർ വിമാനത്താവളത്തിന്റെ ഇടനാഴികൾ സൃഷ്ടിച്ച ബോറടി ആയാസകരമായിരുന്നില്ല. യാത്രകൾ പലതും നടത്തിയിട്ടുണ്ടെങ്കിലും ആദ്യ വിദേശയാത്രയുടെ ത്രിൽ വേറേയേതോ ലോകത്തേക്ക് മനസ്സിനെ കൂട്ടിക്കൊണ്ടുപോയി.

ഒറ്റയ്ക്കും കൂട്ടായുമുള്ള യാത്രകൾക്കൊക്കെ പ്രത്യേക മാനങ്ങളാണെങ്കിലും ആ ചിന്തയൊന്നും ലവലേശം അലോസരപ്പെടുത്തിയില്ല. കൂട്ടം കൂടിയ യാത്രകൾ ഒരു ഹരമാണെങ്കിലും ഒറ്റയാൻയാത്രകൾക്ക് ചെറിയ ചില മെച്ചങ്ങളൊക്കയുണ്ട്. ഒപ്പം നടക്കാൻ ഒരാളുണ്ടെങ്കിൽ യാത്രയ്ക്ക് കൂടുതൽ മാധുര്യമേറുമെന്ന് തീർച്ചയാണെങ്കിലും ഒരേ മനസ്സും ആത്മാവുമല്ലെങ്കിൽ രസം ചോർന്നുപോകുമെന്നതാണ് സത്യം.

കാശ്മീരിലെ ഗുൽമാർഗിന്റെ മനോഹാരിതയിലും ദുർഘടം പിടിച്ച വഴിയിലൂടെ കാർഗിൽ മലനിരകളിലേയ്ക്ക് യാത്രചെയ്യുമ്പോഴും ഇത്തരം കൂട്ടുകൾ ഉൻമേഷം പകർന്നിട്ടുണ്ട്. കൂട്ടായ യാത്രയിൽ തിരഞ്ഞെടുക്കുന്ന കൂട്ടുകാർ മുത്തും പവിഴവുംപോലെ പ്രിയപ്പെട്ടതാവണം. ഇവർ കൂടെയുണ്ടായിരുന്നെങ്കിൽ എത്ര സുന്ദരമാകുമായിരുന്നെന്ന് മനസ്സ് പറയുന്ന സൗഹൃദങ്ങളാണ് യാത്രയിലെപ്പോഴും കൂട്ടിനുണ്ടാകേണ്ടത്.

എപ്പോഴും യാത്രകളിലൊന്നിച്ചുണ്ടാകാൻ ആഗ്രഹിക്കുന്ന സൗഹൃദങ്ങളിൽ ചിലരായ പ്രമോദ് കുമാറും മിത്രനും സുബിയും യാത്രകൾക്കു വേണ്ട സഹായങ്ങളുമായി എപ്പോഴും കൂട്ടിനുണ്ടായിരുന്നു. എന്റെ യാത്ര ഭംഗിയാകുവാൻ മനസ്സാ അവരും ആഗ്രഹിച്ചിട്ടുണ്ടാകും.

ആഘോഷിച്ചിട്ടുണ്ട് ഞങ്ങൾ. രാത്രിയുടെ വിജനതയിലെ മുത്തങ്ങയും തോൽപ്പെട്ടിയിലെ കാട്ടാനകളുടെ ചിന്നംവിളികളുമൊക്കെ ഇപ്പോഴും കാതുകളിൽ പ്രതിധ്വനിക്കുന്നുണ്ട്. പൊൻമുടിയുടെ ഉച്ചിയിലും അഷ്ടമുടിക്കായലിലുമെല്ലാം ആഘോഷങ്ങളുടെ മാറ്റൊലി ഇപ്പോഴും അലയടിക്കുന്നുണ്ടാവും. പാതിരാത്രിയിൽ വിമാനത്താവളത്തിലെത്തിച്ചേരുവോളം എല്ലാ ഘട്ടങ്ങളിലും കൂടെയുണ്ടായ മനസ്സിൽ ഇഴുകിച്ചേർന്ന സൗഹൃദമാണത്.

കാത്തിരുപ്പുകേന്ദ്രത്തിലെ കസേരകളിലൊന്നിൽ ചാരിക്കിടക്കുമ്പോൾ മനസ്സറിയാതെ പുതുമകൾ നിറഞ്ഞ കാണാക്കാഴ്ചകളിലേയ്ക്ക് ആത്മാവ് സഞ്ചരിച്ചു തുടങ്ങിയിരുന്നു. വേഗമേറിയതും ചെലവുകുറഞ്ഞതുമായ സഞ്ചാരമാർഗ്ഗം ആരുടെയും അനുവാദത്തിന് കാത്തുനില്ക്കാതെ പ്രയാണമാരംഭിക്കുമ്പോൾ ശീതീകരണ യന്ത്രം നല്കുന്ന ഇളംതണുപ്പിന്റെ ആലസ്യം രാത്രിയുടെ ഒന്നാം യാമത്തിലേയ്ക്ക് കടന്നിരുന്നു.

ആത്മാവെന്നാൽ മനുഷ്യന്റെ മനോനിലയ്ക്കനുസരിച്ച് മാറിക്കൊണ്ടിരിക്കുന്ന മനസ്സാണ്. ചിലർക്കത് ചിന്തയുടെ സാദൃശ്യങ്ങളും വായനയുമൊക്കെയായി തോന്നാം. അല്ലെങ്കിൽ വിഷമഘട്ടങ്ങളിൽ ഉപദേശങ്ങളായി പെട്ടെന്നവതരിക്കുന്ന സൗഹൃദങ്ങളുമാകാം. പ്രവർത്തനനിരതമായ മസ്തിഷ്ക്കത്തിന്റെ നിർമ്മിതിയാണ് ആത്മാവും മനസ്സും ചിന്തയുമെല്ലാം. പ്രവൃത്തിയിൽ പ്രകടമാകുന്നതല്ലാതെ അനന്തമായ അതീന്ദ്രിയസ്വത്വമൊന്നുമല്ലത്. ആത്മീയമായ പരിവേഷം നല്കി വികൃതമാക്കിയ മതബോധത്താൽ നയിക്കപ്പെടുന്നവർക്ക് ഇത് ചോദ്യങ്ങളുടെ മുനയൊടിക്കാനുള്ള വഴിയുമാകും. ഇവർക്ക് ആത്മാവെന്നാൽ മരണാനന്തരം ദേഹത്തെ വിട്ടൊഴിയുന്ന വെള്ളരിപ്രാവായിരിക്കും.

സദാസമയവും കൂട്ടിനുണ്ടാകുകയും പ്രവൃത്തികളിൽ അനുഗമിക്കുകയും പങ്കാളിയാവുകയും ചെയ്യുന്ന ചിന്തയുടെ സൃഷ്ടിയായ ആത്മാവിനെ അവർ അറിയുന്നുണ്ടാവില്ല. തന്നോടൊപ്പം ചേർന്നിരിക്കുന്ന ആത്മാവെന്ന ഭാവത്തെ മനസ്സിലാക്കാതെ പോയാൽ കടൽക്ഷോഭത്തിൽ അകപ്പെട്ട പായ്ക്കപ്പൽപോലെയാകും സ്ഥിതി. നിങ്ങൾ ലോകം മുഴുവൻ നേടിയാലും നിന്റെ ആത്മാവിനെ നഷ്ടപ്പെട്ടാൽ എന്ത് പ്രയോജനം എന്ന വാക്യംപോലെ.

എത്തിച്ചേരേണ്ടത് സ്കോട്ട്ലാൻഡിന്റെ കേന്ദ്രമായ, എഡിൻബർഗിലേയ്ക്കാണെന്നാലോചിച്ചപ്പോൾ സ്കൂളിൽ പഠിച്ച ജോൺ കീറ്റ്സിന്റെ ഒരു കവിതയാണോർമ്മ വന്നത്:

'ദേർ വാസ് എ നോട്ടീ ബോയ്
ആന്റ് എ നോട്ടി ബോയ് വാസ് ഹി
ഹീ റാൻഎവേ റ്റ സ്കോട്ട്ലാൻഡ്"
ദ പീപ്പിൾ ഫോർ ട സീ... '

ഇംഗ്ലണ്ടിൽനിന്ന് വളരെ പ്രതീക്ഷയോടെ സ്കോട്ട്ലാൻഡിലേയ്ക്ക് ഓടിപ്പോയ കുസൃതിപയ്യന്റേതുപോലെ മനസ് പുതിയ വിഹായസ്സുകൾ തേടി സഞ്ചാരത്തിലാണ്. ഈ സ്ഥലങ്ങളെല്ലാം കേട്ടുകേൾവി മാത്രമായിരുന്നതിനാൽ എന്തൊക്കെ കാഴ്ചകൾ കാണണമെന്ന മുൻ തീരുമാനങ്ങളില്ലായിരുന്നു. പ്രതീക്ഷകളും കണക്കും കൂട്ടലുമില്ലാത്ത യാത്രകൾക്കാണ് കൂടുതൽ മാധുര്യമുണ്ടാകുക. അല്ലെങ്കിൽ റിവ്യൂ വായിച്ച് സിനിമ കാണാൻ പോയപോലെ നിരാശാഭരിതമായിരിക്കും അവസ്ഥ.

ഖത്തർ എയർവേയ്സിലായിരുന്നു ഏറ്റവും കുറഞ്ഞനിരക്കിൽ ടിക്കറ്റ് ലഭ്യമായിരുന്നത് എന്നതാണ് അത് തെരഞ്ഞെടുക്കാൻകാരണമെങ്കിലും അത്ര ലാഭകരമായ ഇടപാടുകളൊന്നും യാത്രയിൽ പാടില്ലെന്ന അനുഭവം പിന്നീട് വിശദീകരിക്കുന്നുണ്ട്. ഇന്ത്യയിൽ പല സ്ഥലങ്ങളും ചുറ്റിയതുപോലെ ലെസ് ലെഗേജ് മോർ കംഫേർട്ട് എന്ന ആരുടെയോ സന്ദേശം എക്കാലത്തെയുംപോലെ പാലിച്ചിട്ടായതിനാൽ ബുദ്ധിമുട്ടുകളൊന്നുമുണ്ടായില്ല. വലിയൊരു യാത്രയുടെ യാതൊരു ടെൻഷനും ഇല്ലാതിരുന്നതിനാൽ പതിവുപോലെ രാത്രി ഭക്ഷണവും കഴിച്ചാണ് വീട്ടിൽനിന്ന് ഇറങ്ങിയത്. സമയനിഷ്ഠ വേണമെന്നതിനാൽ മൂന്ന് മണിക്കൂർ മുമ്പേ ചെക്കിൻ ചെയ്യുന്നതിന് തയ്യാറായി.

ഊണ് കഴിക്കുന്നവനോട് എന്തെടുക്കുകയാണെന്നും കുളിക്കുന്നവനോട് എന്താ പരിപാടി എന്നും ഗൗരവമായി വിശേഷങ്ങൾ ചോദിക്കുന്ന ചില ആശാൻമാരെപ്പോലെ എമിഗ്രേഷൻ ഉദ്യോഗസ്ഥന്റെ ചോദ്യങ്ങൾക്ക് സ്വല്പം ഈർഷ്യയോടെയാണ് പ്രതികരിച്ചതെങ്കിലും വിസയിലും ടിക്കറ്റിലുമെല്ലാം പോകേണ്ട സ്ഥലം വ്യക്തമായിട്ടും എന്താണിയാൾ ഇങ്ങനെ അമ്പരപ്പിക്കുന്നത് എന്നായിരുന്നു ചിന്ത. കണ്ടാൽ വല്ല കൊള്ളക്കാരനെപ്പോലെ തോന്നുമോ? എന്നെനിക്കുപോലും സംശയം തോന്നി. അതോ വിസയിലെന്തെങ്കിലും കുഴപ്പമുണ്ടോ? അയാളുടെ ചോദ്യങ്ങൾ ഉള്ളിലെ മനുഷ്യസഹജമായ ഈഗോ പ്രതിഭാസത്തെ ഒന്ന് പതപ്പിച്ചെങ്കിലും നാം അഹം, ആത്മാവ്, സെൽഫ് എന്നൊക്കെ പറയുന്ന ബോധ-അബോധ അവസ്ഥകളോടുള്ള പ്രതിപ്രവർത്തനത്തെ മനസ്സിന്റെ കരുത്താൽ വിജയിക്കുന്നതാണ് നല്ലതെന്ന് തോന്നി. ചിലരെ അങ്ങനെയാണ്

പഠിപ്പിച്ചിരിക്കുന്നത്. പ്രതിഭാസങ്ങളുടെ പഠിതാവാകുകയും പ്രവൃത്തിയുടെ ഫലം അളക്കാതെ ഉദ്ദേശ്യത്തെ മാത്രം കാണുന്നവരായിരിക്കും ജീവിതം ആസ്വദിക്കുന്നതെന്നും അവർ മനസ്സിലാക്കിയിട്ടുണ്ടാവില്ല. അവരുടെ അധികാരപ്രയോഗത്തിൽ മറ്റുള്ളവനെ വരുതിയിലാക്കാനുള്ള പരിശീലനം മാത്രം സിദ്ധിച്ചവർക്ക് 'വായിച്ചിട്ട് തിരിഞ്ഞില്ലേ ചങ്ങായി' എന്ന മറുചോദ്യം മുഖത്തുനിന്ന് മനസ്സിലാക്കിയിട്ടുണ്ടാകണം.

നടപടിക്രമങ്ങളെല്ലാം കഴിഞ്ഞതോടെ ബോർഡിങ്ങ് പാസ്സുമായി ട്രാവലേഴ്സ് ലോഞ്ചിലേയ്ക്ക് കയറി. ഇനി കുറെ മണിക്കൂറുകൾ പണിയൊന്നുമില്ലാത്തതിനാൽ മിക്കവാറും ഭാഗങ്ങളിലെല്ലാം ഉലാത്തുക തന്നെ. സമയം എങ്ങനെയും ചെലവഴിക്കാൻ ശ്രമിക്കുന്നതിനിടയിൽ യാതൊരു ആവശ്യമില്ലാതിരുന്നിട്ടും നൂറ് രൂപയുടെ ഒരു കാപ്പി കുടിക്കേണ്ടി വന്നു. പുഞ്ചിരിയുമായി മുന്നിൽ വന്ന ഒരു പയ്യൻ ഖത്തറിലെത്തിയാൽ ഉപയോഗിക്കാനുള്ള സൗജന്യ സിംകാർഡു നീട്ടി. അത് ഒരു വിളിക്കായി ദാഹിച്ച് ഇപ്പോഴും പെട്ടിയിൽ വിശ്രമത്തിലാണ്.

മൊബൈൽ ഫോണെന്നത് മനുഷ്യനെ അടിമകളാക്കി മാറ്റിയിരിക്കുകയാണീ കാലത്ത്. വിരസതയകറ്റാൻ സഹായിക്കുന്നുണ്ടെങ്കിലും സ്വന്തം ശ്രദ്ധയുടെ വളവും തിരിവുകൾക്കും വേണ്ടി മൊബൈലിലേക്ക് എപ്പോഴും നോക്കിക്കൊണ്ടിരിക്കുന്നത് ശീലമായിത്തീർന്നിരിക്കുന്നു. രണ്ടുപേർ ഗൗരവമായി സംസാരിക്കുകയാണെങ്കിൽപോലും റിവോൾവർപോലെ ചൂണ്ടിപ്പിടിച്ചിട്ടുണ്ടാകും കൈകളിൽ. ബന്ധങ്ങളും സൗഹൃദങ്ങളും സംഭാഷണങ്ങളുമെല്ലാം വിസ്മൃതിയിലാക്കി ജീവിതക്കാഴ്ചയെ മറ്റൊരു രീതിയിൽ ചിട്ടപ്പെടുത്തുന്ന യന്ത്രം.

പുതുമയുടെ കലവറ മനസ്സിൽ പതയുമ്പോൾ വായനയിലേയ്ക്കൊന്നും കടക്കാൻ കഴിയുമെന്ന് തോന്നുന്നില്ല. എത്രയും വേഗം

വിമാനത്തിന്റെ ഉള്ളിലേയ്ക്ക് കടക്കണമെന്ന ചിന്ത മാത്രം. ഇരുന്നും ഉലാത്തിയും പ്രതീക്ഷയൊന്നുമില്ലെങ്കിലും മൊബൈലിൽ തോണ്ടിയും എല്ലാവരെയുംപോലെ സമയം തള്ളിനീക്കി. നീണ്ടകാലം ശീലമാക്കിയ കർമ്മം ഇടക്കിടെ ഈ യന്ത്രത്തെ യാന്ത്രികമായി പ്രവർത്തിപ്പിച്ചില്ലെങ്കിൽ ഒരു സമാധാനവുമില്ലാത്ത അവസ്ഥയാക്കി മാറ്റിയിട്ടുണ്ട്. വിഖ്യാതമായ മോഡേൺ ടൈംസ് ചലച്ചിത്രത്തിൽ സാഹചര്യങ്ങൾ എങ്ങനെയാണ് മനുഷ്യനെ യന്ത്രതുല്യനാക്കുന്നതെന്ന് ചാപ്ലിന്റെ കഥാപാത്രം കാണിക്കുന്നത് ആലോചിച്ചാൽ ചിരിച്ചു പോകുമെങ്കിലും പൂർണ്ണമായും അത് ഇന്നിന്റെ ശരിയായിരിക്കുന്നു. ഒന്നും ലഭിക്കാനില്ലെങ്കിലും പ്രതീക്ഷയോടെ ഇടക്കിടെ അതിലേയ്ക്ക് നോക്കിക്കൊണ്ടേയിരിക്കും.

എട്ടുമണി ഭക്ഷണത്തിന്റെ വീര്യം അപ്പോഴേക്കും തീർന്നിരുന്നു. വിമാനത്തിൽ കയറിയാൽ എന്തെങ്കിലും കഴിക്കാൻ കിട്ടുമെന്ന പ്രതീക്ഷയിൽ ഉറക്കച്ചടവോടെ പിടിച്ചു നിന്നു. വെളുപ്പിന് രണ്ട് മണിയോടെ വിമാനം പുറപ്പെടാൻ സമയമായെന്ന അറിയിപ്പിൽ നീണ്ട ഇടനാഴിയിലൂടെ വിമാനത്തിലേയ്ക്ക് ചേക്കേറാൻ നടന്നു തുടങ്ങി. വഴിയിലതാ പ്രസംഗപീഠത്തിലൊരാൾ വിദേശ കറൻസിയുമായി വിളിക്കുന്നുണ്ട്. വേണ്ടാ വേണ്ടായെന്ന് മനസ്സു പറയുന്നുണ്ടെങ്കിലും ഖത്തർ റിയാൽ കൈയിലില്ലെങ്കിൽ പട്ടിണി കിടന്നു മരിച്ചാലോ എന്ന് കരുതി അതും വാങ്ങിവെച്ചു. പക്ഷേ, അതിനാവശ്യമുണ്ടായിരുന്നില്ലെന്ന് പിന്നീട് ഉണ്ടായ നഷ്ടങ്ങളിൽനിന്ന് മനസ്സിലായി.

ആദ്യഭാഗത്ത് നല്ല വിസ്താരമുള്ള ഇരിപ്പിടങ്ങൾ പ്രത്യേക വർഗ്ഗങ്ങൾക്കായി നന്നായി ഒരുക്കിവെച്ചിരുന്ന കച്ചവടക്ലാസ്സും കഴിഞ്ഞ് സാദാ ക്ലാസിലേയ്ക്ക് നടന്നു. പക്ഷികൾ കൂടണയാൻ മരച്ചില്ലകളിൽ തിരക്കുകൂട്ടുന്നതുപോലെ യാത്രക്കാരുടെ ചെറിയ

കലപില ശബ്ദത്തിനിടയിൽ ഉള്ളിൽ കടന്ന് ഇരിപ്പിടം കണ്ടെത്തി. രണ്ട് ഭാഗങ്ങളിലായി ഒരു വരിയിൽ ആറു പേർക്കിരിക്കാം. നടുവിൽ വിരിച്ച ചുവന്ന പരവതാനിയിലൂടെ ഇളം ചുവപ്പായ തൊപ്പിയും യൂണി ഫോമുമിട്ട സുന്ദരിമാർ സഹായിക്കാനായി ഓടിവരുന്നുണ്ട്.

വിരസമായ കുത്തിയിരുപ്പിൽനിന്ന് വ്യത്യസ്തമായ അന്തരീ ക്ഷത്തിലേയ്ക്ക് കടന്നിരുന്നതും കൂട്ടുകെട്ടിനിന്ന മേഘം മഴനീർ കണങ്ങളായി ഉതിർന്നു. ക്ഷീണം ആവേശിച്ച കൺതടങ്ങളിലേയ്ക്ക് മയക്കം തുള്ളികളായി പതുക്കെ പെയ്തു തുടങ്ങി. യാത്രകളിൽ കിട്ടിയ പ്രത്യേക തരം രുചിക്കൂട്ടിൽ തീർത്ത വിഭവങ്ങൾ പാതി മയക്കത്തി ലും മനോമുകുരത്തിലേയ്ക്ക് കടന്നുവന്നു. മനസ്സിന്റെ ആഗ്രഹങ്ങൾ കേൾക്കുവാനിഷ്ടപ്പെടുന്നവരാണല്ലോ കൂടുതലും.

"വുഡ് യു ലൈക്ക് ടു ഹാവ് സം ബ്രേക്ക്ഫാസ്റ്റ്" എന്ന ഒരു അശരീരി കേട്ടപോലെ മയക്കത്തിൽനിന്ന് ഞെട്ടിയുണർന്നു. അറബിക്കടലിനു മുകളിലൂടെ ഒരു പക്ഷിയെപ്പോലെ വിമാനം പറന്നു കൊണ്ടിരിക്കുകയാണെന്ന കാര്യമൊക്കെ മറന്നു കഴിഞ്ഞിരുന്നു.

ഉറക്കച്ചടവോടെ തുറന്ന കണ്ണുകൾ അടുത്ത സീറ്റിലെ ചെറുപ്പക്കാ രന്റെ മുന്നിൽ തുറക്കപ്പെട്ട ചൂട്പറക്കുന്ന വിഭവങ്ങളിലാണ് ഉടക്കി നിന്നത്. സ്ഥിരയാത്രക്കാരനെപ്പോലെ പരിചിതമായ രീതിയിൽ അയാൾ വിഭവങ്ങൾ അകത്താക്കുന്നത് തെല്ല് ഈർഷ്യയോടെ യാണ് നോക്കിയത്. എയർ ഹോസ്റ്റസ് സുന്ദരി അടുത്ത സീറ്റിൽ വിതരണം ചെയ്യുന്നതിന്റെ മണം പരന്നത് വയറ്റിലെ തിരമാലക ൾക്ക് ആക്കംകൂട്ടിയെങ്കിലും എന്നെയും അവർ കടാക്ഷിക്കുന്നത് നോക്കി ആത്മനിയന്ത്രണം കൈവിടാതെ കാത്തിരുന്നു.

ചുറ്റുപാടും പരക്കുന്ന സ്വാദിഷ്ഠമായ വിഭവങ്ങളുടെ ഗന്ധം കമ്പ സ്റ്റിൻ ചേംബറിലേയ്ക്ക് എണ്ണയൊഴിക്കുന്നതു പോലായി. കിട്ടാൻ സാധ്യതയുള്ള വിഭവങ്ങളുടെ പേരുകളൊക്കെ ഒന്നു പഠിച്ചു വെച്ചില്ലെ ങ്കിൽ കിട്ടുന്നതു തട്ടി മിണ്ടാതെ കുത്തിയിരിക്കേണ്ടി വരും. ഫ്രൂട്ട്സ്, ഗീ, ജാം, ബ്രഡ് പിന്നെ ഒരു പെട്ടിയിൽ ചൂടുള്ളത് എന്തോ ഒന്നും എരിതീയിലേയ്ക്ക് എറിഞ്ഞു. ആദ്യം കിട്ടിയ ബ്രഡും ബട്ടറും തീർന്ന പോലെ ഓരോന്ന് തീർന്നുതുടങ്ങി. വെറുതെ കിട്ടിയാൽ എന്തും കഴിക്കുമെന്ന് ബോധ്യമായപ്പോൾ അവസാനം കിട്ടിയ ജാം പുരട്ടാൻ ഒന്നുമില്ലാത്തതിനാൽ മുള്ളിൽനിന്ന് കത്തിയിലേക്ക് പകർത്തേണ്ടി വന്നു.

വിശപ്പാണ് ഭക്ഷണത്തെ കൂടുതൽ രുചികരമാക്കുന്നതെന്ന് അതീന്ദ്രിയ ജ്ഞാനമൊന്നുമില്ലാതെ തിരിച്ചറിഞ്ഞപ്പോൾ കണ്ണുകൾ പതിയെ ഉറക്കത്തിന്റെ ആലസ്യത്തിലേക്ക് വീണ്ടും വീണു.

അറബിക്കടലിനു മീതെ വടക്കുപടിഞ്ഞാറ് ദിശ ലക്ഷ്യമാക്കി നാലു മണിക്കൂർ പറക്കുമ്പോൾ ഒമാൻ എന്ന ചെറിയ രാജ്യത്തിനു മുകളിലൂടെ ഇത്തിരി ഒരെത്തിനോട്ടമുണ്ടാകുമെന്ന് മാത്രം. നൂറ്റിമുപ്പത്തിരണ്ട് ചതുരശ്ര കിലോമീറ്റർ വിസ്തീർണമുള്ള ഖത്തറിന്റെ കേന്ദ്രമായ ദോഹയിലേയ്ക്കാണ് മേഘക്കീറുകൾ തുളച്ച് പറന്നു കൊണ്ടിരിക്കുന്നത്. നാലു മണിക്കൂർ യാത്രചെയ്ത് ദോഹയുടെ മണ്ണിലേയ്ക്ക് വിമാനത്തിന്റെ പിൻചക്രം പതുക്കെ കര കര ശബ്ദമുണ്ടാക്കി പതിപ്പിച്ച് ലാൻഡിങ്ങ് അറിയിച്ചു. മുൻപൊക്കെ വാച്ചുകളിലെ സമയം ശരിയാക്കുവാനുണ്ടായിരുന്ന അറിയിപ്പൊക്കെ മാറി തനിയെ അഡ്ജസ്റ്റാകുന്ന രീതിക്കനുസരിച്ച് കൃത്യം നാലു മണിയാണ് അപ്പോൾ കാണിക്കുന്നത്. രണ്ടുമണിക്ക് യാത്രയാരംഭിച്ച് നാലു മണിക്കൂർ പിന്നിടുമ്പോൾ വാച്ചുകളിൽ സമയം നാലു മണിയാകുന്ന സമയത്തിന്റെ അവിശ്വനീയമായ പിന്നോട്ടൊഴുക്ക്.

കാലത്തിന് മുന്നോട്ടും പിന്നോട്ടും പ്രവാഹമുണ്ടെന്നു തോന്നുന്ന സങ്കീർണ്ണമായ പ്രതിഭാസം. മൂവ്വായിരം കിലോമീറ്റർ മുന്നോട്ട് പറന്ന് രണ്ട് മണിക്കൂർ പിന്നിലേയ്ക്കെത്തിയിരിക്കുന്നു. ദേശങ്ങൾ താണ്ടി മുന്നോട്ടുപോകുന്ന നിമിഷങ്ങളിൽ യവനികയ്ക്ക് പിന്നിലേയ്ക്ക് തള്ളപ്പെടുന്ന സമയം ആരെയും കാത്തുനില്ക്കാതെ വിസ്മൃതിയിലേയ്ക്ക് കടന്നിരിക്കുന്നു.

ദോഹയുടെ രാത്രി

വയനാട്ടിലെ ബത്തേരിയിൽനിന്ന് രാത്രി ബസിൽ കോഴിക്കോട്ടേയ്ക്ക് ടിക്കറ്റെടുത്ത പരിചിതനായ യാത്രക്കാരനെപ്പോലെ ആലസ്യങ്ങളുടെ പിടിയിലായിരുന്നു ഞാൻ.

പരിചിതമോ അപരിചിതമോ ആയ സ്ഥലകാലങ്ങളിലൂടെയാണ് യാത്രയെങ്കിലും ഉറക്കം അധികരിച്ചാൽ ഇറങ്ങേണ്ട സ്ഥലം മാറിപ്പോകും. മുൻചക്രം കുഴിയിൽ ചാടുമ്പോൾ അത്തരം യാത്രക്കാർ ഉറക്കത്തിൽനിന്ന് ഞെട്ടിയുണരുമ്പോലെ ഞാനുണർന്ന് ചുറ്റുമൊന്ന് നോക്കി. കണ്ണുതിരുമ്മി പലയാവർത്തി നോക്കി യാഥാർത്ഥ്യവുമായി പൊരുത്തപ്പെടാൻ ശ്രമിച്ചു. ഇറങ്ങാനുള്ള സ്ഥലം കഴിഞ്ഞുപോയോ എന്ന വേവലാതിയിൽ വെളിയിലേയ്ക്ക് നോക്കുന്ന മാതിരി ദീർഘവൃത്താകൃതിയിലുള്ള കിളിവാതിൽ മെല്ലെ ഉയർത്തി ഞാൻ പുറത്തേയ്ക്ക് നോക്കി.

ഒരു പ്രകാശവലയത്തിൽ പൊതിഞ്ഞ ആകാശത്തോട് ചുവന്ന മേഘങ്ങൾ കിന്നരിക്കുകയാണ്. ജനാലയിലൂടെ ഒരു സുവർണ്ണ തിളക്കം അടുത്തുവരുന്നുണ്ട്. ഇടയ്ക്ക് മേഘപാളികൾ തമ്മിൽ മുട്ടി ഉരുമ്മി കടന്നുപോകുന്നുണ്ട്, ഒരു മാസ്മരികലോകത്തിന്റെ വാതിൽ തുറക്കപ്പെട്ടതുപോലെ. പാതിമയക്കത്തിൽ വിമാനം താഴ്ന്ന് പറന്ന് തുടങ്ങുമ്പോഴുണ്ടാകുന്ന ചെറിയ ഇളക്കം പ്രകാശത്തിന്റെ വർഷങ്ങൾക്ക് അവധി സമ്മാനിച്ച് സ്വപ്നത്തിൽനിന്ന് തട്ടിയുണർത്തി. ആടയാഭരണങ്ങളിൽ തിളങ്ങുന്ന ഉറക്കമില്ലാത്ത നഗരത്തിന് ദീപങ്ങൾ തെളിച്ച് ഒരു രാത്രി കൂട്ടിരിക്കുകയായിരുന്നു താഴെ. തൃശ്ശൂർ പൂരപ്പറമ്പിലെ വർണ്ണങ്ങളുടെ ഘോഷയാത്രയെ അനുസ്മരിപ്പിക്കും വിധം വ്യത്യസ്ത നിറങ്ങളിൽ വിരിയുന്ന ദീപക്കാഴ്ചയാണ്

എനിക്കായി ആരോ ഒരുക്കിവെച്ചത്. ഇരയെ പിടിക്കാൻ വട്ടമിട്ടു പറക്കുന്ന പരുന്തിനെപ്പോലെ വിമാനം താഴെയുള്ള കാഴ്ചകളിലേയ്ക്ക് കൂടുതൽ അടുത്ത് വട്ടമിട്ടുകൊണ്ടിരുന്നു. വൈദ്യുതിവെളിച്ചത്തിൽ കുളിച്ച് താഴെയതാ ഒരു പുതുനഗരത്തിന്റെ ദൃശ്യങ്ങൾ പ്രത്യക്ഷപ്പെട്ടുതുടങ്ങി. ദാൽ തടാകത്തിൽ നിറയെ ചുവന്ന പൂക്കളുമായി തുഴഞ്ഞു വന്ന തോണിക്കാരന്റെ കൈകളിലെ പൂക്കുടയിലേയ്ക്കെന്നപ്പോലെ ആ കാഴ്ചകളെന്റെ കണ്ണുകളെ നിശ്ചലമാക്കി.

പ്രഭാതം വിരിയാൻ ഇനിയും കുറച്ചുകൂടി കാത്തിരിക്കണം. കട്ടികുറഞ്ഞു വരുന്ന ഇരുളിൻ പാളികളിൽ ദീപങ്ങളലങ്കരിച്ച ദോഹ നഗരം അതിമനോഹരിയായിരിക്കുന്നു. മനംകുളിർക്കെ കണ്ടുകൊണ്ടിരുന്ന സുന്ദരമായ കാഴ്ച മറ്റുള്ളവർക്കും ലഭിക്കുന്നുണ്ടാകുമെന്ന് കരുതിയെങ്കിലും അർദ്ധമയക്കത്തിലായിരുന്നു ചുറ്റുമുള്ളവർ.

ലാൻഡിങ്ങിനായി തയ്യാറെടുക്കുന്നതിന്റെ നിർദ്ദേശങ്ങൾ വന്നുതുടങ്ങി. ചിത്രങ്ങൾ എടുക്കുമ്പോഴേയ്ക്കും അരപ്പട്ട കെട്ടി സെൽ ഫോണുകൾ ഓഫാക്കാനുള്ള നിർദ്ദേശം വന്നു. ഒപ്പം എല്ലാവരെയും കുത്തിപ്പൊക്കി സുരക്ഷാ ക്രമീകരണങ്ങൾ നടത്തുന്ന തിരക്കിലായിരുന്നു എയർ ഹോസ്റ്റസ്. താരാപഥങ്ങളും മേഘങ്ങളുമായുള്ള സല്ലാപങ്ങൾക്ക് വിരാമമായിക്കഴിഞ്ഞു. ചെറിയൊരു കുലുക്കത്തോടെ മറ്റൊരു രാജ്യത്തിന്റെ മണ്ണിലേയ്ക്ക് വിമാനം ഊർന്നിറങ്ങുമ്പോഴും പ്രകാശവർഷങ്ങൾ ഭൂമിയിലേക്ക് എത്തിതുടങ്ങിയിരുന്നില്ല.

ചക്രങ്ങളുടെ വേഗം കുറഞ്ഞുവന്നു. ബസിൽനിന്ന് ആദ്യം ഇറങ്ങാനായി വാതിലിലേയ്ക്കോടാൻ എന്നപോലെ പലരും തയ്യാറായി എഴുന്നേറ്റ് നില്ക്കുകയാണ്. നിത്യഭ്യാസികളായ പലരും മുമ്പേ സ്ഥാനം പിടിച്ചു കഴിഞ്ഞു. ഇടനാഴിയിലൂടെ മുമ്പേ ഗമിക്കുന്ന ഗോവിന്റെ പിമ്പേ എന്നപോലെ ഇറങ്ങിയപ്പോൾത്തന്നെ എല്ലാവരുടെയും പുറകെ ഞാനും ട്രാൻസിറ്റിലേക്ക് വെച്ചുപിടിച്ചു.

ട്രാൻസിറ്റെന്നാൽ കണക്ഷൻ ഫ്ളൈറ്റ് ലഭിക്കുന്നതിനുള്ള സംവിധാനമാണ്. ദോഹ വിമാനത്താവളം എന്നെപ്പോലെത്തന്നെ പലർക്കും ഒരിടത്താവളം മാത്രമായതിനാൽ ഉടൻ പുറപ്പെടാൻ പോകുന്ന വിമാനത്തിലെ ജീവനക്കാരൻ ഇറങ്ങി വരുന്നവരെ നേർവഴിനയിക്കാനായി കാത്തുനിൽക്കുന്നുണ്ടായിരുന്നു.

ഇപ്പോൾ ഇന്ത്യൻ പൗരനാണ് ശരിക്കും ഒരു വിദേശി. ഖലീഫാ ഉമറിന്റെ പിൻമുറക്കാരായ അമീർ ഓഫ് ഖത്തർ ആണ് ഭരണാധികാരി. ഷേഖ് ഹമ്മദ് ബിൻ ഖലീഫ അൽ താനി, രാജ പരമ്പരയിൽപെട്ടതും 1995 മുതൽ അധികാരിയായിരുന്നപ്പോൾ ഉണ്ടാക്കിയതുമാണ് ഈ വിമാനത്താവളം. ഈ ചെറിയ രാജ്യത്ത് ക്രിമിനൽ

കുറ്റങ്ങൾ പ്രത്യേകിച്ച് കൊട്ടും കുറ്റങ്ങൾ കുറവായിരുന്നു. പൊതുഗ താഗതവുമായി ബന്ധപ്പെട്ട കുറ്റങ്ങളാണ് കൂടുതലായുള്ളതെങ്കിലും ക്യാമറാ നിരീക്ഷണത്തിലായതിനാൽ അതും കുറവാണ്. പ്രകൃതി വാതകവും എണ്ണയും പ്രധാന വരുമാനമായ നാട്ടിൽ അറുപത്തി ഏഴ് ശതമാനത്തോളം ഇസ്ലാം മതവിശ്വാസികളും ബാക്കി മറ്റുള്ള വരുമാണ്.

രാജ്യത്തിന്റെ കേന്ദ്രമായ ദോഹയിലെ ഹമ്മദ് എയർപോർട്ടി ലൂടെ വിശ്രമകേന്ദ്രം അന്വേഷിച്ച നടക്കുമ്പോൾ ഒരു പൗരബോധ മൊക്കെ തലപൊക്കിത്തുടങ്ങി. ആദ്യമായി ലഭ്യമായ പരകായപ്രവേ ശത്തിന്റെ ഉൾപ്പുളകം കുറച്ചുനേരംകൊണ്ട് അപ്രത്യക്ഷമായി. ഈ പൗരത്വമെന്നൊക്കെ പറയുന്നത് വീടിനു ചുറ്റും കൂറ്റൻ മതിൽ കെട്ടുന്ന പോലൊരു മാനസികാവസ്ഥ മാത്രമാണ്. ചുറ്റുപാടിൽനിന്ന് ഒറ്റപ്പെട്ടു പോകുന്ന അവസ്ഥയിൽ നിന്നൊക്കെ മാറുന്ന കാലത്തിലേയ്ക്കാണ് ലോകസഞ്ചാരം.

കണക്ഷൻ ഫ്ളൈറ്റ് പതിനെട്ട് മണിക്കൂറിന് ശേഷമായതിനാൽ അതുവരെ സ്വതന്ത്രമായി നടക്കാം. ഇത്രയും നേരം ഇവിടെ കറങ്ങി നടക്കാൻ അനുവാദം കിട്ടിയ ഒരാൾ ഞാൻ മാത്രമായിരിക്കുമെന്നത് ഒരു ബഹുമതിയൊന്നുമായിരുന്നില്ല. ദീർഘദൂരസഞ്ചാരത്തിൽ പണം കുറഞ്ഞ ടിക്കറ്റ് നോക്കിയാൽ ഇങ്ങനെയിരിക്കുമെന്ന് മാത്രം. പണം ലാഭിക്കാൻ വേണ്ടിയാണിങ്ങനെ ചെയ്യുതെങ്കിലും ഈ സാഹച ര്യത്തെ നല്ലതുപോലെ ഉപയോഗിക്കാവുന്നതാണ്. രാത്രിയിലെ കണക്ഷൻ വിമാനം ലഭിക്കുവോളം താമസിക്കാൻ ഹോട്ടൽ ബുക്ക് ചെയ്താൽ ഓൺ അറൈവൽ വിസ നൽകാമെന്ന് ദോഹയിലെ എമിഗ്രേഷൻ അധികൃതർ പറഞ്ഞത് കേട്ടപ്പോൾ സന്തോഷമായി.

ടൂറിസം ധനാഗമനത്തിനുള്ള മാർഗ്ഗമായിക്കാണുന്ന രാജ്യങ്ങൾ കൂടിവരുന്നതിനാലും ഭൂമിശാസ്ത്രപരമായ അതിരുകൾ കടന്ന് ചിന്തകൾ വളർന്ന് കഴിഞ്ഞതിനാലും വിസാ ചട്ടങ്ങളിൽ പലതും മാറ്റിത്തുടങ്ങിയിരിക്കുന്നു. അയൽ രാജ്യങ്ങൾ പലരും ഓൺ അറൈവൽ വിസ സംവിധാനമേർപ്പെടുത്തി കഴിഞ്ഞു. മുൻപ് ഇങ്ങനെ നിബന്ധനകളില്ലായിരുന്നെന്നും പലരും പുറത്ത് പോയി തിരിച്ച വരാതിരുന്നതിനാലാണ് ഇപ്പോൾ കർശനമാക്കിയതെ ന്നും പറഞ്ഞു. ഹോട്ടൽ ചാർജ്ജ് അറുപത് അമേരിക്കൻ ഡോളർ ആണെന്നു കേട്ടതോടെ ഞാൻ പിൻവാങ്ങി. ഇന്ത്യവിട്ടപ്പോൾ മുതൽ ചിന്ത തന്നെ കൺവേർട്ടഡ് ആയ എനിക്ക് മൂവ്വായിരത്തി അറുനൂറ് ഇന്ത്യൻ രൂപ യു. എസ്. ഡോളറാക്കി മാറ്റുന്നതിൽ ചെറിയ അസ്വ സ്ഥത തോന്നി.

സാധനങ്ങൾക്കെല്ലാം വില ചോദിക്കുകയും അത് സ്വന്തം രാജ്യത്തിന്റെ വിനിമയനിരക്കുമായി മനകണക്ക്കൂട്ടി അസ്വസ്ഥരാകുന്ന പലരും വിഷണ്ണരായി ചുറ്റും ളുണ്ടം ചാരിനില്പുണ്ട്. ചിലർ പേഴ്സ് തുറന്ന് പരിശോധിക്കുകയും തലയിൽ കൈവെച്ച് മേലോട്ട് നോക്കുകയും ചെയ്യുന്നുണ്ടായിരുന്നു.

സാധനങ്ങളുടെ വിലകൾ ഒറ്റയടിക്ക് കൺവെർഷൻ നടത്തുന്ന ഒരു സിൻഡ്രോം പകർച്ചവ്യാധിപോലെ എനിക്കും പിടിപെട്ടു. ആർക്കുമുണ്ടാകാവുന്ന ഒരു സ്വഭാവിക വിഭ്രമമെന്നോ മനോനിലയെന്നോ വിളിക്കാവുന്ന താത്ക്കാലിക പ്രതിഭാസം മാത്രമാണത്. പത്ത് രൂപയുടെ വെള്ളത്തിന് ഇരുന്നൂറ് രൂപയായിത്തീരുമ്പോഴുണ്ടാകുന്ന ഒരുതരം സാമ്പത്തിക ദഹനക്കേട്.

പിന്നാക്കസാമ്പത്തിക സ്ഥിതിയിൽ ജീവിക്കുന്നവർക്ക് മറ്റൊരു രാജ്യത്തിന്റെ സാമ്പത്തിക മുന്നാക്കാവസ്ഥയുമായി മല്ലടിക്കേണ്ടി വരുമ്പോൾ ഉണ്ടാകുന്ന താത്ക്കാലിക സംഭ്രമം മാത്രമാണിത്. സാമ്പത്തിക അട്ടിമറികൾ നടത്തി രാജ്യം വിടുന്നവർക്കൊന്നും ഇത്തരത്തിലുള്ള ഭാവങ്ങൾ അനുഭവിക്കാനുള്ള അവസരമുണ്ടാകില്ല. മാനസികാവസ്ഥയിൽ നാമറിയാതെ തനിയെ മാറ്റംവരുന്ന പ്രതിഭാസമാണ് രൂപാന്തരീകരണമെന്നത്.

ഇങ്ങനെയുള്ളവർ ഇന്ത്യൻ രൂപയ്ക്ക് മൂല്യം കൂടുതലുള്ള ശ്രീലങ്കപോലുള്ള രാജ്യങ്ങളിലേയ്ക്ക് യാത്രചെയ്താൽ ഒന്നിനുപകരം എത്ര വെള്ളം കുടിക്കുമെന്ന് കണ്ടറിയണം. എന്നാൽ ഇത് സ്ഥായിയായ ഭാവമായാൽ ആത്മാവ് നഷ്ടപ്പെടുമെന്ന് തീർച്ചയാണ്. നിസ്സാരമായ ഒരു മാനസിക ഭാവം എത്ര പെട്ടെന്നാണ് യാത്രയുടെ ലയം നഷ്ടപ്പെടുത്തുകയും കാഴ്ചകൾക്ക് മങ്ങലേല്പിക്കുകയും ചെയ്യുന്നത്.

വിശക്കുന്നുണ്ട്, അതാണല്ലോ മനുഷ്യന്റെ സഹജഭാവവും നമ്മെ ചിന്തിപ്പിക്കുന്നതും പ്രതികരിക്കാനും പ്രവർത്തിക്കാനുമെല്ലാം പ്രേരിപ്പിക്കുന്നതും. വിശപ്പിന്റെ മുന്നിൽ എല്ലാ ശക്തികളും പരാജയപ്പെടുംപോലെ പൗരത്വബോധവും കൺവേർഷൻ മനോഭാവവുമെല്ലാം തമ്മിൽ സന്ധിയായി. ഇനി എന്താവരുന്നതെന്ന് നോക്കാമെന്ന് തീരുമാനിച്ചുകൊണ്ട് വില കുറഞ്ഞ ഇന്ത്യൻഭക്ഷണം അന്വേഷിച്ച് അലഞ്ഞുതിരിഞ്ഞു. കുറെ സമയത്തെ അലച്ചിലിനും അന്വേഷണത്തിനും പരിസമാപ്തികുറിച്ചത് ഇന്ത്യൻ നിർമ്മിത ഇഡ്ഡലിയും മറ്റും വിൽക്കുന്ന സ്ഥലത്തായിരുന്നു. ഇന്ത്യൻ മെയിഡ് ഫോറിൻ ലിക്വർ എന്നപോലെ പേരിൽ മാത്രമുള്ള ഇന്ത്യൻ മെയിഡ് പെട്ടെന്ന് തിരിച്ചറിയാൻ കഴിയും. വിലകേൾക്കുമ്പോൾ തന്നെ അടിവയറിൽ നിന്നൊരെരിച്ചിൽ കയറുക സ്വാഭാവികമാണ് പിന്നെ

അതൊന്നടക്കാൻ ഒരു കുപ്പിവെള്ളം കുടിക്കേണ്ടി വരും. ഇന്ത്യയിലാകുമ്പോൾ ഫോറിനോട്ടം വിദേശത്താകുമ്പോൾ നാടിനോട്ടം കമ്പംതോന്നുമല്ലോ. അങ്ങനെ കേവലം എഴുന്നൂറ് രൂപ മാത്രം നൽകി മൂന്ന് ഇഡ്ഡലി കഴിച്ച് വിശ്രമകേന്ദ്രമന്വേഷിച്ച് വീണ്ടും ഇറങ്ങി.

ഇടയ്ക്കിടെ തലപൊക്കുന്ന രൂപാന്തരീകരണഭാവത്തിൽനിന്ന് പുറത്ത് കടക്കാൻ എത്ര ശ്രമിച്ചിട്ടും കഴിയുന്നുണ്ടായിരുന്നില്ല. മനസ്സിനെ ചിന്തയുടെ വരുതിയിൽ കൊണ്ടുവരുകയും ഈ ഭാവത്തെ ആസ്വദിക്കുകയുമല്ലാതെ മറ്റുമാർഗ്ഗങ്ങളില്ല. ചില ജീവിതരസാവസ്ഥകളെ ആസ്വദിക്കാനും അതിജീവിക്കാനും മനസ്സിനെ പ്രാപ്തമാക്കുകയാണെങ്കിൽ അപ്രതീക്ഷിതമായ ഒരു ലയം കിട്ടും. കുറഞ്ഞ സമയത്തിലെ കഥ ഇതാണെങ്കിൽ അന്യനാട്ടിൽ രൂപാന്തരീകരണ ചിന്തയുമായി ജീവിക്കുന്നവരുടെ മാനസികനിലയെന്തായിരിക്കും!.

ഇനി മണിക്കൂറുകൾ നീണ്ടുകിടക്കുകയാണ്, ചുറ്റിക്കറങ്ങാൻ ഒരു ലോകം മുന്നിൽ നിവർന്നുകിടക്കുന്നുണ്ട്. കാഴ്ചകളോടൊപ്പം വിശ്രമിക്കാനുള്ള സ്ഥലവും തിരഞ്ഞുകൊണ്ടിരുന്നു. ഓരോ ടെർമിനലുകളിലും നിരവധി വിശ്രമകേന്ദ്രങ്ങൾ ഉണ്ടാവുമെങ്കിലും അന്വേഷണത്തിൽ കിട്ടിയ C4 ഗേറ്റിനടുത്തായുള്ള വിശ്രമസങ്കേതം വിവിധ നിലകളിലെ സഞ്ചാരത്തിനിടയിൽ കാഴ്ചയിൽപ്പെട്ടു. പണംകൊടുക്കാതെ വിശ്രമിക്കാനുള്ള കേന്ദ്രത്തിൽ നിരവധി ദേശങ്ങളിലേയ്ക്ക് പോകുന്ന വിവിധ ഭാഷക്കാരായ യാത്രക്കാരുണ്ടായിരുന്നു. അടുത്തടുത്തുള്ള രണ്ടു വീതമുള്ള കസേരകളിൽ ആൾക്കാർ കാലുനീട്ടി നിവർന്ന് കിടന്നു വിശ്രമിക്കുന്നത് കണ്ടാൽ തറവാടിന്റെ കോലായിലെ പഴയ ചാരുകസേരകളിൽ വിശാലമായി വിശ്രമിക്കുന്ന കാരണവൻമാരെപ്പോലെ തോന്നിപ്പോകും. ചില്ലിട്ട മുറിയുടെ ഒരു ഭാഗത്ത് വിമാനത്താവളം വ്യക്തമായി കാണാം. വിമാനങ്ങൾ വരുന്നതിന്റെയും പോകുന്നതിന്റെയും ശബ്ദവും വെളിച്ചമുണ്ടായിരുന്നതിനാൽ മൂലയിലെ ഒരു കസേര വിശ്രമത്തിനായി തെരഞ്ഞെടുത്തു.

നിശ്ശബ്ദമുറി

'എക്സ്ക്യൂസ് മി' കേട്ട് ഉടമയെ കാണാൻ ഒന്നു തിരിഞ്ഞു. ആൺശബ്ദമായിരുന്നെങ്കിൽ മറ്റാരെങ്കിലും ക്ഷമിച്ചോട്ടെ എന്ന് കരുതി വിടാമായിരുന്നെങ്കിലും ഹമ്മദ് അന്താരാഷ്ട്ര വിമാനത്താവളത്തിലെ അലച്ചിലിനിടയിൽ കേട്ട പെൺശബ്ദം ഒരു നിമിഷം പിടിച്ചുനിർത്തി. അല്പം ജാടയോടെ തിരിയുമ്പോൾ കറുപ്പിന്റെ സൗന്ദര്യം വഴിഞ്ഞൊഴുകുന്ന ശബ്ദത്തിന്റെ ഉടമ എന്തോ സഹായമാണ് ചോദിക്കുന്നതെന്ന് മനസ്സിലായി. അവളൊരു ചിത്രത്തിന് മുൻപിലായിരുന്നു നിന്നിരുന്നത്. മുംതാസിന്റെ താജ്മഹലിനെപോലെ തോന്നിക്കുന്ന താഴികക്കുടങ്ങളും മിനാരങ്ങളുമുള്ള ആ ചിത്രം അവളിൽ അത്രമേൽ ആകർഷണമുണ്ടാക്കിയതു കൊണ്ടാകും ഒരു ഫോട്ടോ എടുക്കുവാനുള്ള സഹായാഭ്യർത്ഥന.

പോളണ്ടിലെ പഠനം കഴിഞ്ഞ് സ്വന്തം സ്ഥലമായ ജോഹന്നാസ്ബർഗിലേയ്ക്കുള്ള യാത്രയിലാണവൾ. ദക്ഷിണാഫ്രിക്കയുടെ കേന്ദ്രമായ ഈ സ്ഥലത്താണല്ലോ മോഹൻദാസ് കരംചന്ദ് ഗാന്ധി എന്ന അഭിഭാഷകൻ രൂപപ്പെട്ടത്. സ്വാതന്ത്ര്യസമരത്തെക്കുറിച്ചോ ഗാന്ധിയെക്കുറിച്ചോ അവൾക്കറിയില്ലായിരുന്നു. അവളെ കുറ്റം പറഞ്ഞിട്ടു കാര്യമൊന്നുമില്ല. എല്ലായിടത്തും പുതുതലമുറയെ ചരിത്രത്തിന്റെ താളുകൾ മറിച്ചു നോക്കാൻ പ്രേരിപ്പിക്കുന്നുണ്ടാകില്ലെന്ന് സൗഹൃദ സംഭാഷണത്തിൽ മനസ്സിലായി. മാത്രവുമല്ല, ചരിത്രത്തെ ചിലരുടെ താത്പര്യപ്രകാരം പുനർനിർമ്മിക്കുവാൻ എല്ലായിടത്തും ശ്രമിക്കുന്നുണ്ടല്ലോ. എന്നെപ്പോലെ കാത്തിരിപ്പ് അനിവാര്യമായതിനാൽ ക്വയറ്റ് റൂമിലേക്കുള്ള പിൻനടത്തത്തിൽ അവളും അനുഗമിച്ചിരുന്നു.

അലഞ്ഞു തിരിയലുകളിൽ മനസ്സറിയാത്ത കാലുകളുടെ പ്രവർത്തനം നിശ്ചലമായിരുന്നത് സി4 ലെ ക്വയറ്റ് റൂമിലായിരുന്നു. എയർപോർട്ടിലെ സി4 ഗേറ്റിനടുത്തായി സ്ഥിതിചെയ്യുന്ന വിശ്രമമുറിയെ(ക്വയറ്റ് റൂം) കുറിച്ചാണ് ഈ പറഞ്ഞത്. യാത്രയിലെ ഇടത്താവളങ്ങളിൽ കണക്ഷൻ വിമാനത്തിനായി കാത്തിരിക്കുന്ന പണക്കാരുടെ പ്രീമിയം ലോഞ്ചിൽ കൂടുതൽ സുഖകരമായ സൗകര്യം ലഭിക്കുമ്പോൾ പാവങ്ങൾക്ക് മറ്റ് ശല്യങ്ങളൊന്നുമില്ലാതെയും പണച്ചെലവില്ലാതെയും വിശ്രമിക്കാവുന്ന സംവിധാനമാണിത്. എപ്പോഴെങ്കിലും അവിടെ ഇറങ്ങേണ്ടി വന്നാൽ ക്വയറ്റ്റൂമിൽ വരെ ഒന്ന് പോയി നോക്കിയാൽ അതിന്റെ സുഖം നിങ്ങൾക്കും പിടികിട്ടും.

രാവിലെ മുതൽ ഹമ്മദ് ഇന്റർനാഷണൽ എയർപോർട്ടിൽ കഴിയേണ്ടിവന്നതിൽ വിരസതയൊട്ടും തോന്നാതിരുന്നത് രണ്ട് ഘട്ടങ്ങളിലായി നിശ്ശബ്ദമുറിയിലെ സുഖകരമായ ഉറക്കവും ബോർഡിങ്ങ് പാസ് നമ്പർ അടിച്ച് കൊടുത്താൽ ലഭ്യമാകുന്ന സൗജന്യ വൈഫൈയുമായിരുന്നു.

എയർപോർട്ട് ഒരു സംരക്ഷിത ലോകത്തിന്റെ പരിച്ഛേദമാണ്. വിവിധദേശങ്ങളുടെയും ഭാഷയുടെയും സംസ്കാരത്തിന്റേയും സമ്മേളനം. രൂപത്തിലും ഭാവത്തിലും നോട്ടത്തിലും സംഭാഷണത്തിലുമെല്ലാം വ്യത്യസ്തമായ ലോകത്തിൽ ആരോ കാത്തിരിക്കുന്നതുപോലെ ഒരാത്മബന്ധം ആ വിശ്രമമുറിയുമായി പതിയെ ഉണ്ടായിവന്നു. ഓരോ പിൻനടത്തവും മനസ്സറിയാതെ എത്തിച്ചേരുന്നത് സ്വന്തം വീട്ടിലേക്ക് തിരിച്ചുവരുന്നതുപോലെ ആഹ്ലാദം നല്കുന്നതായിരുന്നു.

യുദ്ധത്തിനുപോകുന്ന സൈനികന്റെ തിരിച്ചുവരവിനെ കാവ്യാത്മകമാക്കുന്ന ഹോം കമിങ്ങ് ഓഫ് വാര്യേഴ്സ് എന്ന കവിതയെക്കുറിച്ചോർമ്മ വരുന്നത് സി 4ലേയ്ക്കുള്ള മനസ്സറിയാത്ത തിരിച്ചുവരവിൽ നിന്നാണ്. കുടുംബവും നാട്ടുമുപേക്ഷിച്ച് യുദ്ധമുന്നണിയിൽ പോരാടുന്നവന്റെ അന്തർസംഘർഷങ്ങളും മനോഘടനയും ഭാവങ്ങളും വെളിവാകുന്നതാണ് ഈ കവിത.

കലാപങ്ങളും യുദ്ധങ്ങളും സൃഷ്ടിക്കുന്നത് കേവലം സാമ്പത്തിക അരക്ഷിതാവസ്ഥ മാത്രമല്ല, ബന്ധങ്ങളെ തകർക്കുന്ന മാനസിക വ്യഥകളുമാണെന്നുകൂടി പറയുന്നുണ്ട്. നിലയ്ക്കാത്ത വെടിയൊച്ചയിൽ ഭർത്താവും മകനും പിതാവും നഷ്ടപ്പെട്ടവരുടെ നിലവിളികളുടെ മാറ്റൊലികൾ ലയിക്കുന്നുണ്ടാകും. ആർക്കോവേണ്ടി കാഞ്ചി വലിക്കേണ്ടി വരുന്നവൻ സ്വപ്നം കാണുന്നത് തന്നെ സ്വീകരിക്കാനായി പടിക്കലേയ്ക്കോടി വരുന്ന കുഞ്ഞിന്റെ ചിത്രമായിരിക്കും.

വേരുകളിലേയ്ക്ക് മടങ്ങിപ്പോകാൻ എപ്പോഴും സമ്മർദ്ദം ചെലു ത്തുന്ന മനസ്സുമായി നിൽക്കുന്ന യുദ്ധമുന്നണിയിലെ പട്ടാളക്കാരന്റെ ഭാവംപോലെയാണ് പ്രവാസ ജീവിതവും. തന്റെ വേരുകളിലേയ്ക്കുള്ള തിരിച്ചു പോക്ക് ആഗ്രഹിക്കുന്നു. കാഴ്ചകൾ തേടിയുള്ള യാത്രകളിലെ മടക്കങ്ങളും അങ്ങനെയായിരിക്കും. മടങ്ങാൻ നേരമായെന്ന് സദാസ മയവും സൂചിപ്പിക്കുന്ന ജീവിതമാണ് സി4 ലേക്കുള്ള ഓരോ മടങ്ങി വരവിലും ഉണ്ടായിരുന്നത്.

എയർപോർട്ടിലൂടെയുള്ള ലക്ഷ്യമില്ലാത്ത നടത്തം എത്തിച്ചേർ ന്നത് ഒരു പ്രത്യേക മുറിയിലാണ്.

ആൺ പെൺ വ്യത്യാസമില്ലാതെ ഒരു വാതിൽ തള്ളിത്തുറന്ന് പലരും അകത്തേയ്ക്ക് പോകുന്നുണ്ടായിരുന്നു. മഞ്ഞ് മൂടിയ മലനിര കൾപോലെ പുകമയം തീർത്ത ആ മുറിയിലേയ്ക്ക് ഞാനും എത്തിനോ ക്കി. വിവിധ ദേശക്കാരും ഭാഷക്കാരുമായ കുറച്ചാൾക്കാർ ചടുലമായി സംസാരിച്ചുകൊണ്ട് നിൽക്കുന്ന പുകപ്പുര വ്യത്യസ്തമായ അനുഭ വമാണുണ്ടാക്കിത്. കഴിഞ്ഞ പതിനാറ് മണിക്കൂറായി സ്ത്രീപുരുഷ വ്യത്യാസങ്ങളില്ലാതെ അണയാതെ കൈമാറിക്കൊണ്ടിരിക്കുന്ന ഒരു തീനാളമുണ്ടായിരുന്നു അവിടെ. മണിക്കൂറിന്റെ കണക്കുകളിൽ പറയുമ്പോൾ എനിക്കത്ര നേരം മാത്രമാണവിടെ അനുവദിക്കപ്പെ ട്ടിരുന്നത്. ഒരു പക്ഷേ ഇപ്പോഴും അണയാതെ കൈമാറുന്നുണ്ടാകും ആ തീ നാളം.

അലസമായ നടത്തത്തിനിടയിൽ പുതുമുഖങ്ങളെക്കാണാൻ ഇടയ്ക്കിടെ അവിടെയ്ക്കെത്തിനോക്കിയിരുന്നു. ഇത്ര സഹകരണവും ബഹുമാനവും നമ്മുടെ ബീവറേജിനെ അനുസ്മരിപ്പിക്കുന്നതാണ്. തർക്കവിതർക്കങ്ങൾക്കൊന്നും സ്ഥാനമില്ലാത്ത, പരസ്പരം ആദ്യമായി കാണുന്നതിന്റെ പരിഭ്രമം ലവലേശമില്ലാതെ, ചോദ്യവും പറച്ചിലുമില്ലാതെ ഒന്നിൽനിന്ന് മറ്റൊന്നിലേയ്ക്ക് പകരുന്ന തീനാമ്പി നൊപ്പം പുഞ്ചിരിക്കുന്നവരുടെ കൂട്ടമായിരുന്നു അവിടെയുണ്ടായിരു ന്നത്.

യാത്രയ്ക്കിടയിലെ കടുത്ത വിരസതയെയും മാനസിക പിരിമുറു ക്കത്തെയും നേരിടാൻ അന്തരീക്ഷത്തിലേയ്ക്ക് വിവിധ രൂപങ്ങളിൽ പുകവിട്ടാൽ മതിയാകുമെന്ന് തോന്നുന്നുണ്ട്. ആ ഗന്ധത്തിൽ അൽപ നേരം ചെലവഴിച്ച് ചിന്തിക്കാനാണ് പല ഭാഗങ്ങളിൽനിന്നും ആൾക്കാർ അവിടേയ്ക്ക് അന്വേഷിച്ചു വന്നിരുന്നത്.

സ്ത്രീപുരുഷവ്യത്യാസങ്ങളില്ലാത്ത വിവിധ ദേശക്കാരുടെ ഒരു പരിച്ഛേദം തന്നെയായിരുന്നു ഈ പുകപ്പുര. വ്യത്യസ്തമായ വേഷങ്ങൾ ധരിച്ച ഈ നൈമിഷിക കൂട്ടായ്മയിൽ ശ്രദ്ധേയമായത്

പർദ്ദധാരിയുടെ പുകച്ചുരുൾ ആയിരുന്നു. തന്മയത്വത്തോടെ ഏതോ വിദേശ സിഗരറ്റ് ആഞ്ഞ് വലിച്ച് ചട്ടുലമായി എന്തൊക്കെയോ സംസാരിക്കുന്നുണ്ടായിരുന്നു അവർ.

ദോഹയോട് ഗുഡ് ബൈ പറയുവാനുള്ള ഘടികാരത്തിന്റെ ടിക് ടിക് ശബ്ദം അടുത്ത് എത്താറായിരിക്കുന്നു. ഇടത്താവളങ്ങളും താല്ക്കാലിക വാസങ്ങളും പോയ് മറയുകയാണ്. വിടപറയലുണ്ടാക്കുന്ന അന്തർസംഘർഷങ്ങളെ കുറിച്ച് ആവലാതിപ്പെടാൻ ഇനി നേരമില്ല. ഇറങ്ങാൻ സമയമായി എന്നാരോ മനസ്സിൽ പറഞ്ഞുകൊണ്ടിരുന്നു. അവസാനമായി വീണ്ടും സി4ലെ ക്വയറ്റ് റൂമിലേക്കൊരെത്തിനോട്ടം നടത്തി. എല്ലാം ഒന്നുകൂടി പരിശോധിച്ച് കണ്ണുകൾ കൊണ്ടൊരു യാത്ര മൊഴി നൽകി, എഡിൻബർഗ് വിമാനത്തിന്റെ ചെക്കിങ്ങിന് വേണ്ടി മറ്റൊരു ഗെയ്റ്റിലേക്ക് വെച്ചുപിടിക്കുമ്പോൾ പോയിവരൂ എന്നൊരു ആശംസപോലെ മന്ദസ്മിതമയക്കത്തിലായിരുന്നു മറ്റുള്ളവർ.

ആകാശക്കൂടിലേയ്ക്ക് ചേക്കേറാൻ സമയമായെന്ന് അറിയിപ്പു നൽകിയാണ് പുലർച്ചെയുടെ രണ്ടാം യാമത്തിന്റെ മണിമുഴങ്ങിയത്. പുതിയ വിമാനത്തിനുള്ളിലെ സൗകര്യം കുറച്ചുകൂടി സുഖകരമായി തോന്നുന്നുണ്ട്. കാലുകൾ തടസ്സമില്ലാതെ നീട്ടാനും പുറകോട്ട് ചാഞ്ഞു കിടക്കാനുമുള്ള സൗകര്യങ്ങൾ ഇരിപ്പിടങ്ങളിൽ ഏർപ്പെടുത്തിയിരുന്നു. മൂന്ന്, നാല്, മൂന്ന് ക്രമത്തിൽ ഒറ്റ നിരയിൽ 10 സീറ്റുകൾ ഉറപ്പിച്ചതിൽ ജനാലയുടെ സമീപമുള്ള കസേര മുൻകൂട്ടി തന്നെ ബുക്ക് ചെയ്തിരുന്നു. തണുപ്പിനെ നേരിടുവാൻ കമ്പിളിപുതപ്പും തലയിണയുമെല്ലാം ലഭിച്ചിട്ടുണ്ട് കൂടെ രക്തധമനികൾക്ക് തീപിടിക്കാനുള്ള ഇന്ധനവും.

ഇനിയുള്ള ആകാശക്കാഴ്ചയിൽ ബഹറിൻ, ദമാം, കുവൈറ്റ്, ഇറാഖ്, ബാഗ്ദാദ്, മൊസൂൾ, ഇസ്റ്റാംബൂൾ, ബൾഗേറിയ, സെർബിയ, ബൽജിയം, ലണ്ടൻ തുടങ്ങിയ വ്യത്യസ്ത സംസ്കാരങ്ങളുടെ അലയൊലികൾ തീർത്ത മേഘപാളികളെ കീറി മുറിച്ചുകൊണ്ട് ചിറകുകൾക്ക് വിശ്രമമില്ലാതെ പറക്കണം. ഏഴായിരത്തി മുന്നൂറിലധികം കിലോമീറ്റർ തുടർച്ചയായി എട്ടു മണിക്കൂർ പറന്നാൽ സ്കോട്ട്ലാൻഡിന്റെ കേന്ദ്രമായ എഡിൻബർഗിൽ എത്തിച്ചേരാം.

മുറിച്ചുകടക്കാനിരിക്കുന്ന അറ്റ്ലാൻന്റിക് മഹാസമുദ്രമാണ് പ്രധാനം. ഡോൾഫിൻ മുതൽ കടലാമകൾ വരെ സുലഭമായ വലിപ്പത്തിൽ രണ്ടാമനായ ഈ സമുദ്രത്തിലെ കപ്പൽയാത്രക്കാർ ഡോൾഫിന്റെ നൃത്തങ്ങളെ ആസ്വദിച്ചാണ് കടന്നുപോകാറുള്ളത്. അതുകൊണ്ട് ഫ്രാൻസിലെ തുറമുഖ നഗരമായ ഖലായിസിൽ നിന്ന്

ഇംഗ്ലണ്ടിലെ ഫോക് സ്റ്റോറിന്റെ തീരത്തേയ്ക്ക് സൗകര്യം കിട്ടിയാൽ നിങ്ങളൊന്നു പോകണം. മുപ്പത്തി എട്ടായിരം അടിയിലധികം ഉയരത്തിൽ 83 കിലോമീറ്റർ കടലിനു മീതെയുള്ള സഞ്ചാരത്തിൽ എന്റെ ആകാശക്കാഴ്ചകൾ വ്യക്തമാകണമെന്നില്ല.

തലയണയും പുതപ്പും ചൂടാക്കൽ പാനീയങ്ങളുമെല്ലാം ചേർന്ന സൗകര്യങ്ങൾ മലവെള്ളപ്പാച്ചിലുപോലെ വന്നിടിച്ച് ഉറക്കത്തിന്റെ മായികലോകത്തേയ്ക്ക് കൂട്ടിക്കൊണ്ടുപോയി. വെളുപ്പിന് രണ്ട് മണിക്കാരംഭിച്ച് 8 മണിക്കൂർ സഞ്ചരിച്ച് രാവിലെ 7 മണിക്ക് എഡിൻബർഗിലെത്തുമ്പോൾ ആ രാജ്യം ഇന്ത്യൻ സമയത്തേക്കാൾ 4 മണിക്കൂർ പിന്നിലേയ്ക്ക് എന്നെ വീണ്ടും കൂട്ടിക്കൊണ്ടുപോകാൻ തയ്യാറെടുകയായിരിക്കും ഇപ്പോൾ.

ആർതർ സീറ്റ്

പറന്നിറങ്ങുന്ന ഒരു പക്ഷിയെപ്പോലെ മഞ്ഞിൻ പുതപ്പണിഞ്ഞ റൺവേയിലേയ്ക്ക് വിമാനം ലാൻഡ് ചെയ്തു. സൂര്യൻ അസ്തമിക്കാത്ത നാട്ടിൽ ചൂടാർന്ന കിരണങ്ങളെ പുല്കാൻ കൊതിക്കുന്ന ഭൂമി മഞ്ഞിൻപാളികളെ വകഞ്ഞുമാറ്റി പ്രതീക്ഷയോടെ നോക്കുന്നുണ്ടായിരുന്നു. വലിയതിരക്കൊന്നും തോന്നാതിരുന്ന എഡിൻബർഗ് വിമാന താവളത്തിൽ ചെറുപ്പക്കാരുടെ കൂട്ടമാണ് കൂടുതലായി ഉണ്ടായിരുന്നത്. വിവിധ യൂണിവേഴ്സിറ്റികളിലായി ഉപരിപഠനത്തിനായി വന്ന വിദ്യാർത്ഥികളായിരുന്നു അവരിലധികവും.

നിലനില്പിന് നിലവാരത്തേക്കാൾ പ്രാധാന്യമുണ്ട്. വിദ്യാഭ്യാസ നിലവാരത്തേക്കാൾ പഠനത്തോടൊപ്പം ജോലി ചെയ്യാനുള്ള സ്വാതന്ത്ര്യവും അവകാശവും ലഭിക്കുന്നതിനാലാണ് പലരും ഇവിടം തിരഞ്ഞെടുക്കുന്നത്. പഠിപ്പ് കഴിഞ്ഞാൽ ഒരു സ്ഥിരം ജോലി സ്വപ്നം കാണുന്നവർ ഒരു പൗരത്വവും ഈ നാട്ടിൽ ഒപ്പിച്ചെടുക്കാനാഗ്രഹിക്കുന്നുണ്ട്. ലുബ്ധൻമാരായ ഇത്തരക്കാർ അനാവശ്യ ചെലവുകൾ ഒഴിവാക്കുകയും തിരിച്ചുപോയാൽ കുറച്ചുകാലം സുഖമായി കഴിയാനുള്ളത് സമ്പാദിക്കുകയും ചെയ്യും. കടകളിലെ വില്പനക്കാർ മിക്കവാറും ഇത്തരത്തിൽ പഠനാവശ്യാർത്ഥം വന്നവരോ തദ്ദേശീയരായ വിദ്യാർത്ഥികളോ ആയിരുന്നു. നാല് മണിക്കൂർ ജോലി ചെയ്യാൻ നിയമപരമായി അനുവാദമുണ്ടായിരുന്നത് വിദേശ വിദ്യാർത്ഥികൾക്ക് തണുപ്പിലെ സുഖകരമായ തണലായിരുന്നു.

ബ്രിട്ടണിലെ പ്രധാന വിമാനത്താവളങ്ങളിലൊന്നായ ഇവിടെ ആകെ ഒരു പാസഞ്ചർ ടെർമിനൽ മാത്രമാണുണ്ടായിരുന്നത്.

» ആർതർ സീറ്റ്

കാത്തുനിന്ന എമിഗ്രേഷൻ ഓഫീസറുടെ സ്കോട്ടിഷ് മന്ദസ്മിതം ഊഷ്മളമായ ഒരു സ്വാഗതഗാനംപോലെ തണുപ്പിലും ചൂടുപകരുന്ന മധുരമയമായിരുന്നു. ഉടക്ക് ചോദ്യങ്ങളൊന്നുമില്ലാതെ ഒറ്റനോട്ടത്തിൽ ഉദ്ദേശ്യം തിരിച്ചറിഞ്ഞിരിക്കുന്നു. പാസ്സ്പോർട്ടിൽ എമിഗ്രേഷൻ ക്ലയറൻസ് സീൽ പതിച്ചതോടെ നടപടികൾ പൂർത്തിയാക്കി അവാച്യമായ അനുഭൂതികൾ സമ്മാനിക്കാനിരിക്കുന്ന സ്കോട്ട്ലൻഡിന്റെ മണ്ണിലേയ്ക്ക് കാലെടുത്തുവെച്ചു. കൺവെയർ ബെൽറ്റിലൂടെ കറങ്ങിയെത്തിയ ബാഗേജ് കൈയിലെടുക്കുമ്പോഴേയ്ക്കും കൂട്ടുവാനെത്തുമെന്ന് പറഞ്ഞ ആളുടെ മുഖം കൂട്ടത്തിൽ പരതിത്തുടങ്ങിയിരുന്നു. ആദ്യമായി കാണുന്നതിന്റെ അപരിചിതത്വമൊന്നുമില്ലാതെ സുഹൃത്ത് ഡെയ്സിയുടെ ഭർത്താവ് സാബുച്ചേട്ടൻ ബാഗ് കടന്നെടുത്ത് എഡിൻബർഗ്ഗ് വിമാനതാവളത്തിന്റെ പാർക്കിങ്ങിലേക്കുനടന്നു. എത്രമാത്രം വേഗത്തിൽ നടക്കാമോ അത്രയും കുറയുന്ന രീതിയിലായിരുന്നു പാർക്കിങ്ങ് ഫീസ്. അഞ്ച് മിനിറ്റിന് രണ്ട് പൗണ്ട് എന്ന കണക്കിൽ പാർക്കിങ്ങ് ഫീ ഏർപ്പെടുത്തിയിരുന്നത് അനാവശ്യ പാർക്കിങ്ങ് ഒഴിവാക്കാനായിരുന്നു.

സ്കോട്ട്ലാൻഡ് പ്രകൃതി സൗന്ദര്യത്തിന്റെ പറുദീസയാണ്. കുന്നും മലയും ഇടയ്ക്ക് തടാകങ്ങളും താഴ്വരകളും ചേർന്ന് മനോഹരമായിരിക്കുന്ന ഒരു രാജ്യം. വരവേൽക്കാനെന്നപോലെ ഒരു ചാറ്റൽ മഴ പാറി കടന്നുപോയി. കാറ്റ് തണുപ്പിനാക്കം കൂട്ടുന്നുണ്ടെങ്കിലും ഇളംചൂടാർന്ന സൂര്യകിരണങ്ങൾ സിരകളെ ഉത്തേജിപ്പിച്ചു നിർത്തി. കഠിനമായ തണുപ്പല്ലാതെ മഴയും വെയിലും ഒരു താല്കാലിക പ്രതിഭാസം മാത്രമായിരുന്നു. ചാറ്റൽ മഴയിലും പൊൻവെയിലിലുമാണ് സുന്ദരമായ മഴവില്ലുണ്ടാകുന്നതും കുറുക്കന്റെ കല്യാണമെന്നൊക്കെ കുട്ടികാലത്ത് കേട്ട കഥപോലെ പീലികൾ വിരിച്ച് നൃത്തംവെയ്ക്കുന്ന

മയിലിനെപ്പോലെ മാനത്തു നിറഞ്ഞുനിൽക്കുന്ന മഴവില്ല് സ്വാഗത മാശംസിക്കാനായി ആരോ ഒരുക്കിനിർത്തിയപോലെ തോന്നി.

എയർപോർട്ടിൽനിന്നും ഏകദേശം 20 മൈൽ ദൂരെ മോർഡൺവെയിൽ എന്ന സ്ഥലത്താണ് കുട്ടുകാർ താമസിക്കുന്നത്. വിമാനത്താവളത്തിനുസമീപം ധാരാളം ബി ആൻഡ് ബികളും ഹോട്ടൽ സൗകര്യവുമുള്ളത് മുൻകൂട്ടി ബുക്ക് ചെയ്താൽ യാത്രക്കാർക്ക് സൗകര്യമാകും. ബി ആൻഡ് ബി എന്താണെന്നുള്ളത് പിന്നീട് വിശദീകരിച്ച് പറയാം. തൊട്ടടുത്ത റോയൽ ഇൻഫേമറി എന്ന പ്രശസ്തമായ സർക്കാർ ആശുപത്രിയിലെ ജീവനക്കാരാണ് രണ്ടു പേരും. പൗരന് ചികിത്സയും വിദ്യാഭ്യാസവും പൂർണ്ണമായും സൗജന്യമാകുന്ന നാട് ഇതു തന്നെയാണെന്ന് സംശയലേശമന്യേ പറയാം. യാത്രയിലുടനീളം പലവിവരണങ്ങളും നൽകുന്നുണ്ടെങ്കിലും മൂളലാൽ മറുപടി നൽകിക്കൊണ്ട് പ്രകൃതിയുടെ മനോഹാരിത ഒപ്പിയെടുക്കുന്ന തിരക്കിലായിരുന്നു ഓരോ നിമിഷവും.

നാട്ടുംനഗരവും ഉണരുന്നതിന്റെ ലക്ഷണങ്ങളായി വാഹനങ്ങൾ പ്രത്യക്ഷപ്പെട്ടുതുടങ്ങിയ പ്രധാന വീഥിയിൽനിന്ന് ചെറിയ വഴിലേയ്ക്ക് ഞങ്ങൾ പ്രവേശിച്ചു. മുമ്പിലായി വഴികാട്ടിയെപ്പോലെ ഇരുനിലബസ് പോകുന്നുണ്ടായിരുന്നു. ഇരുഭാഗങ്ങളിലും നിരനിരയായി ഒരേ രീതിയിലുള്ള വീടുകൾ കാണാം. പച്ചപ്പരവതാനിയുടെ നടുവിൽ വലിയ ക്യാൻവാസിലെ ചിത്രംപോലെ ചെറിയ വീടുകൾ ഉയർന്നു നില്ക്കുന്നുണ്ട്. മതിലുകളില്ലാത്തവർക്ക് ഓക്കുമര പലകകൾ അതിർത്തി വരച്ചിരിക്കുന്നു. വീണ്ടും ഒരു ചെറിയ കൈവഴിയിലേയ്ക്ക് ഞങ്ങൾ പ്രവേശിച്ചു. ആ പ്രദേശം ഒരു മൊട്ടക്കുന്നുപോലെ തോന്നുന്നുണ്ട്. വഴിവക്കിലെ വീടുകൾക്കു മുൻപിലെല്ലാം മുന്തിയ ഇനം കാറുകൾ നിർത്തിയിരിക്കുന്നു. എല്ലാ വീടുകളിലും അതിഥികളുടെ തിരക്കാണെന്ന് തോന്നുന്നു. കുറച്ചു ദൂരം കൂടി മുന്നോട്ട് ചെന്ന് ഒരേ മാതൃകയിലുള്ള വീടുകൾക്കു നടുവിൽ ഞങ്ങളുടെ വാഹനം യാത്ര അവസാനിപ്പിച്ചു.

» ആർതർ സീറ്റ്

വിശേഷങ്ങളുടെ സൗരഭ്യം പരത്തുന്ന വിരുന്നുകാർ വീട്ടിലേയ്ക്കെത്തുന്നത് അതിരറ്റ സന്തോഷത്തിന്റെ ദിനങ്ങളാണ് കുട്ടിക്കാലത്തിന് നല്കിയിട്ടുള്ളത്. അതിഥികളുടെ ആഗമനം എല്ലാവർക്കും പുത്തനുണർവ്വ് നല്കും. വിരസമായ ജോലിയുടെ ക്രമങ്ങളിൽ നിന്ന് താത്കാലികമായി രക്ഷപ്പെടുന്ന ആശ്വാസമാണ് ഈ സന്തോഷത്തിന്റെ കാരണം. വാതിൽപടിയിൽ തന്നെ എന്റെ വരവും കാത്ത് എല്ലാവരുമുണ്ടായിരുന്നു.

അതിഥികൾ വന്നാൽ അങ്ങനെയാണ്. ആദ്യം അവർ വീടും പരസരവും ചുറ്റിനടന്ന് വീക്ഷിക്കും. മണ്ണിന്റെ വളക്കൂറും നാളികേരങ്ങളുടെ എണ്ണവും റബ്ബറിന്റെ വണ്ണവും കിണറിന്റെ ആഴവുമെല്ലാം ചുറ്റി തിരിയലിന്റെ കണക്കിൽപ്പെടും. ഈ ചുറ്റിക്കറക്കത്തിനിടയിൽ തൊട്ടടുത്ത അരുവിയിലോ പുഴയിലോ ഒന്നു മുങ്ങിക്കുളിച്ച് വരുമ്പോഴേയ്ക്കും വിഭവസമൃദ്ധമായ ഭക്ഷണം റെഡിയാക്കിയിട്ടുണ്ടാകും. റബ്ബർ മരങ്ങളും മാവുകളും തെങ്ങുകളുമില്ലാത്ത മോർഡൺവെയിലിന്റെ തണുത്ത പരിസരത്തിലെ ആപ്പിൾ ചെടികളും ഓക്കുമരങ്ങളും തേടി ഞാനിറങ്ങി. മൂപ്പർ കൂടെ വരാമെന്നു പറഞ്ഞെങ്കിലും അവരെ ബുദ്ധിമുട്ടിക്കാതെ പുറത്തേ കാഴ്ചകളിലേയ്ക്ക് നടന്നു. പച്ചപ്പുല്ല് നിറഞ്ഞ പ്രദേശത്ത് നിരനിരയായി ഇരുനില വീടുകൾ നിറഞ്ഞിരുന്നു. ഒരേപോലെ തോന്നുന്ന വീടുകൾ കണ്ടുപിടിക്കാൻ ഇത്തിരി ബുദ്ധിമുട്ട് തന്നെയാണ്. കാഴ്ചയിൽ പുത്തനായി തോന്നുമെങ്കിലും കാൽ നൂറ്റാണ്ട് പിന്നിട്ടവയാണ് ഓരോന്നും.

മുന്നിലും പിന്നിലുമായി വാഹനപാർക്കിങ്ങിനും മറ്റുമായി ഉപയോഗപ്രദമായ രീതിയിൽ സ്ഥലത്തെ സജ്ജീകരിച്ചിരുന്നു.

മാഞ്ഞു തുടങ്ങിയ ഹിമകണങ്ങൾ മുത്തുകൾപോലെ തിളങ്ങുന്ന ആപ്പിളുകൾ ചുവപ്പു കുപ്പായത്തിലേയ്ക്ക് കയറുവാൻ ശ്രമിക്കുന്ന കാഴ്ച വീടിനു മുൻപിലെ പ്രത്യേകതയാണ്. ഒരേ നിറ രൂപത്തിലുള്ള പ്രദേശത്ത് സ്ഥലം മാറിപ്പോകാതിരിക്കാൻ ചില ഫോട്ടോകൾ സെൽ ഫോൺ ക്യാമറയിലാക്കി താഴ്‌വാരത്തിലേയ്ക്ക് നടന്നു.

തിരിച്ചെത്തുന്നതും കാത്ത് സാബു ചേട്ടനും ഡെയ്സിയും മക്കളായ എബിനും അലനും കാത്തു നില്ക്കുന്നുണ്ടായിരുന്നു. പതിനെട്ടുകാരനായ എഞ്ചിനിയറിങ്ങ് വിദ്യാർത്ഥി എബിന് പാർട്ട് ടൈം ജോലിയുള്ള തിനാൽ സ്വന്തം കാര്യങ്ങൾക്കൊക്കെ വീട്ടുകാരെ ആശ്രയിക്കേണ്ടി വരുന്നില്ല. പാചകതല്പരനായ എട്ടാം ക്ലാസുകാരൻ വിവിധ ഇനം കേക്കുകൾ നിർമ്മിക്കുന്നതിൽ അതിസമർത്ഥനുമാണ്.

പ്രാതലിനു ശേഷം ചുറ്റിക്കറങ്ങുവാൻ വഴികാട്ടിയായി സാബു ചേട്ടനും ഒപ്പം ചേർന്നു.

അതിവിശാലമായ ഹോളി റൂഡ് പാർക്കിൽ എത്താൻ ആറ് മൈൽ സഞ്ചരിച്ചിട്ടുണ്ടാകും. മാമലകളുടെ പാരമ്യമെന്നറിയപ്പെടുന്ന പ്രശസ്തമായ ആർതർസീറ്റ് മലനിരകൾ ഇതിൽ പ്രധാനമാണ്. വിജനതയുടെ സൗന്ദര്യം വാക്കുകളിൽ വർണ്ണിച്ചെടുക്കാൻ പറ്റാത്ത വശ്യമായ പ്രകൃതി, തണുത്ത കാറ്റ്, നടുവിൽ അതിശയോക്തികൾക്കു സ്ഥാനമില്ലാതെ പരന്നൊഴുകുന്ന ദൃശ്യസൗരഭ്യത്തിൽ ലയിച്ചു ഞാൻ നിന്നു.

നിശ്ശബ്ദത നങ്കൂരമിട്ടിരിക്കുന്ന ഏകാന്തതയുടെ താഴ്‌വരകൾ മനോഹരമായിരിക്കുന്നു. ചിത്രകാരന്റെ ഭാവന ചിറകുവിടർത്തുന്ന നിരവധി മലകളും തടാകങ്ങളും ഒന്നുചേർന്നിരിക്കുന്നു. ആർതർ സീറ്റുവഴി വരാതെ പോകുന്ന വിനോദസഞ്ചാരികളുടെ യാത്ര തീരാന ഷ്ടമെന്നു പറയേണ്ടി വരും. ഒരിക്കൽക്കൂടി ഇവിടം സന്ദർശിക്കുവാൻ കഴിഞ്ഞാൽ ഒരുദിവസം പൂർണ്ണമായും ഇവിടെ ചെലവഴിക്കുമെന്ന്

തീർച്ചപ്പെടുത്തിയെങ്കിലും ഏട്ടിലെ പശു പുല്ല് തിന്നാത്തപോലെ വെറുതെ ആഗ്രഹിക്കുന്നതിന് മുടക്കൊന്നുമില്ലല്ലോ.

വർണനാതീതമായ പ്രകൃതിരമണീയതയ്ക്ക് മാറ്റുകൂട്ടുന്ന നിശ്ശബ്ദമായ താഴ്‌വാരങ്ങളാണ് നമ്മെ കൂടുതൽ ആകർഷിക്കുക. ഓരോ ഇഞ്ചുസ്ഥലവും പ്രധാനമാണെന്നു തോന്നിക്കുന്ന സുന്ദരമായ പ്രകൃതിദൃശ്യങ്ങൾ ഇളംതണുപ്പാർന്ന കാറ്റിൽ കൂടുതൽ മനോഹരമായിത്തുടങ്ങി. അസ്തമയ സൂര്യന്റെ കിരണങ്ങൾ കൂട്ടുകൂട്ടിയ കാർമേഘങ്ങളെ തള്ളിമാറ്റാൻ ശ്രമിച്ച് പരാജയപ്പെട്ടുകൊണ്ടിരിക്കുന്നുണ്ട്. ഇളം പുല്ലുകളെ തഴുകിയെത്തുന്ന കാറ്റിൻ തണുപ്പിൽ വെറുതെ കാഴ്ചകണ്ട് നിൽക്കുന്നത് വളരെ ശ്രമകരമായിരുന്നു. വാങ്ങിയ പുതിയ ബെൻസ് കാറുമായി വന്ന ചെറുപ്പക്കാരൻ സ്വന്തംഫോട്ടോ വിവിധ പോസുകളിലെടുത്തു രസിക്കുന്നതു കണ്ടു. പയ്യന്റെ വീട്ടുകാർ നല്ല സമ്പന്നരാണെന്നു തോന്നുന്നു. സഹായിക്കാമെന്ന് പറഞ്ഞത് അവൻ ആഗ്രഹിച്ചിരുന്നതുപോലെ നിറഞ്ഞ സന്തോഷത്തോടെയാണ് സ്വീകരിച്ചത്. ധൃതിയിൽ ഫോട്ടോകൾ ആർക്കോ അയച്ചുകൊടുത്ത് മറുപടിക്കായി കാത്തുനിന്നു. ചിലപ്പോൾ കാമുകിയായിരിക്കും. വരുന്ന സന്ദേശങ്ങളിൽ ഫോട്ടോയുടെ വർണ്ണനകൾ ഉണ്ടായിരുന്നെന്ന് അവന്റെ ഒളികണ്ണാലുള്ള നോട്ടം വ്യക്തമാക്കുന്നുണ്ട്. ഒരു പക്ഷേ, ഫോട്ടോയുടെ മനോഹാരിതയെക്കുറിച്ച് വർണ്ണിച്ചിട്ടുണ്ടെങ്കിൽ ഫോട്ടോഗ്രാഫറെക്കുറിച്ചും അവൾ ചോദിച്ചിട്ടുണ്ടാകുമെന്ന് തോന്നുന്നു.

രണ്ട്മൈലിലധികം ദൂരമുള്ള പ്രധാന മലചവിട്ടൽ തദ്ദേശീയർക്കും സഞ്ചാരികൾക്കും ഹരമായിരുന്നതിനാൽ ചിലർ മലകളിലേക്ക് കയറിത്തുടങ്ങിയിരുന്നു. ജീവന്റെ താളലയത്തേക്കുറിച്ചുള്ള ബോധ്യമായിരിക്കാം, സഞ്ചാരികളുടെ മുഖഭാവങ്ങളിലൊന്നും ആകുലതകൾ ദൃശ്യമാകാതിരുന്നത്. വൈകുന്നേരമായതോടെ സൈക്കിൾ യാത്രക്കാരും കാൽനടക്കാരും മറ്റും വന്നുതുടങ്ങി. ആദ്യദിനമായതിനാലായിരിക്കും തണുപ്പ് അതികഠിനമായി അനുഭവപ്പെട്ടു തുടങ്ങിയതോടെ പുറത്തിറങ്ങി വെറുതെനിൽക്കുന്നത് അസാധ്യമായതിനാൽ തൊട്ടടുത്തുകണ്ട ചെങ്കുത്തായ കുന്നിലേക്ക് ഒന്ന് കയറിനോക്കി.

കാടുംമലയുമൊക്കെ ധാരാളം കയറിയിട്ടുണ്ടെങ്കിലും ഇതിനൊരു വശ്യതയുണ്ടായിരുന്നു. ദേഹത്തുതട്ടുന്ന ചെടികളും പുല്ലുകളും വകഞ്ഞുമാറ്റിപ്പോകുമ്പോൾ ഉയർന്ന് നിൽക്കുന്ന നാമ്പുകളുടെ തലോടൽ ഇക്കിളിയുണ്ടാക്കുന്നുണ്ട്. ചെങ്കുത്തായ ഇടുങ്ങിയവഴികളിൽ ഒരു കൈതന്ന് സഹായിക്കാനായി തല നീട്ടി എത്തിനോക്കിയ തൊട്ടാവാടിപോലെയുള്ള ഇളം റോസ് നിറത്തിലുള്ള ചെടികളിലെ മുള്ളുകളുടെ സ്പർശം വേദനയായത് തണുപ്പിനെ മറികടക്കുന്നതായിരുന്നില്ല.

ഇടയ്ക്ക് പൂർത്തിയാക്കാതെ തിരിച്ചിറങ്ങേണ്ടിവരുമെന്ന ശങ്കിച്ചെങ്കിലും തിരിഞ്ഞുനോട്ടം ആ വഴി തിരിച്ചിറങ്ങാനുള്ള പൂതിയെ തടഞ്ഞെന്നു പറയാം. മടുപ്പൊന്നും തോന്നാതെയുള്ള മലകയറ്റത്തിൽ ശ്വാസമെടുത്തു വിശ്രമിക്കാനൊന്നും തണുത്ത കാറ്റ് അനുവദിച്ചില്ല. ഏതോ മായികശക്തിയാൽ ആകർഷിക്കപ്പെട്ടപോലെ ആരോ കൈപിടിച്ച് കൂട്ടിക്കൊണ്ടു പോകുന്നപോലെ ഒരു മോഹവലയത്തിൽ കുന്നുകയറി മുകളിലെത്തി. മുന്നൂറ്റി അമ്പത് മില്യൻ വർഷങ്ങൾക്ക് മുൻപ് ഈ മലനിരകളിൽ അഗ്നിപർവ്വതം ഉണ്ടായതാണ് സ്കോട്ട്ലാൻഡിലെ ഭൂപ്രകൃതിയിൽ മാറ്റമുണ്ടായത്. അഗ്നിപർവ്വത സ്ഫോടനങ്ങൾ നാശം വിതയ്ക്കുകയും പ്രകൃതിയുടെ രൂപവും ഭാവവും നശിപ്പിക്കുമെങ്കിലും ഇത്രയും മനോഹാരിത സൃഷ്ടിക്കാൻ കഴിഞ്ഞ വ്യത്യസ്തനായ ആ അഗ്നിപർവ്വതത്തിന് നന്ദിപറയാതിരിക്കാൻ വയ്യ.

എഡിൻബർഗ് നഗരവും തടാകവും മലനിരകളുമെല്ലാം വ്യക്തമായികാണുന്ന ദൂരക്കാഴ്ച ആരോ വരച്ചിട്ട ഒരു എണ്ണച്ചായ ചിത്രംപോലെ തോന്നിക്കും. മലകളാൽ ചുറ്റപ്പെട്ട അനുഭൂതിയിൽ ഏകാന്തമായി കുറച്ച്നേരം ഇരിക്കണമെന്ന് തോന്നിയെങ്കിലും തണുത്തകാറ്റിൽ പാറിപ്പറക്കാതെ ഒരുവിധത്തിൽ മറ്റൊരുവഴിയിലൂടെ അടിവാരത്തിലെത്തി. മഞ്ഞിനൊപ്പം അവടവിടെ വഴിവിളക്കുകകൾ മിന്നിത്തുടങ്ങി. ആ പ്രദേശങ്ങളിലൊന്നും കടകളോ റെസ്റ്റോറന്റുകളോ ഉണ്ടായിരുന്നില്ല. പാതയോരങ്ങളിലൊക്കെ മാലിന്യങ്ങൾ സംസ്കരിക്കുവാനുള്ള സംവിധാനങ്ങൾ എല്ലായിടത്തും കാണാമായിരുന്നു. സ്വതന്ത്രമായ ജീവിതം ഓരോനിമിഷവും ആസ്വാദ്യകരമാക്കുന്നതിനായി ശ്രമിക്കുന്ന യുവതലമുറ താഴെ ആഘോഷങ്ങൾക്ക് തയ്യാറെടുക്കുന്നുണ്ടായിരുന്നു. അവരോടൊപ്പം ഒരൽപസമയം ചെലവഴിക്കണമെന്ന്

മോഹമുണ്ടായിരുന്നത് മനസ്സിൽ അടക്കി നഗരപ്രദക്ഷിണത്തിനായി വണ്ടിയിൽ കയറി. മറ്റൊരു രാജ്യത്ത് സ്വതന്ത്രമായി ചെലവഴിക്കാൻ കഴിഞ്ഞ ആദ്യ പകലുതന്നെ നല്ലൊരു ലഹരി പകർന്നത് ചിന്തകളെ ഉത്തേജിപ്പിച്ചു.

തെരുവുവിളക്കുകൾ തെളിഞ്ഞു തുടങ്ങിയതോടെ പ്രകാശമാനമായ നഗരം ഞങ്ങളെ സ്വാഗതം ചെയ്യാനായി അണിഞ്ഞൊരുങ്ങുകയായിരുന്നു. ദൂരെ കുന്നിൻ മുകളിൽ ഉയർന്നു നിൽക്കുന്ന പൗരാണികമായ എഡിൻബർഗ് കോട്ടയുടെ ചുറ്റുപാടും നിലാവെളിച്ചംപോലെ കത്തിച്ചുവെച്ച വിളക്കുകൾ പ്രഭചൊരിഞ്ഞു തുടങ്ങി. പന്ത്രണ്ടാം നൂറ്റാണ്ടിൽ വലിയൊരു പാറയുടെ മുകളിൽ തീർത്ത ഈ കൊത്തളം ദാവീദ് ഒന്നാമന്റെ കാലത്തെ രാജകീയ വസതിയായിരുന്നു. വിക്ടോറിയൻ കാലഘട്ടത്തിന്റെ വാസ്തുവിദ്യകളുടെ മാസ്മരികത്വം വിളിച്ചോതുന്നതായിരുന്നു വഴിവക്കിലെ നിർമ്മിതികൾ. അംബരചുമ്പികളൊന്നുമല്ലാത്ത കെട്ടിടങ്ങൾ പാതയോരത്ത് പ്രൗഢിയോടെ തലയുയർത്തി നിന്നിരുന്നത് ഞങ്ങൾക്കായി അപ്പോൾ അലങ്കരിച്ചതുപോലെയാണ് തോന്നുക. ദൃഷ്ടിഗോചരമായ കാഴ്ചകളാക്കെ ഏതോ പൗരാണികമായ രാജവീഥിയിലൂടെയുള്ള എഴുന്നെള്ളിപ്പിന്റെ പ്രതീതിയുണ്ടാക്കി. ദീപാലങ്കാരങ്ങളുടെ തിളക്കം റോഡിലും പാതയോരത്തെ കെട്ടിടങ്ങളിലും തട്ടി പ്രതിഫലിക്കുന്നുണ്ടായിരുന്നു. അനുഭൂതി പകരുന്ന ദൃശ്യങ്ങളിൽ ലയിച്ച് കുതിപ്പുറത്ത് പോകുന്ന രാജഭടൻമാരെപ്പോലെ മന്ദം മന്ദംനീങ്ങി. രാവേറുംതോറും നഗരസൗന്ദര്യത്തിന്റെ മാറ്റ് കൂടി വന്ന് വാഹനങ്ങൾക്കും ശില്പങ്ങൾക്കുമെല്ലാം മഞ്ഞിന്റെ പുതപ്പ് വീണു തുടങ്ങിയിരുന്നു. ഇടയ്ക്ക് വീശുന്ന ചെറുകാറ്റിൽ പാറിവീഴുന്ന ഹിമകണങ്ങൾ കൊല്ലന്റെ ആലയിൽനിന്ന് പൊട്ടിത്തെറിക്കുന്ന തീനാമ്പുകൾപോലെതോന്നും. വർണ്ണാഭമായി തെളിഞ്ഞു വരുന്ന ഇലകളിൽനിന്ന് ഇറ്റ് വിഴുന്ന ശ്വേതബിന്ദുക്കളുടെ തിളക്കം കണ്ടാൽ മുത്തും പവിഴവുമാണ് പെയ്യുന്നതെന്ന് തോന്നിപ്പോകും. പാതയോരങ്ങളിലെ ഹിമകണങ്ങളുടെ തിളക്കം രത്നങ്ങൾ വാരി വിതറിയപോലെ തോന്നും.

ശൈത്യം അധികരിച്ചതിനാൽ പിടിച്ചു നിൽക്കാനാകാതെ നഗരപ്രദിക്ഷണം മതിയാക്കി വീട്ടിലേയ്ക്ക് തിരിച്ചു. നിരനിരയായി ഒരേ രീതിയിൽ രൂപകല്പന ചെയ്ത വീടുകൾക്ക് മുമ്പിലും പിൻപിലുമായി ഉപയോഗപ്രദമായ കോർട്ട്യാഡുകളാൽ സമ്പന്നമായിരുന്നു. ആപ്പിൾ ചെടികൾ മഞ്ഞിൻ ചുംബനത്തിൻ ചൂട് പറ്റാൻ ആണ്ടിറങ്ങി കഴിഞ്ഞു. അതിഥിയെ കാണാൻ എത്തിനോക്കുന്ന ആപ്പിളുകൾക്ക് തലോടൽ നല്കി വീട്ടിലേയ്ക്ക് കയറി. പതിറ്റാണ്ടുകൾക്ക് ശേഷം കണ്ടുമുട്ടിയ

സ്കൂളിലെ കൂട്ടുകാരിയോട് വിശേഷങ്ങൾ ധാരാളമായി പങ്കുവയ്ക്കാനുണ്ടായിരുന്നു. ഇന്ത്യൻ സമയത്തേക്കാൾ ഏകദേശം നാല് മണിക്കൂർ പിന്നിലായിരുന്നു ഈ നാട്. സ്കോട്ടിഷ് വിരുന്നൊരുക്കുന്നതിന്റെ തിരക്കിലും ഞങ്ങളെ കാത്തുനില്ക്കുന്ന മുഖഭാവം ആതിഥ്യമര്യാദകൾ പ്രകടമാകുന്നതായിരുന്നു. പാചകത്തിനിടയിൽ നാട്ടുകാര്യങ്ങളും വീട്ടുകാര്യങ്ങളും പങ്കുവെച്ച ഞങ്ങൾ അടുക്കളയുടെ മൂലയ്ക്കുള്ള കസേരകളിൽ സ്ഥാനം പിടിച്ചു കൊണ്ട് സ്കോട്ടിഷ് പാനീയങ്ങളുടെ കലവറ തുറന്നു. പുറത്ത് തണുപ്പ് കഠിനമാണെങ്കിലും ഉള്ളിലേയ്ക്ക് കടക്കാത്ത രീതിയിൽ മരങ്ങൾക്കൊണ്ടായിരുന്നു വീടിന്റെ ഉൾഭാഗ നിർമ്മിതി. തണുപ്പിനെ കൂടുതൽ പ്രതിരോധിക്കാൻ മരങ്ങൾ തന്നെയാണ് നല്ലതെന്ന് തോന്നുന്നു. ഉൾവശവത്തും നിലത്തുമൊക്കെ മരപ്പലകകൾ മനോഹരമായി പാകിയിരുന്നതിനാലും വീടാകെ ചൂട് സംവിധാനം ഏർപ്പെടുത്തിയിരുന്നതിനാലും ബുദ്ധിമുട്ട് അനുഭവപ്പെട്ടില്ല. ചില മാസങ്ങളിൽ അന്തരീക്ഷതാപം മൈനസ് നാലു വരെ എത്തുമ്പോൾ ഹിമപാതത്താൽ വഴികളും വീടുകളും വാഹനങ്ങളും വരെ മൂടിപ്പോകാറുണ്ട്. തണുപ്പും ചൂടും മാറി മാറി പ്രവഹിച്ചു തുടങ്ങിയവരിലേയ്ക്ക് പേരോർത്തെടുക്കാൻ കഴിയാത്ത സ്കോട്ടിഷ് വിഭവങ്ങളുടെ പാത്രങ്ങൾ തുറക്കപ്പെട്ടു. ഭക്ഷണം രുചികരമാകുന്നത് അതിനോടൊപ്പം ചാലിക്കുന്ന കരുതലും സ്നേഹവും പരിഗണനയും ചേരുമ്പോഴാണെന്ന് തെളിയിച്ചുകൊണ്ട് സമ്പന്നമായിരുന്നു ഡെയ്സിയുടെ സ്കോട്ടിഷ് അത്താഴം. എന്റെ യാത്ര ഭംഗിയാകുവാൻ ഞാനല്ലാതെ മറ്റു പലരും ആഗ്രഹിച്ചിരുന്നത് ചില പുതിയ ബന്ധങ്ങൾക്ക് ഊട്ടംപാവും നൽകുകയായിരുന്നു.

ഇനി സ്വപ്നങ്ങളുടെ സമയമാണ്, വരാനിരിക്കുന്ന സ്കോട്ടിഷ് ദിനരാത്രങ്ങളിലെ സുന്ദരമായ സ്വപ്നങ്ങൾ. കാഴ്ചകളുടെ സ്വപ്നങ്ങളെ മനസ്സിൽ താലോലിച്ചുകൊണ്ട് യൂറോപ്പിലെ ആദ്യരാത്രിയുടെ അനുഭൂതിയിലേക്ക് പതിയെ ആണ്ടിറങ്ങി.

ടിർ അലൈൻ അഥവാ സുന്ദരരാജ്യം

എഡിൻബർഗിലെ കാഴ്ചകൾ പലതും കണ്ട് പാതയോരത്ത് വാഹനം ഒതുക്കിയിറങ്ങുമ്പോൾ വീണ്ടുമൊരു വിരുന്നുകാരനെപ്പോലെ ചാറ്റൽമഴയെത്തി. മഴക്കോട്ട് തലവഴിയാക്കി അതികരിച്ചു വരുന്ന ശീതക്കാറ്റിൽനിന്ന് രക്ഷനേടാൻ കോട്ടിന്റെ കീശയിലേക്ക് കൈകളിറക്കി അല്പമൊന്ന് മുന്നോട്ട് വളഞ്ഞ് ഇംഗ്ലീഷ് സിനിമയിലെ വില്ലൻ കഥാപാത്രത്തെപോലെ മറ്റുള്ളവരോടൊപ്പം പതുക്കെ ഞാനും നടന്നു.

ഹോളി റൂഡിലെ പാതയോരത്ത് പ്രത്യേക രീതിയിൽ പണികഴിപ്പിച്ചിരിക്കുന്ന ആ സൗധത്തിലേക്ക് ആരുമൊന്നു കണ്ണുപായിക്കും. തണുപ്പിൽ ചാറ്റൽ മഴ നനഞ്ഞ് അന്യനാട്ടിൽവെച്ച് വല്ല ജലദോഷവും വരുത്തിവെയ്ക്കുണ്ടല്ലോന്നു കരുതിയാണ് ആ വരാന്തയിലേയ്ക്കൊന്നു കയറി നിന്നത്. കുട്ടിക്കാലത്ത് സ്കൂളിൽ പോകുമ്പോൾ പെട്ടെന്നുള്ള മഴയിൽനിന്നും രക്ഷപ്പെടാനായി വാഴച്ചോട്ടിൽ കയറി നില്ക്കുന്ന ശീലംപോലെ ചെന്നു കയറിയിരിക്കുന്നത് ഒരു പുലിമടയിൽ. സ്കോട്ട്ലാൻഡ് യാർഡ് പോലീസിന്റെ നിരീക്ഷണമുള്ള അവരുടെ പാർലമെന്റ് വരാന്തയിലായിരിക്കുമെന്ന് തീരെ കരുതിയില്ല. അതിക്രമിച്ചു കയറിയതിന് വെടിവെച്ച് കളയുമോയെന്ന് ആധിപിടിച്ച് തിരിഞ്ഞപ്പോൾ പടച്ചട്ടകൾ ഇട്ട് നീല യൂണിഫോമണിഞ്ഞ തോക്കുധാരികളുടെ പുഞ്ചിരി കണ്ടതോടെ ശ്വാസം നേരെ വീണു. സംരക്ഷണകവചങ്ങളോ ഭിത്തികളോ ഇല്ലാത്ത മുള്ളുവേലികളും കിടങ്ങുകളുമില്ലാത്ത സ്ഥാപനങ്ങൾ, രാഷ്ട്രീയകേന്ദ്രങ്ങൾ സ്വപ്നങ്ങളിൽ മാത്രമല്ലെന്ന് മനസ്സിലായി.

സ്കോട്ടിഷ് പാർലമെന്റിന് മുന്നിൽ എത്തുമ്പോൾ ഓർമ്മ വന്നത് നാട്ടിലെ അസംബ്ലിയും പാർലമെന്റുംതന്നെയാണ്. രണ്ടിന്റെയും പരിസരത്തടുപ്പിക്കില്ലെന്നു മാത്രമല്ല എത്തിനോക്കിയാൽ പോലും അടി കിട്ടുന്ന ക്രമീകരണങ്ങളാണ്. മതിലിന് ഉയരം പോരാ എന്നാണ് ജനത്തെ പേടിക്കുന്ന പ്രതിനിധികൾ ചിന്തിക്കുന്നത്. അവിടേയ്ക്ക് കടക്കുന്നതിന്റെ കടമ്പകളോർക്കുമ്പോൾ ആർക്കും പോകാൻ തോന്നില്ലെന്നു മാത്രമല്ല അവിടെ നടക്കുന്നതൊന്നും നമ്മുടെ കാര്യവുമല്ലല്ലോ? അതു തന്നെയാവും ഇവിടെയും അവസ്ഥയെന്നു കരുതിയെങ്കിലും തെറ്റി. തമാശ പറഞ്ഞു നില്ക്കുന്ന ആയുധധാരികളായ രണ്ട് സ്കോട്ട്ലാൻഡ് പോലീസുകാരോടൊന്ന് മുട്ടി നോക്കി. കണ്ണുകൾ ഒട്ടാകെ അന്വേഷിച്ചെങ്കിലും കൂടുതൽ സുരക്ഷാഭടൻമാരെ ഒന്നും കണ്ടില്ല.

ആധുനിക വാസ്തുവിദ്യയുടെ കലാവിരുത് തുളുമ്പിനിൽക്കുന്ന ഒരു പ്രത്യേക സൃഷ്ടിയാണീ മന്ദിരം. മുമ്പ് സ്വന്തമായി പാർലമെന്റും മറ്റുമുള്ള ഒരു സ്വതന്ത്ര രാജ്യമായിരുന്ന സ്കോട്ട്ലാൻഡ് എങ്കിലും പിന്നീട് ഇംഗ്ലണ്ടുമായി 1707-ലുണ്ടായ ഉടമ്പടി പ്രകാരം രണ്ടും കൂടി ചേർന്ന് ഗ്രേറ്റ് ബ്രിട്ടനായി മാറുകയാണ് ഉണ്ടായത്. ഏകദേശം മുന്നൂറു വർഷങ്ങൾ സ്വന്തമായി പാർലമെന്റില്ലാതെ പഴയ ഉടമ്പടി പ്രകാരം ലണ്ടനിലായിരുന്നു അധികാര കേന്ദ്രം. 1997-ൽ നടന്ന ജനങ്ങളുടെ റഫറൻഡം പ്രകാരം ആഭ്യന്തര ഭരണം നിർവ്വഹിക്കാൻ ഒരു പാർലമെന്റ് രൂപീകൃതമാകുകയും ചെയ്തതാണ് സ്കോട്ട്ലാൻഡിന്റെ ലഘുചിത്രം.

പാർലമെന്റിന് എതിർദിശയിൽതന്നെയാണ് ബ്രിട്ടീഷ് രാജ്ഞിയുടെ ഹോളി റൂഡ് പാലസ്. 16-ാം നൂറ്റാണ്ടു മുതൽ ബ്രിട്ടീഷ് രാജവംശത്തിന്റെ ഔദ്യോഗിക വസതിയിലേക്കൊന്ന് പാളിനോക്കിയെങ്കിലും പ്രവേശനഫീസ് അങ്ങോട്ടടുപ്പിച്ചില്ല. ഡേവിഡ് ഒന്നാമൻ 1128-ൽ പണികഴിപ്പിച്ച ഹോളി റൂഡ് ഹൗസ് ഇംഗ്ലണ്ടുമായുള്ള നിരവധി തർക്കങ്ങളുടെ മൂകസാക്ഷിയും കൂടിയായിരുന്നു. സ്കോട്ടിഷ് പാർലമെന്റിന്റെ ആദ്യ സെഷനിൽ അഭിസംബോധന ചെയ്യുവാൻ രാജ്ഞി വരുമ്പോൾ ഈ കൊട്ടാരത്തിലാണ് വിശ്രമിക്കാറ്.

പാർലമെന്റ് കവാടത്തിലെ സെക്യൂരിറ്റി ചെക്കിങ്ങ് കഴിഞ്ഞ് ഉള്ളിൽ കടന്നു. സെഷൻ നടന്നുകൊണ്ടിരിക്കുന്നതിനാൽ ചില ഭാഗങ്ങളിൽ മാത്രമേ ഫോട്ടോ അനുവദിച്ചിരുന്നുള്ളൂ. പോലീസ്, ഫയർഫോഴ്സ് എന്നിവയുടെ കാര്യങ്ങളുമായി ബന്ധപ്പെട്ട ചർച്ചയാണ് ഹാളിൽ പുരോഗമിച്ചുകൊണ്ടിരിക്കുന്നത്. ഗൗരവമേറിയ ചർച്ചയിൽ

ഓരോ അംഗങ്ങളും അവരുടേതായ അഭിപ്രായങ്ങൾ രേഖപ്പെടുത്തിക്കൊണ്ടിരുന്നത് മറ്റംഗങ്ങൾ സശ്രദ്ധം വീക്ഷിക്കുന്നത് ഗ്യാലറിയിലിരുന്ന് വ്യക്തമായി കാണുകയും കേൾക്കുകയും ചെയ്യാമായിരുന്നു. ബ്രിട്ടീഷ് പാർലമെന്റ് നിലനിൽക്കുമ്പോൾ തന്നെ അതേ രാജ്യത്ത് വേറൊരു പാർലമെന്റുണ്ടാകുക എന്നത് അതിശയംതന്നെ.

യുണൈറ്റഡ് കിങ്ങ്ഡം എന്നാൽ സ്കോട്ട്ലാൻഡ്, വെയിൽസ്, ഇംഗ്ലണ്ട്, നോർത്തേൺ അയർലണ്ട് എന്നീ രാജ്യങ്ങൾ ചേർന്നതാണ്. ഒരു രാജ്യത്തു തന്നെ രണ്ട്പാർലമെന്റും രണ്ട്ഗവൺമെന്റും സ്വതന്ത്രമായി പ്രവൃത്തിക്കുന്ന വ്യത്യസ്തമായ സ്ഥാപനങ്ങളാണിവിടെ. സ്കോട്ടിഷ് പാർലമെന്റിന് നിയമം നിർമ്മിക്കാൻ കഴിയുന്ന കാര്യങ്ങളെ ഡിവോൾവ്ഡ് മാറ്റേഴ്സ് എന്നാണ് പറയുക. എന്നാൽ ചില കാര്യങ്ങൾ ബ്രിട്ടീഷ് പാർലമെന്റ് മാത്രം ഉത്തരവാദിയായതിനെ റിസേർവ്ഡ് മാറ്റേഴ്സ് എന്നുംപറയുന്നു. വിദ്യാഭ്യാസം ആരോഗ്യം തുടങ്ങിയവ പൂർണ്ണമായും സൗജന്യമായി ഈ പാർലമെന്റിന്റെ കീഴിൽ സ്കോട്ടിഷ് സർക്കാർ ചെയ്തുവരുന്നു. 129 അംഗങ്ങളുള്ള പാർലമെന്റിൽ എം. എസ്. പി യിൽ (മെമ്പർ ഓഫ് സ്കോട്ടിഷ് പാർലമെന്റ്) ആറ്പാർട്ടികളുടെ പ്രതിനിധികൾ ഉണ്ട്. വാർത്ത വിനിമയം ദേശീയ സുരക്ഷ എന്നിവയുൾപ്പെടുന്ന കാര്യത്തിൽ ബ്രിട്ടീഷ് പാർലമെന്റാണ് അവസാന വാക്ക്.

വിശദമായ ചോദ്യങ്ങൾക്ക് സന്തോഷപൂർവ്വം മറുപടി തരുന്ന സുന്ദരിയായ എലീന ഒരു ഫോട്ടോക്ക് വിസമ്മതിച്ചു. നമ്മുടെ നാട്ടിലെപോലെ ഫോട്ടോകൾ വിവാദമാകുന്ന രീതിയൊക്കെ അവിടെയും ഉണ്ടായതിനാലായിരിക്കും ആ വിസമ്മതം. നിയമപരമായ തടസ്സമുണ്ടെന്ന് കൈ മലർത്തി പറഞ്ഞത് അകക്യാമറയിൽ ഒപ്പിയെടുത്തത് ധാരാളം മതിയല്ലോ മായാതെ നില്ക്കാൻ. നമ്മുടെ പാർലമെന്റും അസംബ്ലിയുമെല്ലാം സന്ദർശിക്കുന്നത് ഒരു വലിയ കടമ്പയാകുമ്പോൾ ശുപാർശകൾ ഇല്ലാതെ വിദേശപാർലമെന്റിൽ നടന്ന ചർച്ചയിൽ കാഴ്ചക്കാരനാകാൻ കഴിഞ്ഞത് ഒരു അപ്രതീക്ഷിത ലോട്ടറിയായി.

സ്കോട്ട്ലാൻഡ്എന്നത് യൂറോപ്പിലെ ഏറ്റവും ഉയരം കൂടിയ മലനിരകളാൽ ചുറ്റപ്പെട്ടിരിക്കുന്ന സ്ഥലമാണ്. കാറ്റിൻ താരാട്ടിൽ കുണുങ്ങുന്ന ബാർലിയുടെ കതിരുകളിൽ തൊടുമ്പോൾ പഞ്ചാബിന്റെ ഗോതമ്പ് കതിരുകളുടെ സുവർണ്ണ തിളക്കത്തിന്റെ അലകരങ്ങളിലൂടെ പ്രവഹിക്കുന്നതുംപോലെ തോന്നും. മഞ്ഞിൻ തണുപ്പിൽ കൈകൾ സ്വന്തം ശരീരത്തെ പുണരുമ്പോൾ ഹിമാലയൻ താഴ്വരയുടെ തണുപ്പാസ്വദിച്ച് റോത്തംങ്ങ്പാസിലേക്ക് കയറുമ്പോലെ അനുഭൂതികൾ നിങ്ങളിലേയ്ക്ക് പ്രവഹിക്കും. പ്രകൃതി സൗന്ദര്യത്താൽ

അനുഗൃഹീതമായ ഈ സ്ഥലത്തേക്ക് സഞ്ചാരികൾ ധാരാളമായി എത്തിച്ചേരുന്നുണ്ട്. യൂറോപ്പിലെത്തുന്നവർ ഇവിടേക്കൊന്ന് തിരിഞ്ഞു നോക്കിയില്ലെങ്കിൽ തീരാനഷ്ടം തന്നെയായിരിക്കുമെന്ന് തീർച്ചയാണ്. സ്വതന്ത്രമായ നിലനിൽപ്പും നിയമങ്ങളും കോടതിയും ഭാഷയും സംസ്കാരവുമെല്ലാം വ്യത്യസ്തമാക്കുന്ന ഒരു പ്രത്യേക അസ്തിത്വമാണ് ഇവർക്കുള്ളത്.

ഇംഗ്ലീഷ് ലിപികളുള്ള 'ഗേലിക്'' ആണ് സ്കോട്ട്ലാൻഡിന്റെ തനത് ഭാഷയെങ്കിലും ഇപ്പോൾ അത് ഉപയോഗിക്കുന്നവർ പഴയതലമുറക്കാർ മാത്രമാണ്. ടിർഅലൈൻ എന്നാൽ സുന്ദരമായ രാജ്യം എന്നാണ് ഈ ഭാഷയിൽ അർത്ഥമാക്കുന്നത്. സ്വതന്ത്രമായി പ്രവർത്തിക്കുന്ന ഒരു പാർലമെന്റും നിയമസംവിധാനങ്ങളും കൊണ്ട് വ്യത്യസ്തമാകുന്നുണ്ട് സ്കോട്ട്ലാൻഡ്. നിരവധി സംസ്ഥാനങ്ങളുടെ കൂട്ടായ്മയായ യുണൈറ്റഡ് സ്റ്റേറ്റ്സ് ഓഫ് അമേരിക്ക, പഴയ യൂണിയൻ ഓഫ് സോവിയറ്റ് സോഷ്യലിസ്റ്റ് റിപ്പബ്ലിക് തുടങ്ങിയവ ഒരു രാജ്യത്തിന് സാംസ്കാരികമായ വ്യത്യസ്ത കൂട്ടായ്മകളെ ഒന്നിച്ചു നിർത്താൻ കഴിയുമെന്ന് തെളിയിക്കുന്നതാണ്. അത്തരത്തിലൊരു സാംസ്കാരിക ബോധമാണ് സ്കോട്ട്ലാൻഡിനെ വ്യതിരിക്തമാക്കുന്നതും ബ്രിട്ടണിലെ അതിന്റെ സ്വതന്ത്ര നിലനിൽപ്പിന് ആധാരമായിരിക്കുന്നതും. ആർതർ സീറ്റ് മലനിരകൾ, ഹോളി റൂഡ് ഹൗസ്, എഡിൻബർഗ് കോട്ട, കാൾട്ടൺഹിൽ, സ്കോട്ടിഷ് പാർലമെന്റ്, ബ്യൂട്ട് ഹൗസ്, സ്കോട്ടിഷ് ഗാലറി തുടങ്ങിയ സ്ഥലങ്ങൾ പ്രധാനമായവയും അത് നിങ്ങളെ അനുഭൂതികളുടെ കൊടുമുടിയിലെത്തിക്കുകയും ചെയ്യുമെന്നതിനാൽ മറക്കാതിരിക്കുക.

സ്കോട്ടിഷ് ഹൈക്കോടതിയും സുപ്രീം കോടതിയും

കാഴ്ചകൾ കൂടുതൽ മിഴിവുറ്റതാക്കാനും ആസ്വാദ്യകരമാക്കാനും ചരിത്രത്തിലേക്കൊന്നെത്തി നോക്കുന്നത് എന്തുകൊണ്ടും നല്ലതാണ്. അതുപോലെത്തന്നെ യാത്ര ചെയ്യുന്ന പ്രദേശത്തെകുറിച്ച് ചെറിയൊരു പഠനവും മുൻകൂട്ടി തയ്യാറാക്കി വെയ്ക്കണം.

അതിർത്തികൾ കടന്ന ചിന്തയുടെ പ്രകാശം പരത്തിയ പല മഹാരഥൻമാരെയും സൃഷ്ടിച്ച നാടാണ് സ്കോട്ട്‌ലാൻഡ്. റഡാർ സംവിധാനങ്ങൾ കണ്ടുപിടിച്ച സർ റോബർട്ട് അലക്സാണ്ടർ വാട്സൻ വാട്ട്, മനുഷ്യമനസ്സിന്റെ അവബോധതലത്തെക്കുറിച്ചു പഠിച്ച് ഹ്യൂംസ് തിയറി അവതരിപ്പിച്ച ഡേവിഡ് ഹ്യൂം, പ്രകൃതി സൃഷ്ടിച്ചതിനെ ഞാൻ അവിചാരിതമായി കണ്ടെത്തിയെന്നു പറഞ്ഞ പെൻസിലിൻ കണ്ടുപിടിച്ച മഹാനായ സർ അലക്സാണ്ടർഫ്ലമിങ്ങ്, തുടങ്ങിയ പല മഹാരഥൻമാരും സ്കോട്ട്‌ലാൻഡിന്റെ മണ്ണിൽ പിറന്നവരാണെന്നൊക്കെ മറന്നുപോയിരിക്കുന്നു. ചരിത്ര-ശാസ്ത്ര കാരൻമാർക്ക് പിറന്ന മണ്ണുണ്ടെങ്കിലും അവരുടെ സംഭാവനകൾ സമൂഹത്തിനൊന്നാകെ അവകാശപ്പെട്ടതിനാൽ അതിർത്തികൾക്കതീതമായി വളർന്ന വിശ്വ പൗരൻമാരാണവർ.

ധനതത്ത്വശാസ്ത്രത്തിന്റെ പിതാവായ (ഫാദർ ഓഫ് എക്കണോമിക്സ്) ആഡം സ്മിത്തിന്റെ നാടാണ് സ്കോട്ട്‌ലാൻഡ് എന്നത് കൺമുമ്പിൽ വന്നുപെട്ട പ്രതിമയിലെ ആലേഖനങ്ങൾ കാണുമ്പോഴാണ് മനസ്സിലായത്. ഓൾഡ് എഡിൻബർഗിലെ തെരുവിലൂടെ ബാങ്ക് ഓഫ് സ്കോട്ട്‌ലാൻഡ് ലക്ഷ്യമാക്കിയായിരുന്നു നടത്തം. അവിടെ

» ആഡംസ്മിത്ത്

ഇരുപത് മില്യൻ പൗണ്ടിന്റെ നോട്ടുകൾ പ്രദർശനത്തിനു വെച്ചിട്ടുണ്ടായിരുന്നതാണ് അങ്ങോട്ട് ആകർഷിച്ചത്. സ്വിസ് ബാങ്കിൽ നിറഞ്ഞു കഴിഞ്ഞ നമ്മുടെ നിക്ഷേപകർക്ക് ഇവിടെ വേണമെങ്കിൽ കുറച്ച് നിക്ഷേപിക്കാവുന്നതാണ്. പണസമ്പാദനത്തിന്റെ മാർഗ്ഗങ്ങൾ അന്വേഷിക്കുന്നവർക്ക് കണക്കുകൂട്ടാൻ പറ്റാത്ത അത്രയും നോട്ട്കെട്ടുകൾ അത്ഭുതമാകുക സ്വാഭാവികമാണ്. കൂടാതെ പഴയതും പുതിയതുമായ ധാരാളം നാണയങ്ങളും നോട്ടുകളും പ്രദർശിപ്പിച്ചിരുന്നു.

വിലപ്പെട്ടതെല്ലാം ലോക്കറിൽ വെയ്ക്കാൻ പറയുന്നവർ തന്നെ ബാങ്കിന്റെ ലോക്കർ എങ്ങനെ തകർക്കാം എന്ന ലോക്കർ ഹാക്കിങ്ങ് കളി പഠിപ്പിക്കുന്ന വിരോധാഭാസവും ഒരു വശത്ത് നടക്കുന്നുണ്ട്. അതൊക്കെ ബുദ്ധിയുള്ളോർക്ക് വിട്ടുനൽകി, ഇത്രയും പണം കൊണ്ടെനിക്ക് അത്യാവശ്യമൊന്നുമില്ലല്ലോ? ബാങ്ക് ലോക്കർ ഹാക്ക് ചെയ്യുന്ന ബുദ്ധിശാലികൾക്ക് സമ്മാനം കൊടുക്കുന്നത് നേടാൻ ഒരു യുവാവും അയാളുടെ ഗേൾഫ്രണ്ടും കിണഞ്ഞു പരിശ്രമിക്കുന്നുണ്ടായിരുന്നു.

മുതലാളിത്ത സമ്പദ്ഘടനാ സിദ്ധാന്തങ്ങളിൽ ലോകമെമ്പാടുമുള്ള സാമ്പത്തികശാസ്ത്രജ്ഞൻമാരുടെ ഗുരുസ്ഥാനീയനാണ് ആഡം സ്മിത്ത്.

സമ്പദ്ഘടനയെ വിശദീകരിച്ച ലേബർ തിയറി ഓഫ് വാല്യൂ എന്ന വാദം മുന്നോട്ടുവെച്ചു കൊണ്ട് അദ്ധ്വാനമാണ് ഉത്പന്നത്തിന്റെ മൂല്യം വർദ്ധിപ്പിക്കുന്നതെന്ന വിപ്ലവകരമായ സിദ്ധാന്തം അവതരിപ്പിച്ചു. സ്കോട്ടിഷ് സാമ്പത്തിക ശാസ്ത്രജ്ഞനും തത്വചിന്തകനുമായിരുന്ന

ഇദ്ദേഹത്തെ 'ദിവെൽത്ത്ഓഫ് നേഷൻസ്' എന്ന കൃതിയാണ് പ്രശസ്തനാക്കിയത്. വ്യാവസായികവിപ്ലവത്തിന്റെ പിന്നിലെ ചാലകശക്തിയായത് ഇദ്ദേഹത്തിന്റെ സിദ്ധാന്തങ്ങൾ തന്നെയായിരുന്നു. അദ്ധ്വാനമില്ലാതെ ഒന്നും സൃഷ്ടിക്കപ്പെടുന്നില്ലെന്ന വസ്തുത അംഗീകരിക്കാൻ മടിച്ചിട്ടിനി കാര്യമില്ലെന്ന് തോന്നുന്നു.

സൂര്യകിരണങ്ങൾതട്ടി തിളങ്ങുന്ന മഴത്തുള്ളികൾ പടർന്ന നടപ്പാതകളിലൂടെ ചെറിയ ഇറക്കം നടന്നിറങ്ങി വരികയാണ്. പൗരാണികമായ നഗരനിർമ്മിതിക്ക് യാതൊരു കേടും സംഭവിക്കാത്ത പാതയോരത്തെ കെട്ടിടങ്ങളുടെ നിർമ്മാണ കല ആസ്വദിച്ചു കൊണ്ട് പഴയ എഡിൻബർഗ് നഗരത്തിലെ റോയൽ മൈലിലൂടെ നടക്കുകയാണ്.

കാഴ്ചയുടെ അനുഭൂതികൾ പകരുന്ന ഹർഷോൻമാദം ഒരു മായിക പ്രപഞ്ചത്തിലെത്തിപ്പെട്ടപോലെ കാലുകൾ അറിയാതെ സഞ്ചാരത്തിലാണ്. പൗരാണികമായ നിർമ്മിതികളുടെ ഇടയിലൂടെ ആരോ കൈ പിടിച്ച് കൂട്ടിക്കൊണ്ടു പോകുന്നതായാണ് അനുഭവപ്പെടുന്നത്. നടന്നുമടുത്തപ്പോൾ പാതയോരത്ത് കണ്ട കടയുടെ മുൻപിൽ നിരത്തിയ കസേരയിലൊന്നിൽ അനുവാദമൊന്നും ചോദിക്കാതെ കടന്നിരുന്നു. നടന്ന് മടുത്തവർക്ക് ഇരിക്കുവാൻ മാത്രമല്ല ഉൻമേഷവാനാകുവാൻ നല്ല കാപ്പിയും കിട്ടുന്ന ആ കടക്കാർ നിരത്തിയതാണ് കസേരകൾ എന്ന് മാത്രം. സ്കോട്ടിഷ് തണുപ്പിൽ ഒന്നു ചൂടാക്കുവാനായി മൂന്ന്പൗണ്ട് കൊടുത്ത് സ്വന്തം പേരെഴുതിയ കോപ്പയിലെ കോഫിലാറ്റെയും കുടിച്ചുകൊണ്ട് കസേരയിലൊന്നിൽ ആഞ്ഞിരുന്നു. ആധുനിക വേഷധാരികളായ ചെറുപ്പക്കാരായ സ്ത്രീകളാണ് ഇത്തരം കടകളുടെ ഉടമസ്ഥരും ജോലിക്കാരുമൊക്കെ. ജോലി ചെയ്ത് വരുമാനമുണ്ടാക്കി സ്വതന്ത്രമായി ജീവിക്കുന്ന ഫെമിനിസ്റ്റ് തത്ത്വശാസ്ത്രത്തിന്റെ നടത്തിപ്പുകാരാണിവർ.

ഇയർഫോൺ ചെവിയിൽ തിരുകിയ ചെറുപ്പക്കാരിയും ചെറുപ്പക്കാരനും തമ്മിലെന്തൊക്കയോ കാര്യമായി പറഞ്ഞാണ് പോകുന്നത്. ഒറ്റയ്ക്കു നടക്കുന്നവരും കൂട്ടമായി നടക്കുന്നവരുമൊക്കെ ഈ യന്ത്രംകൊണ്ട് ചെവിയടയ്ക്കുന്നത് തണുപ്പ് കാരണമായിരിക്കുമോ? ശ്രാവ്യമധുരമായ ഏതോ പ്രണയഗാനത്തിന്റെ ലഹരി നിറഞ്ഞ ആനന്ദത്തിലാണ് രണ്ടിന്റെയും നടത്തമെങ്കിലും മറ്റു പല കഥകളും കൈമാറുന്നുണ്ട് കണ്ണുകൾ. അവരെ അനുധാവനംചെയ്ത ക്യാമറ സ്റ്റുഡന്റ്സ് ഡിസ്കൗണ്ട് എന്നെഴുതിയിരുന്ന എതിർദിശയിലെ പരസ്യത്തിലാണ് ഫോക്കസ് ഉറപ്പിച്ചത്.

അതൊരു പൊതുപരസ്യ ബോർഡൊന്നുമല്ലെങ്കിലും ചെറിയ മുറിയുടെ ജനാലച്ചില്ലുകളിൽ സ്ഥാപനത്തിന്റെ പേരിനൊപ്പം ഹെയർ കട്ടിങ്ങ് എന്ന് മനോഹരമായി എഴുതിവെച്ചതു കണ്ട് ചില പയ്യൻമാർ അതിലേയ്ക്ക് കയറുന്നുണ്ട്.

യൂനിവേഴ്സിറ്റി വിദ്യാർത്ഥികൾക്ക് ഭക്ഷണത്തിനും മുടിവെട്ടലിനുമെല്ലാം പ്രത്യേകതരം ഇളവ്നൽകുന്ന രീതി പല സ്ഥാപനങ്ങളും ഇത്തരത്തിൽ പരസ്യപ്പെടുത്തിയിരുന്നു. അർധനഗ്നരായ സ്ത്രീകളുടെ കോസ്മെറ്റിക് പരസ്യങ്ങളും വഴിമുടക്കികളും കാഴ്ച തെറ്റിക്കുന്ന പരസ്യങ്ങളും തെരുവോരങ്ങളിൽ കാണുന്നുണ്ടായിരുന്നില്ല.

ജീവകാരുണ്യ പ്രവർത്തനങ്ങൾക്ക് പ്രാധാന്യം കൊടുക്കുന്നതും ക്യാൻസർ രോഗികളുടെ ചികിത്സക്കായി പണം സംഭരിക്കുന്ന കടകളും ഒപ്പം പൂച്ചകളുടെ സംരക്ഷണത്തിനു മാത്രമായി പണം സമ്പാദിക്കുന്ന സ്ഥാപനങ്ങളും ഉണ്ടായിരുന്നു. മൃഗങ്ങളുടെ സംരക്ഷണത്തിനു മാത്രമായി കട നടത്തുക എന്നതൊക്കെ കുറച്ച് കടന്ന കൈ തന്നെ! കിട്ടുന്നതിന്റെ വിഹിതമല്ല മുഴുവനും കൊടുക്കുന്ന ഏർപ്പാടായിരുന്നു അവകളിൽ പ്രകടമായിരുന്നത്. വളർത്തു മൃഗങ്ങളോട് കാരുണ്യപൂർവ്വമായ രീതിവെച്ചു പുലർത്തുന്നവരിൽ ചിലർക്ക് നമ്മുടെ സമീപനങ്ങളോട് തീരെ യോജിപ്പില്ലായിരുന്നു. മൃഗങ്ങളെ ക്രൂരമായി പീഡിപ്പിക്കുന്നവരല്ലേയെന്ന ചോദ്യമാണ് കൊച്ചുകുട്ടിയായ അലനു പോലുമുണ്ടായിരുന്നത്. എന്നാൽ മനുഷ്യപീഡനത്തെക്കുറിച്ച് എന്തെങ്കിലും ചോദിച്ചിരുന്നെങ്കിൽ ബുദ്ധിമുട്ടിപ്പോകുമായിരുന്നു.

പ്രിൻസസ് സ്ട്രീറ്റിൽ സ്ഥിതിചെയ്യുന്ന 1859-ൽ വില്യം ഹെൻറി രൂപകല്പനചെയ്ത നാഷണൽ ഗ്യാലറി ഓഫ് സ്കോട്ട്ലാൻഡ് വിവരിച്ചു പറയേണ്ട ഒന്നുതന്നെയാണ്. ചിത്രകലയുടെ ചരിത്രത്തിന്റെ ഈ മുതൽക്കൂട്ട് പിക്കാസോയുടെ ചിത്രങ്ങൾ പ്രദർശിപ്പിച്ച ലണ്ടനിലെ ക്യൂൻസ് ഗ്യാലറിയേക്കാൾ ആയിരം മടങ്ങ് സമ്പന്നമാണ്. കലാകാരൻമാർക്കും ചിത്രമെഴുത്തിനും പ്രാധാന്യം കൊടുത്തിരിക്കുന്ന ഈ നഗരം നിരവധി ആർട്ട് ഗ്യാലറികളുടെ കലവറതന്നെയാണ്. മഞ്ഞുകട്ടകൾക്ക് മീതെ സ്കേറ്റിങ്ങ് നടത്തുന്ന സ്കോട്ട്മാൻ എന്ന ചിത്രത്തിന്റെ വർണ്ണഭാവവുമൊഴിച്ച് മറ്റൊന്നും ഓർത്തെടുക്കാൻ കഴിയുന്നില്ല.

എഡിൻബർഗ്ഗ് നഗരത്തിൽനിന്നും ഏകദേശം 30 മൈൽഅകലെയാണ് ഫ്ളൈറ്റ് മ്യൂസിയം സ്ഥിതിചെയ്യുന്നത്. വിമാനത്തിനെന്ത് മ്യൂസിയം എന്ന് ചിന്തിച്ചുകൊണ്ട് അങ്ങോട്ട് പോകുമ്പോൾ സുഖകരമായ പ്രകൃതിദൃശ്യങ്ങളാണ് ലഭിച്ചത്. വശ്യമായ പ്രകൃതിസൗന്ദര്യത്തിന്റെ പശ്ചാത്തലത്തിൽ നഗരപ്രാന്തത്തിലാണ് ഈ മ്യൂസിയം

» ഫ്ളൈറ്റ് മ്യൂസിയം

സ്ഥിതിചെയ്യുന്നത്.

മുൻപെങ്ങോ ഫ്ളൈയിംഗ് ക്ലബ്ബ് നിർമ്മിക്കുന്നതിന്റെ ഭാഗമായി സൃഷ്ടിച്ച സാഹചര്യങ്ങൾ ഉപയോഗപ്പെടുത്തിയാണ് പുതിയ സംവിധാനം ഒരുക്കിയിരിക്കുന്നത്. അതിവിശാലമായ മൈതാനംപോലെ തോന്നുന്ന സ്ഥലം പച്ചവിരിച്ചിരുന്നത് കൂടുതൽ സുന്ദരമാക്കി. വലിയ വിമാനങ്ങൾ എങ്ങനെ അവിടെ എത്തിച്ചു എന്നത് അതിശയകരംതന്നെ. ചെറുതും വലുതുമായ വിമാനങ്ങളും ഹെലിക്കോപ്റ്ററുകളും പലയുദ്ധങ്ങളിലും പങ്കെടുത്തിട്ടുള്ളവയാണെന്ന് അവിടെയുള്ള ജോലിക്കാർ വിശദീകരിച്ചു. പ്രദർശിപ്പിച്ചിരിക്കുന്ന വിമാനങ്ങളുടെ ഉൾവശം കാണുവാനുള്ള സൗകര്യവും ഒരുക്കിയിരുന്നു. അവയിൽ ഏറ്റവും പ്രധാനമായി തോന്നിയത് ബ്രിട്ടീഷ് കോൺകോഡ് എന്നറിയപ്പെടുന്ന ജർമ്മൻ നിർമ്മിത

യാത്രാവിമാനമായിരുന്നു. 2000-ാം മാണ്ടിൽ പാരീസിൽനിന്ന് പറന്നുയർന്ന കോൺകോഡ് 100 മീറ്റർ മാത്രം സഞ്ചരിച്ച് കത്തിവീഴുകയാണുണ്ടായത്. റൺവേയിൽ ശ്രദ്ധിക്കപ്പെടാതെകിടന്ന ഇരുമ്പുകഷ്ണം തെറിച്ചുണ്ടായ തീപ്പിടുത്തത്തിൽ കത്തിയമർന്നത് നൂറിലധികം യാത്രക്കാരും ജീവനക്കാരുമായിരുന്നു. ബ്രിട്ടീഷ് എയർവെയ്സിനു വേണ്ടി ഉണ്ടാക്കിയ മൂന്ന് കോൺകോഡ് വിമാനങ്ങളിൽ അവശേഷിക്കുന്നവ പറക്കൽ നിർത്തി ഇവിടെ വിശ്രമിക്കുന്നു.

അന്യനാട്ടിൽ എത്തിയാൽ അവനവന്റെ ജീവിതവുമായി ബന്ധപ്പെട്ട കാര്യങ്ങളെ അന്വേഷിച്ച് മനസ്സ് കണ്ണിനെ കെട്ടഴിച്ച് വിടുമെന്നത് ഒരു സഹജവാസനയാണല്ലോ. മദ്യപൻമാർ ബാർ അന്വേഷിക്കുന്നപോലെയാണ് ഒരു വക്കീൽ കോടതിയെ അന്വേഷിക്കുക. നിരവധി പൊതുതാല്പര്യ ഹർജികളിലൂടെ പ്രശസ്തനായ ഒരു മുതിർന്ന സുഹൃത്തായിരുന്നു മൺമറഞ്ഞ നവാബ് രാജേന്ദ്രൻ. അലസമായ ആ കാഷായവേഷധാരിയുമായി വളരെക്കാലം അടുത്ത ബന്ധമുണ്ടായിരുന്നു. നിയമകാര്യങ്ങളിൽ മാത്രമല്ല ലോകകാര്യങ്ങളിലും സരസമായ സംഭാഷണം നടത്തുന്ന നവാബ് ഒരിക്കലുണ്ടായ യാത്രയിൽ ചാവക്കാട്ടെ കോടതി എവിടെയാണെന്ന് ചോദിച്ചതിന് ഏതോ ഒരു ബാറിന്റെ വടക്കു വശത്താണെന്ന് പറഞ്ഞതുപോലെയാണീ പ്രവണത.

സ്കോട്ടിഷ് ഹൈക്കോർട്ട് ജൂഡീഷ്യറിയും സുപ്രീം കോർട്ടും അടുത്താണ് സ്ഥിതിചെയ്യുന്നത്. കോടതി മുറിയിൽ കയറി ഒരു കേസിന്റെ വാദം കേൾക്കുവാനായില്ലെങ്കിൽ ശരിയല്ലല്ലോ. ഇന്നലെ എത്തിയപ്പോൾ സമയം കഴിഞ്ഞതുകൊണ്ട് കടത്തിവിട്ടില്ല. അടഞ്ഞ കോടതിക്ക് മുമ്പിൽ പരമ്പരാഗതമായ വേഷധാരിയായ സായിപ്പിന്റെ ചില നാടൻ പാട്ടുകൾ ആലപിച്ചുകൊണ്ടിരുന്നത് ആസ്വദിച്ച് തിരിച്ചുപോരേണ്ടി വന്നു. അടുത്ത ദിവസം രാവിലെ 10 മണിക്ക് തന്നെ എത്തിയപ്പോൾ സെക്യൂരിറ്റി മുൻപരിചയം പുതുക്കി വേഗം ചെക്കിങ്ങ് നടത്തി അകത്തേക്ക് വിട്ടു.

ജഡ്ജ് ഹാളിലേക്ക് വന്നപ്പോൾ എല്ലാവരും സാധാരണപോലെ എഴുന്നേറ്റുനിന്ന കൂട്ടത്തിൽ യാന്ത്രികമായ ശീലത്താൽ ശിരസ്സ് നമിച്ചതു കാരണം മറ്റുള്ളവരുടെ ആംഗ്യവിക്ഷേപങ്ങൾ മനസ്സിലാക്കാനായില്ല. ഒരു കൊലപാതകശ്രമ കേസ് വിചാരണക്കെടുക്കുമെന്നാണ് അറിയിച്ചതെങ്കിലും ഏതോ ചെറിയ കേസൊരെണ്ണം വിളിച്ച് മറ്റൊരവധിക്കുവെച്ച് മൂപ്പർ പണി നിർത്തി പോയി. പൊതുവേ ക്രിമിനൽ കുറ്റകൃത്യങ്ങളും തർക്കങ്ങളും കുറവാണെന്നു മാത്രമല്ല വ്യവഹാരം, ഭാരിച്ച ചെലവും വക്കീൽ ഫീസും കൂടി വാശിക്കാരായ

കക്ഷികളുടെ എല്ലാ പുതിയും തീർക്കുമെന്നതിനാൽ കേവലമായ തർക്കങ്ങൾ കോടതിയിലേയ്ക്ക് എത്തുന്നില്ല. കൂടുതലും മദ്ധ്യസ്ഥ സംഭാഷണത്തിലൂടെ തീർക്കുവാൻ അഭിഭാഷകർക്കു കഴിയുന്നതിനാൽ അവരുടെ ജോലിക്ക് കുഴപ്പവുമുണ്ടാകുന്നില്ല.

വക്കീൽ വേണ്ടാ ഫീസും വേണ്ടാ കടന്നു വരിൻ എന്ന് വിളിച്ചു പറയുന്ന രീതികൾ അധികാരികൾ സ്വീകരിക്കാറില്ല. ജഡ്ജും കോടതിയും സംവിധാനവും നിലനിർത്തുന്നവരെന്ന നിലയിൽ ബഹുമാനം ലഭിക്കുന്നവരാണ് അഭിഭാഷകർ. സ്വാതന്ത്ര്യവും ജനാധിപത്യവും എല്ലാം ഒരു പരിധിവരെ നടപ്പിലാക്കാൻ ശ്രമിക്കുന്നുണ്ടിവർ. അതുകൊണ്ടുതന്നെ ജഡ്ജിനും പ്രോസിക്യൂട്ടർക്കും വക്കീലിനുമെല്ലാം അർഹമായ ബഹുമാനവും പരിഗണനയും നൽകുന്നുണ്ടിവർ. ഒരേ പരീക്ഷയിലൂടെ ജഡ്ജിനെയും പ്രോസിക്യൂട്ടറെയും തിരഞ്ഞെടുക്കുന്ന രീതി ജുഡീഷ്യൽ സംവിധാനങ്ങൾക്കു മാതൃകയാക്കാവുന്നതാണ്.

ബ്രിട്ടീഷുകാരുടെ നിമയങ്ങളും കോടതി സംവിധാനങ്ങളും പിൻതുടർന്നു പോരുന്ന നമുക്കാണ് അമിത വിനയവും ബഹുമാനവുമെന്നു തോന്നുന്നു. പ്രതികൾ കൂട്ടിൽ കയറി തല താഴ്ത്തി നില്ക്കുന്നതിന്റെ സാഡിസ്റ്റിക് പ്ലഷർ ആസ്വദിക്കുന്ന രസം അവർക്ക് ലഭിക്കുന്നുണ്ടാവില്ല. വിചാരണ കാണാൻ പോയവർ എന്തോ നഷ്ടപ്പെട്ടപോലെ തിരിച്ചിറങ്ങി റിസപ്ഷനിൽപോയി ചോദിച്ചുനോക്കി. ഉദ്ദേശിച്ച കേസ് 30 മിനിട്ട് കഴിഞ്ഞെടുക്കുമെന്ന് പറഞ്ഞെങ്കിലും അടുത്ത സ്ഥലമായ നോർത്ത് വെസ്റ്റിൽ സ്ഥിതി ചെയ്യുന്ന ഫോർട്ട് വില്യമിലേക്ക് 160 മൈൽ യാത്ര ഉള്ളതിനാൽ വേഗം ഇറങ്ങേണ്ടി വന്നു. കേസിന്റെ കാര്യങ്ങളെക്കുറിച്ച് അന്വേഷിച്ചെങ്കിലും പരിമിതമായ വിവരങ്ങൾ മാത്രമാണ് പുറത്തുപറയാൻ അവർക്ക് അനുവാദമുണ്ടായിരുന്നത്. പൊതു നിയമകാര്യങ്ങളുടെ ഭരണപരമായ മേൽനോട്ടത്തിനും നീതിനിർവ്വഹണത്തിനും കോടതികൾ കടപ്പെട്ടിരിക്കുന്നു. കോർട്ട് ഓഫ് സെഷൻ ആണ് സ്കോട്ട്ലൻഡിലെ സുപ്രീം സിവിൽ കോർട്ട്, ഹൈകോർട്ട് ജുഡീഷ്യറിയാണ് സുപ്രീം ക്രിമിനൽ കോടതി.

ഹൈക്കോർട്ട് ഓഫ് ജുഡീഷ്യറിക്കും സുപ്രീം കോടതിക്കും പ്രാഥമികമായ നിയമനിർമ്മാണത്തിനും ഭേദഗതിക്കുമൊക്കെ പരിമിതമായി അധികാരം നൽകുന്നുണ്ട്. ഏറ്റവും താഴെയുള്ള സിവിൽ ക്രിമിനൽ കേസുകൾ കൈകാര്യം ചെയ്യുന്നതിനെ ഷെറിഫ് കോർട്ടുകൾ എന്നാണ് സ്കോട്ട്ലാൻഡിൽ പറയുന്നത്. ഒരു ലക്ഷം പൗണ്ട് (ഏകദേശം തൊണ്ണൂറ് ലക്ഷം)വരെയുള്ള സിവിൽ വ്യവഹാരങ്ങളും ചെറിയ ക്രിമിനൽ കേസുകളും ഇവിടെ കൈകാര്യം ചെയ്യപ്പെടുന്നു.

വഞ്ചന, രാജ്യദ്രോഹം, കൊലപാതകം, ബലാൽസംഗം പോലുള്ളവ ഹൈക്കോർട്ട് ജുഡീഷ്യറിയും കൊള്ള, ഡ്രഗ്സ്, ലൈംഗിക കുറ്റകൃത്യങ്ങൾ അതിന്റെ കാഠിന്യമനുസരിച്ച് ഷെരിഫ് കോർട്ടും ഹൈക്കോർട്ട് ജുഡീഷ്യറിയും കൈകാര്യം ചെയ്യുമ്പോൾ കുട്ടികൾക്കെതിരായ അക്രമങ്ങൾ ഹൈക്കോർട്ട് മാത്രമാണ് കൈകാര്യം ചെയ്യുന്നത്. ക്വാസി ജുഡീഷ്യൽ അധികാരമുള്ള കോടതികൾ കുട്ടിക്കുറ്റവാളികളെയും കാർഷിക മേഖല തർക്കങ്ങൾ സ്കോട്ടിഷ് ലാൻഡ് കോർട്ടും സ്ഥല സംബന്ധമായ ഉടമസ്ഥതർക്കങ്ങൾ സ്കോട്ട്ലാൻഡ് ലാൻഡ് ട്രിബ്യൂണലും തീർക്കുന്നു. രണ്ടര നൂറ്റാണ്ടിലധികം പഴക്കമുള്ള വസ്ത്രധാരണമാണ് ജഡ്ജസിനും മറ്റുമുള്ളത്. നാടകങ്ങളിലും മറ്റുമുള്ള കഥാപാത്രങ്ങളോട് സാമ്യം തോന്നുന്ന വിഗ്ഗും ഗൗണുമാണ് വേഷം. വലിയ തിരക്കൊന്നുമില്ലാതിരുന്ന വക്കീലൻമാരുടെ അസോസിയേഷനിലെ ചിലർ ചുരുങ്ങിയ സമയം കൊണ്ട് അങ്ങനെ പലതും വിശദീകരിച്ചു തന്നു.

ഇനി ഒരു കോടതിയുംകൂടി കാണാനുണ്ട്, വരാന്തകളിൽ ജീവൻ നഷ്ടപെട്ട മുഖങ്ങൾ മാത്രം കാണുന്നു. വിവാഹിതരുടെ പ്രശ്നങ്ങൾ കൈകാര്യം ചെയ്യുന്ന സ്ഥലം. മനസ്സിലാക്കുവാൻ ധാരാളമുള്ളത് നഷ്ടങ്ങളുടെ കണക്കിലേയ്ക്കെഴുതി ചേർത്ത് നൂറ്റാണ്ടുകളുടെ ചരിത്രം പേറുന്ന കോടതി സമുച്ചയത്തിൽനിന്നും പുറത്തെത്തുമ്പോൾ മറ്റൊരനുഭൂതിയുടെ ലയവും താളവും പുഞ്ചിരിയുമായി പുറത്തു കാത്തു നില്ക്കുന്നുണ്ടായിരുന്നു. വടക്കു പടിഞ്ഞാറൻ മലനിരകൾക്കിടയിലൂടെ ഫോർട്ട് വില്ലയിൽനിന്നും ഒഴുകിവന്ന കാറ്റിനൊപ്പം മനസ് സഞ്ചരിച്ചു കഴിഞ്ഞിരുന്നു.

അവസാന സാക്ഷി

പരമമായി ആഗ്രഹിക്കുന്നതെന്താണ്? ആഗ്രഹമാണ് എല്ലാ ദുഃഖത്തിനും കാരണമെന്ന് പറഞ്ഞ ബോധിവൃക്ഷച്ചുവട്ടിലെ ഗൗതമനെ മനസ്സിൽ ധ്യാനിച്ചുകൊണ്ടായിരിക്കും പരമമായ സത്യംപോലെ 'സ്വാതന്ത്ര്യം' എന്നവർ മറുപടി നല്കിയത്. സ്വാതന്ത്ര്യമോ? ആദ്യമായി കേൾക്കുന്ന വാക്കുപോലെ ഭാവത്തിൽ അതിശയം വരുത്തി ചോദ്യകർത്താവ് മുഖം ചുളിച്ചു. എന്താണ് നിങ്ങൾ അർത്ഥമാക്കുന്നത്? വ്യത്യസ്തമായ സാഹചര്യത്തിൽ ജനിച്ചു വളർന്നവർ രണ്ട് ലോകങ്ങൾ ആണ്. അവർ തമ്മിൽ കൂട്ടിയിടിക്കാതിരുന്നാൽ വിസ്ഫോടനങ്ങൾ ഉണ്ടാകില്ല. മേഘങ്ങളെ നോക്കൂ, അവർ പരസ്പരം തഴുകി കടന്നുപോകുന്നത് കാണാൻ എന്തു രസമാണ്. കൂട്ടിയിടിക്കുമ്പോൾ പൊട്ടിത്തെറിയും പേമാരിയുമല്ലേ ഉണ്ടാകൂ എന്നവർ വീണ്ടും പറഞ്ഞു.

സന്ധിയില്ലാ സമരം നടത്തുന്ന ജീവനില്ലാ മനസുകളെ എന്താണ് വിളിക്കുക. കലഹത്തിനായി സൃഷ്ടിച്ച കൂട്ടുകെട്ടിനെ വിവാഹമെന്ന് വിളിക്കുകയാണ് നമ്മൾ. വിവാഹിതരായാൽ പരസ്പരം കൈകടത്താൻ അവകാശമില്ലെന്നാണോ താങ്കൾ ഉദ്ദേശിക്കുന്നത്? മനുഷ്യാവകാശങ്ങൾക്കും സ്വാതന്ത്ര്യത്തിനും വേണ്ടി പോരാടുന്ന അഭിഭാഷകന്റെ ചോദ്യം അയാളുടെ തളർച്ചയെയാണ് പ്രകടിപ്പിച്ചത്. പുറമേയ്ക്ക് പുരോഗമനം പലവിധമുണ്ടെങ്കിലും സ്വത്വം അറിയാതെ പുറത്തുവരുന്നത് ഒരു പ്രകൃതിനിയമമാണ്.

കൈകടത്തൽ ധാർഷ്ട്യത്തിന്റെയും അധികാരത്തിന്റെയും രൂപമാണ്. സ്വാതന്ത്ര്യം വിശാലവും. ഒന്ന് അടച്ചിട്ട മുറികളിലെ ശുദ്ധവായുവിന്റെ അളവുപോലെ ജീവിതത്തെ മടുപ്പിക്കുന്നു. വായുവിന്റെ

അംശം കുറഞ്ഞ് കുറഞ്ഞ് ജീവിതനാടകത്തിലെ ആ കഥാപാത്രങ്ങൾ അന്ത്യത്തിലേയ്ക്ക് ഇഴഞ്ഞ് പോകും, മറ്റൊന്ന് തുറന്നിട്ട ജാലകങ്ങളും വാതായനങ്ങളുംപോലെയാണ്. ശുദ്ധമായ വായുവിന്റെ അളവ് കൂടി വന്ന് എപ്പോഴും ചിന്തകൾക്ക് നവോൻമേഷം പകർന്നു കൊണ്ടിരിക്കും. ജീവിതനിമിഷങ്ങൾ അവരെ തഴുകി കടന്നുപോകും. പകലും രാത്രിയും കൊതിയോടെ ആസ്വദിച്ചുകൊണ്ടിരിക്കും. ആശ്വാസത്തിന്റെ ശുദ്ധവായു ചുറ്റും പ്രസരിപ്പിന്റെ പ്രഭാവലയം സൃഷ്ടിച്ചുകൊണ്ടിരിക്കും. എന്നും പുതുമയുള്ള ചിത്രങ്ങൾ രചിക്കാനായി അനസ്യൂതം പുതിയ നിറക്കൂട്ടുകൾ അന്വേഷിച്ചുകൊണ്ടിരിക്കും.

അപ്പോൾ വിവാഹംകൊണ്ട് നിങ്ങൾ എന്താണ് ഉദ്ദേശിക്കുന്നത് എന്നായി അടുത്ത ചോദ്യം. പുരാതന ചിന്താരീതികൾ മാറണം. വ്യക്തികളുടെ സ്വയം തിരച്ചിലിനുള്ള അവകാശത്തെ അംഗീകരിക്കണം. സ്വതന്ത്രമായ ജീവിതത്തിന്റെ ശുദ്ധവായു ശ്വസിക്കാനുള്ള കൂട്ടുകെട്ടിനെയാണെന്ന് ഉടൻ മറുപടി വന്നു. അപ്പോൾ പ്രണയമോ? പരിചയങ്ങൾ പ്രണയമല്ല. ബന്ധനങ്ങളും പ്രതീക്ഷകളുമില്ലാത്ത നല്ല സൗഹൃദമാണ് ശരിയായ പ്രണയം. ബഹുമാനത്തിന്റെയും അംഗീകാരത്തിന്റെയും മനസ്സിലാക്കലിന്റെയും കൂട്ട്. പൂർണ്ണ സ്വതന്ത്രരായ വ്യക്തിത്വങ്ങളുടെ സമ്മേളനം. വിവാഹവും പ്രണയവും ലൈംഗികതയുമെല്ലാം വ്യത്യസ്തമായ പ്രതിഭാസങ്ങളാണ്.

ഇത്രയൊക്കെ ചോദിച്ച സ്ഥിതിക്ക് വാർദ്ധക്യകാലത്ത് ഒരു സഹായത്തിന് ഒരാൾ വേണ്ടതില്ലേ എന്നൊരു ചോദ്യം കൂടി ആ വക്കീലിന് ചോദിക്കാമായിരുന്നു എന്ന് എനിക്ക് തോന്നി. ചിന്താപരമായ അഭിഭാഷകന്റെ ചോദ്യങ്ങൾക്ക് അവർ മറുപടി നല്കുന്നത് ഒരു കവിതപോലെ ഞങ്ങൾ ആസ്വദിക്കുകയായിരുന്നു. കോടതി രംഗങ്ങളിൽ വിചാരണയുടെ അവസാന ഘട്ടത്തിലെത്തിയ കേസിലെ അവസാന സാക്ഷിയുടെ വാക്കുകൾ ജഡ്ജിയെപ്പോലും ചിന്താമഗ്നനാക്കി.

ഫിലോസഫികൾ അപൂർവ്വമായി മാത്രമാണ് കോടതി രംഗങ്ങളിൽ കടന്നുവരാറ്. അഭിഭാഷകരും ന്യായാധിപരുമൊക്കെ അത്തരം കാര്യങ്ങളിൽ താത്പര്യം കാണിക്കാറുമില്ല. ചിലരാകട്ടെ ഉള്ളിൽ ഒരു അഗ്നിപർവ്വതം സൂക്ഷിക്കുന്നുണ്ടാകുമെങ്കിലും തികട്ടി വരുന്നതിനെ അടക്കി ഒതുക്കി യാന്ത്രികവചനങ്ങൾ ഉരുവിടാൻ ശ്രമിച്ചുകൊണ്ടിരിക്കും. വർഷങ്ങളായുള്ള ശീലം യന്ത്രങ്ങൾക്ക് സമാനമായ ജീവിതമാണ് നല്കിയിരിക്കുന്നതെന്ന് തോന്നുന്നു.

പുഞ്ചിരി നിറഞ്ഞ മുഖഭാവവുമായാണ് അവർ സാക്ഷിക്കൂട്ടിൽ നിന്നു ഇറങ്ങിവന്നത്. ഒടിഞ്ഞ ചിറകുകൾ വിരിച്ച് പറക്കാനുള്ള

ശ്രമത്തിന്റെ സ്വപ്നം അയാൾ കണ്ടുതുടങ്ങി. ചോദ്യങ്ങളിലെ ചില ഈർഷ്യകളല്ലാതെ മറ്റൊരു വിഹ്വലതകളും അവരെ അലട്ടുന്നുണ്ടായിരുന്നില്ല. വിജനമായ ഇടനാഴിയിൽവെച്ച് അവരുടെ പതിറ്റാണ്ട് ഒന്നിന്റെ മാനസികപീഡനങ്ങൾ ചെറുതായി വിവരിക്കുമ്പോൾ നേർത്ത അവരുടെ ശബ്ദത്തിന് ഒരു പതർച്ച അനുഭവപ്പെട്ടുന്നുണ്ടായിരുന്നു. എവിടെ നിന്നോ ഒഴുകിവന്ന ഒരു കുളിർകാറ്റ്, പെയ്യാൻ വിതുമ്പിനിന്ന കാർമേഘത്തെ തള്ളി നീക്കുമ്പോൾ ഞങ്ങൾക്ക് നേരെ ചിരി വിടർത്താൻ പാടുപെടുന്നുണ്ടായിരുന്നു അവർ.

നിറക്കൂട്ടുകൾ ചാലിച്ച് ചിത്രമെഴുത്തിനായി ഒരുങ്ങുന്ന മനസ്സിൽ അടച്ച മുറികളിലേയ്ക്ക് ഒരു പിന്മടക്കം ഇല്ലെന്നുള്ള സൂചനയാണ് ആ കണ്ണുകളിലെ തിളക്കം. ചില അനുഭവങ്ങൾ വിവരിച്ചാൽ മറ്റുള്ളവർക്ക് മനസ്സിലാകണമെന്നില്ല അത് അനുഭവിക്കുകതന്നെ വേണം. വർണ വിവേചനംപോലെ അനുഭവങ്ങൾ ഉദാഹരണത്തോടെ വിശദീകരിക്കുമ്പോൾ ആ കണ്ണുകളിൽ നനവ് പടർന്നത് ഞാൻ ശ്രദ്ധിച്ചു. ഒരുപക്ഷേ ഈ അനുഭവകഥയുമായി എന്റെയും നിങ്ങളുടെയും ജീവിതങ്ങൾക്ക് ബന്ധമുണ്ടാവാം അല്ലെങ്കിൽ സ്വാതന്ത്ര്യമാഗ്രഹിക്കുന്ന ഏതെങ്കിലുമൊരു മദാമ്മയുടെയോ സായിപ്പിന്റെയോ വെറുമൊരു ദിവാസ്വപ്നമാകാം.

ഒരു സംഭാഷണ വേളയിൽ ഓഷോ പറഞ്ഞു 'ഉത്തമകുടുംബം എന്നത് രണ്ട് മനോരോഗങ്ങളുടെ 'സമ്മിശ്രതയാണ്'. ഒരേ രോഗങ്ങളാണെങ്കിൽ വൈരുദ്ധ്യങ്ങൾക്ക് സാധ്യത കൂടും. പീഡിപ്പിക്കാനും പീഡനം അനുഭവിക്കാനുമുള്ള സാഡിസ്റ്റിക് മസോക്കിസ്റ്റ് മനോഭാവങ്ങളാണെങ്കിൽ കുറച്ച് ദൂരം പോകാൻ കഴിയും. പ്രണയവും സ്നേഹവും ഒരു വ്യത്യസ്തമായ കലയാണ് അത് പഠിക്കുകതന്നെ വേണം. അല്ലെങ്കിൽ നൃത്തം അറിയാത്തവന്റെ നൃത്താഭ്യാസംപോലെ അരോചകമായിരിക്കും.

സ്കോട്ട്ലാൻഡിലെ കോർട്ട് ഓഫ് സെഷനും ഷെരീഫ് കോടതികളുമാണ് വിവാഹസംബന്ധമായ കേസുകൾ പരിഗണിക്കുക. എതിരാളിയെ മലർത്തി അടിക്കുന്നതിന്റെ സാഡിസ്റ്റിക് പ്രഷർ അനുഭവിക്കുന്ന മുഖഭാവങ്ങൾ കോടതിമുറികളിൽ കാണാം. അനീതിക്കെതിരേ ആഞ്ഞടിക്കുന്ന നായകനെയും വില്ലന്റെ കരണത്തടിക്കുന്ന നായികയെയുംപോലെ കോടതി രംഗങ്ങളിൽ അഭിരമിക്കുകയാണ് അവർ. ഉള്ളിലെ അടക്കിപ്പിടിച്ച പ്രതിഷേധങ്ങളുടെ പ്രക്ഷുബ്ധമായ മനസ്സുമായി എതിരാളിയെ കീഴ്പ്പെടുത്തുന്നത് അവർ ആസ്വദിച്ചുകൊണ്ടിരിക്കും.

വ്യവഹാരം ചെലവേറിയതിനാൽ കൂടുതൽ കേസുകളും അഭിഭാഷകമദ്ധ്യസ്ഥതയിൽ തീരുന്ന രീതിയാണ് ബ്രിട്ടണിൽ. നിരവധി തവണ രമ്യതയിൽ പരിഹരിക്കാൻ അഭിഭാഷകരും കോടതിയും ശ്രമിച്ച് പരാജയപ്പെട്ടുമ്പോഴാണ് കേസ് വിചാരണ ആരംഭിക്കുക. കോടതി നിശ്ചയിക്കുന്ന ദിവസങ്ങളിൽ ഇരുകൂട്ടരും നിർബന്ധമാണ്. പ്രത്യേക അനുവാദത്തോടുകൂടി ഒരു സുഹൃത്തിനെയും കൂട്ടാം.

മതപരമായ വിവാഹങ്ങൾ പൊതുരീതിയാണ്. സിവിൽ പാർട്ണർഷിപ്പ് എന്നത് സാധാരണ വിവാഹത്തിൽനിന്നും വ്യത്യസ്തമാണ്. രീതികൾ രണ്ടിനും വ്യത്യസ്തമാണെങ്കിലും നിയമ പരിരക്ഷ നല്കുന്നുണ്ട് യുണൈറ്റഡ് കിങ്ങ്ഡത്തിലെ സംവിധാനങ്ങൾ. ഇന്ത്യയിലെ സ്പെഷ്യൽ മാര്യേജ് നിമയത്തിന് സമാനമാണ് സിവിൽ പാർട്ട്ണർഷിപ്പ്.

കോഹാബിറ്റിങ്ങ് ബന്ധങ്ങൾ പൊതുവിൽ സമൂഹം അംഗീകരിച്ചു കഴിഞ്ഞു. എങ്കിലും സമ്പത്തിന്റെയും മറ്റും കാര്യങ്ങളിൽ നിയമപരമായ അവ്യക്തതയുണ്ട്. കുട്ടികളുടെ സംരക്ഷണനിയമം വളരെ ശക്തമാണ്. നിരവധി വർഷങ്ങൾ ഒന്നിച്ചു താമസിക്കുകയും പിന്നീട് സിവിൽ പാർട്ണർഷിപ്പിലേയ്ക്കോ മതപരമായ വിവാഹത്തിലേയ്ക്കോ പോകുന്നവർ ധാരാളമാണ്.

വിളക്കിച്ചേർക്കാൻ കഴിയാതെ ബന്ധങ്ങൾക്ക് മോചനം നല്കുന്ന വിവാഹ-മോചന നിയമങ്ങൾ കാലാനുസൃതമായി പരിഷ്ക്കരിക്കണമെന്ന ആവശ്യം ശക്തമായിട്ടുണ്ട്. ഒരു വർഷത്തെ കുടുംബ ജീവിതത്തിനു ഒമ്പത് വർഷത്തെ കോടതി വരാന്തകൾ ശിക്ഷയായി നൽകരുതേ എന്നാണു അനുഭവസ്ഥർ പറയുന്നത്. വിവാഹം സ്വർഗ്ഗത്തിൽ നടക്കുന്നു എന്ന പരമ്പരാഗത വിശ്വാസമെല്ലാം തകർന്നു. ഇപ്പോൾ അത് marriages made in heaven, settled in Court എന്ന പരിഷ്ക്കാരത്തിലേയ്ക്ക് എത്തിയിരിക്കുന്നു.

വിവാഹത്തിന് മുൻപ് ഒരു Prenuptial agreement, അങ്ങനെ ചിന്തിക്കാൻ കുറച്ചു ബുദ്ധിമുട്ടാണെങ്കിലും അത്തരമൊന്നിന്റെ ആവശ്യകതയിലേയ്ക്ക് സമൂഹം എത്തിപ്പെട്ടിരിക്കുന്നു എന്ന് വേണം കരുതാൻ.

വിവാഹം എന്നത് ഒരു പുണ്യകർമ്മം എന്നതിൽനിന്നും പൂർണ്ണമായും ഒരു കരാർ ആയി മാറണം. അസംതൃപ്തിയിൽ ജീവിക്കുന്നതിലും ഉത്തമമായത് കരാർ അവസാനിക്കുന്നതാണെന്ന് മനസ്സിലാക്കിയാൽ സൗഹൃദം മനസ്സിൽ സൂക്ഷിച്ച് പിരിയാം. പങ്കാളികളിൽ ഒരാൾ 18 മണിക്കൂർ കഠിനാദ്ധ്വാനം ചെയ്യുകയും മറ്റൊരാൾ

അതിന്റെ ഗുണഫലങ്ങളിൽ അഭിരമിക്കുകയും അസ്വാരസ്യമുണ്ടാകുമ്പോൾ സമ്പാദ്യത്തിന്റെ ഏറിയ പങ്കുംകൊണ്ട് ഒരു ഭാഗം അപ്രത്യക്ഷമാകുകയും ചെയ്യുന്നത് നല്ല കാര്യമല്ലെന്നാണ് യൂറോപ്പിലും അമേരിക്കയിലുമൊക്കെയുള്ള പുതിയ ചിന്തകൾ. സിവിൽ പാർട്ടണർഷിപ്പിനോടൊപ്പമോ മുമ്പോ ഒരു കരാർ രജിസ്റ്റർ ചെയ്യണം. വിവാഹ സമയത്ത് ജോലി, ആസ്തി, സ്ഥാവരജംഗമ സ്വത്തുക്കൾ തുടങ്ങിയവയും ഉൾപ്പെടുത്തണം.

സ്വന്തമായി ജോലിചെയ്ത് ജീവിക്കുന്ന ഫെമിനിസ്റ്റുകൾ പ്രീനപ്ഷ്യൽ കരാറിനെകുറിച്ച് ചിന്തിച്ച് തുടങ്ങിയിട്ടുണ്ട്. അത്തരം കരാറുകൾക്ക് നിയമപരമായ സംരക്ഷണം ലഭിച്ചാൽ കുടുംബ ബന്ധങ്ങൾ ശിഥിലീകരിക്കുന്ന കേസുകൾ അപ്രത്യക്ഷമാകും. ഒരു പക്ഷേ ഇതു എന്റെയും നിങ്ങളുടെയും കഥയാവും. അല്ലെങ്കിൽ ഏതെങ്കിലുമൊരു സായിപ്പിന്റെ വെറുമൊരു പകൽസ്വപ്നവും.

അനുഭൂതിയുടെ താഴ്‌വരകൾ

സ്കോട്ട്ലാൻഡിലെ പ്രധാനപ്പെട്ട കാഴ്ചയാണ് ഫോർട്ട് വില്യം എന്ന സ്ഥലം. യൂറോപ്പിലെ മലനാടെന്നു വേണമെങ്കിൽ വിശേഷിപ്പിക്കാവുന്ന ഒരു ചെറുപട്ടണം ഉൾപ്പെടുന്ന സ്ഥലത്ത് 1654 ലാണ് കോട്ട നിർമ്മിക്കപ്പെട്ടത്.

എഡിൻബർഗ്ഗിൽനിന്ന് നാല് മണിക്കൂർ വടക്ക് പടിഞ്ഞാറൻ ഭാഗത്തേയ്ക്ക് 160 മൈൽ വണ്ടി ഓടിച്ചാൽ എത്തിപ്പെടാവുന്നതാണ്. യൂറോപ്പിലെ ഏറ്റവും ഉയരംകൂടിയ മലനിരകളാൽ ചുറ്റപ്പെട്ട ഈ സ്ഥലം അക്ഷരാർത്ഥത്തിൽ ഒരു കോട്ടയായതിനാലായിരിക്കാം ഇതിനെ ഫോർട്ട് വില്യം എന്ന് വിളിക്കുന്നത്. പ്രകൃതിയുടെ കരക വിഞ്ഞൊഴുകുന്ന ദൃശ്യാനുഭവം. ക്യാൻവാസിൽ ആരോ വരച്ചിട്ട ഒരു സ്കോട്ടിഷ് എണ്ണച്ചായ ചിത്രം. മനോഹാരിത നിറഞ്ഞു തുളുമ്പുന്ന നിശ്ശബ്ദതയുടെ താഴ്‌വാരങ്ങളുടെ കവാടം നിങ്ങൾക്കായി തുറക്കപ്പെടുകയാണ്. ഒരിക്കൽ ഈ സ്വപ്ന സ്വർഗ്ഗത്തിലേയ്ക്ക് നിങ്ങളുടെ യാത്ര എത്തിച്ചേരുവാനുള്ളതാണെന്ന് പ്രത്യേകം പറയേണ്ടതില്ലല്ലോ?

അകലും തോറും ഹൃദയത്തോട് പറ്റിച്ചേരുന്ന സ്കോട്ടിഷ് കാഴ്ചകളിലേക്കും തനത് രുചിഭേദങ്ങളിലേക്കും ആണ്ടിറങ്ങണമെങ്കിൽ ഈവഴി ഒന്ന് പോയേതീരൂ. എങ്കിലും ഓൺലൈനായി ഷെറാട്ടൺ അപ്പാർട്ട്മെന്റിൽ താമസസൗകര്യം മുൻകൂട്ടി ബുക്ക് ചെയ്യുന്നതു നല്ലതായിരിക്കും. എത്തിച്ചേർന്ന ശേഷം ഒരു ദിവസം താമസിക്കാതെ തിരിച്ചു പോരേണ്ടി വന്നാൽ ഏത് കണക്കുപുസ്തകത്തിലെഴുതിയാലും മതിയാകാതെ വരുമെന്ന് തീർച്ചയാണ്.

സ്ഥലത്തെത്തുമ്പോൾ വീണ്ടും ചാറ്റൽമഴ ആരംഭിച്ചു. അത് എനിക്കു മാത്രം ചെറിയ അലോസരം സൃഷ്ടിച്ചെങ്കിലും മറ്റുള്ളവരുടെ

മുഖഭാവങ്ങളിൽ സഹജരീതിയായയാണ് അനുഭവപ്പെട്ടത്. താഴ്‌വരകളെ മഞ്ഞിന്റെ നിശ്ശബ്ദത മൂടിനിന്നു. തണുത്ത വിജനതയിൽ ചീറിപ്പായുന്ന വാഹനങ്ങളോ തിരക്കോ ഇല്ലാത്ത മങ്ങിയ വെളിച്ചത്തിലെ പ്രശാന്തത.

അത്താഴവും പ്രഭാതഭക്ഷണവും സ്വയം ഉണ്ടാക്കി കഴിക്കണം. അതിനുള്ള കൂട്ടുകൾ വാങ്ങണം. പകലന്തിയോളം പണി കഴിഞ്ഞ് അന്തിമയക്കത്തിന് റേഷനരി വാങ്ങാൻ മടക്കി കക്ഷത്തിൽ വെച്ച സഞ്ചിയുമായി പോകുന്ന നാട്ടുംപുറത്തുകാരനെപ്പോലെ തൊട്ടടുത്ത് കണ്ട സൂപ്പർമാർക്കറ്റിലേക്ക് നടന്നു.

സമയം സന്ധ്യയായിരുന്നതിനാൽ അടയ്ക്കുവാനുള്ള തത്രപ്പാടിലായിരുന്നു കടയുടമസ്ഥൻ. രുചിഭേദങ്ങളുടെ കലവറയായിരുന്ന ഒറ്റപ്പെട്ടുനിന്ന ആ സൂപ്പർമാർക്കറ്റിൽ അവശേഷിക്കുന്നവർ ഞങ്ങൾ മാത്രമായിരുന്നു. ഭാര്യയും മക്കളും വീട്ടിൽ തനിച്ചാണ് ചങ്ങാതി ഒന്ന് വേഗം വാങ്ങിയിരുന്നെങ്കിൽ വീട്ടിൽ പോകാമായിരുന്നു എന്ന നാട്ടുംപുറത്തെ പലചരക്കു കടക്കാരന്റെ മുഖഭാവമായിരുന്നു കട ഉടമസ്ഥന്.

തണുത്തിരിക്കുന്ന മനസ്സും ശരീരവും ചൂടുപിടിപ്പിക്കാനുള്ളത് കൈയിലുണ്ടായിരുന്നെങ്കിലും മറ്റുചില ചേരുവകൾ സാബു ചേട്ടൻ സഞ്ചിയിലാക്കി. സുന്ദരമായ താമസം, സഞ്ചാരികളെ മാത്രം ഉദ്ദേശിച്ചുണ്ടാക്കിയതായിരുന്നെങ്കിലും വ്യത്യസ്തംതന്നെ എന്നുപറയണം. കിടപ്പുമുറിയിൽതന്നെ ആധുനികവത്കരിച്ച അടുക്കളയും തീൻമേശയും ടിവി സംവിധാനങ്ങളും രണ്ട് മുറികളും ചേർന്ന് രാജകീയ സൗകര്യങ്ങളാണ് എനിക്കായി സുഹൃത്തുക്കൾ ഒരുക്കിയിരുന്നത്.

കോടമഞ്ഞണിഞ്ഞ ഗ്ലാസ്മുറിയിൽനിന്നുള്ള ദൂരക്കാഴ്ച പൂർണ്ണമാകാൻ കണ്ണാടിച്ചില്ലൊന്ന് തുടച്ചാൽ മതി. മഞ്ഞുമൂടിയ കോട്ടയുടെ കവാടങ്ങളിലേയ്ക്ക് കണ്ണുംനട്ട് ഒരു ദിവസം പൂർണ്ണമായും വെറുതെ ഇരിക്കാൻ ആർക്കും മോഹം തോന്നും. വാതിൽ തുറന്ന് വിശാലമായ

മട്ടുപ്പാവിലേക്ക് ഒന്നിറങ്ങിയാൽ കോടമഞ്ഞിൽ മൂടിയ വാഹനങ്ങളിൽനിന്നും അരിച്ചെത്തുന്ന നനുത്ത മഞ്ഞ വെളിച്ചമാണ് നിങ്ങളെ ആകർഷിക്കുക.

നനഞ്ഞ അന്തരീക്ഷം, ചാറ്റൽ മഴ, ഇളം സൂര്യകിരണങ്ങൾ, നിലാവ് ഇതൊക്കെ നമ്മെ അറിയാതെ ഓർമ്മകളിലേയ്ക്ക് നയിക്കും. മുമ്പ് ശ്രീനഗറിൽനിന്നും കാർഗിലിലേയ്ക്ക് പുറപ്പെട്ടത് ഇതുപോലെ നനഞ്ഞ ഒരു കാലാവസ്ഥയിലായിരുന്നു.

ഇന്ത്യാ-പാക്ക് അതിർത്തിയിലെ അസ്വാരസ്യങ്ങളാണ് അതികഠിന ശൈത്യം പേറുന്ന കാർഗിൽ മലനിരകളെക്കുറിച്ച് പുറം ലോകത്തിന് അറിയിപ്പുകൾ നൽകിയത്. ചുറ്റുപാടും മലനിരകൾ മാത്രം. ദൂരെ ചിലത് തിളങ്ങി നില്ക്കുന്നുണ്ട്. ഒഴുകിയെത്തുന്ന ഇളം കാറ്റിലെ മഞ്ഞുകണങ്ങൾ മുഖത്തേയ്ക്ക് പാറി വീഴുന്നത് ദുർഘട യാത്രയുടെ അടങ്ങാത്ത ആവേശത്തിന് ഉണർവ് കൂട്ടുന്നുണ്ടായിരുന്നു.

എന്താണവിടെ ഞങ്ങൾക്കായി കാത്തിരിക്കുന്നതൊന്നും ചിന്തിച്ചതേയില്ല. വഴിയിലെ സീറോ പോയിന്റിൽ എത്തിയപ്പോൾ തമ്പടിച്ചിരുന്ന അതിർത്തി രക്ഷാസേനയായിരുന്നു എതിരേറ്റത്. നിശ്ശബ്ദതയെ ഹനിക്കുന്ന വെടിയൊച്ചകൾ നിലച്ചിട്ട് കുറച്ച് കാലമായിരുന്നു. വളരെക്കാലംകൂടി കുറച്ച് മനുഷ്യജീവികളെ കണ്ടതിൽ സന്തോഷവാൻമാരായി തീർന്നിരിക്കണം അവർ. ആരെയും തിരിച്ചറിയാൻ കഴിയാത്ത വിധം കണ്ണുമാത്രം പുറമേ കാണുന്ന തരത്തിലായിരുന്നു കാലാവസ്ഥ അവർക്കു നല്കിയ വേഷവിധാനം. എങ്കിലും കണ്ണുകളിലെ തിളക്കം ആ മുഖത്ത് വിരിയുന്ന സന്തോഷത്തെ പ്രതിഫലിപ്പിച്ചു.

സീറോപോയിന്റെന്നാൽ അന്തരീക്ഷതാപം പൂജ്യം ഡിഗ്രിയിലാകുന്ന അതികഠിനമായ തണുപ്പാണ്. നാല്പതു ഡിഗ്രി ചൂടിൽ നിന്നു വരുന്നവരൊക്കെ കുറച്ച് കഷ്ടപ്പെടുക തന്നെ ചെയ്യുമെന്ന് പല്ലുകൾ കൂട്ടിയിടിക്കുന്ന കൂട്ടുകാരുടെ മുഖഭാവങ്ങൾ കാണിക്കുന്നുണ്ട്. ദൂരെ വെള്ളപ്പുതപ്പ് ധരിച്ച് സുന്ദരിയായ കാർഗിൽ മഞ്ഞുമല മാടി വിളിക്കുന്നുണ്ടെങ്കിലും കഠിനമായ ശൈത്യം യാത്ര ദുഷ്കരമാക്കുമെന്നതിനാൽ അങ്ങോട്ടേയ്ക്കുള്ള പോക്ക് ഉപേക്ഷിക്കുവാൻ എല്ലാവരും തയ്യാറായി കഴിഞ്ഞിരുന്നു. ലോകത്തിലെ തന്നെ അതികഠിന ശൈത്യത്തിൽ രണ്ടാം സ്ഥാനമാണ് കാർഗിലിലെ ദ്രാസ്.

തൊട്ടടുത്തു തന്നെയുള്ള മഞ്ഞുമലയുടെ താഴ്‌വാരത്തിലേയ്ക്ക്, ആ പാളികളിലൊന്നു തൊട്ടു നോക്കാനായി ഇതിനോടകം ചിലർ നടന്നു കഴിഞ്ഞിരുന്നു.

കഠിനമായ കാലാവസ്ഥയിൽ പുറത്തുവരാൻ വിസമ്മതിച്ച കൈകൾ പോക്കറ്റിൽത്തന്നെ വിശ്രമമാക്കി. ഹിമാചലിലെ കുളു, മണാലിയിലുമൊക്കെ കട്ടിയാകാത്ത മഞ്ഞുമലയിലൂടെ യാത്ര ചെയ്യുന്നത് ഇത്രയും ആയാസകരമല്ല. കൈകൊണ്ട് ഹിമകണങ്ങൾ വാരിയെറിഞ്ഞ് രസിക്കുന്നവരെയൊക്കെ ധാരാളമായി കാണാമെങ്കിലും ഇവിടെ ഇടയ്ക്ക് പ്രത്യക്ഷപ്പെടുന്ന കവചിത വാഹനങ്ങളിലെ ആളനക്കമല്ലാതെ മറ്റാരുമില്ലാത്ത ഭയാനകമായ വിജനതയാണ് മൂടിനിന്നത്. ഈ താഴ്‌വരകളിലൊക്കെയാണ് നമുക്കായ് ഉറങ്ങാതെ കാത്തിരിക്കുന്ന സൈനീകകേന്ദ്രങ്ങൾ. ഉറഞ്ഞുപോയ മഞ്ഞ് കരിങ്കലിനു സമമായ പാറക്കൂട്ടങ്ങളായി മാറിയിരിക്കുന്നത് ഉരുകി ഒലിക്കണമെങ്കിൽ താപം നാല് ഡിഗ്രിക്ക് മുകളിലെങ്കിലും വരണം.

ഇടയ്ക്കൊന്ന് ചൂട് കിട്ടാനായി കൈകൾ കൂട്ടി തിരുമ്മുകയല്ലാതെ മറ്റ് മാർഗ്ഗങ്ങളൊന്നുമില്ലായിരുന്നു. ഒരു ചൂട് കാപ്പിയോ ആത്മാവിനൊരു പുകയോ കിട്ടിയിരുന്നെങ്കിലെന്നാഗ്രഹിച്ചുപോയ നിമിഷങ്ങളിലാണ് കുറെ ദൂരെയായി റോഡിന്റെ ചരുവിൽ ഒരു തകരപ്പുര ശ്രദ്ധയിൽപ്പെട്ടത്. മറ്റെല്ലാവരും ഐസ് കട്ടകൾക്ക് ചുറ്റും കൂടിയപ്പോൾ ഞാൻ അരുടെയും ശ്രദ്ധയിൽപ്പെടാതെ പതുക്കെ തകരഷെഡിനെ ലക്ഷ്യമാക്കി നടന്നു. മറ്റുള്ളവരുടെ ചിരികളും പറച്ചിലുമെല്ലാം മലയടിവാരത്തിൽ ലയിച്ചുചേരുമ്പോൾ ഉള്ളിൽ ഒരാൾക്ക് കഷ്ടിച്ച് എഴുന്നേറ്റ് നില്ക്കാൻ മാത്രം ഉയരമുള്ള ആ തകരപ്പുരയിലേയ്ക്ക് അനുവാദത്തിന് കാത്തുനില്ക്കാതെ കടന്നുചെന്നു.

മരപ്പൊത്തിലെ മൂങ്ങയുടെ കണ്ണുകൾ തിളങ്ങുംപോലെ കമ്പിളി പുതപ്പിൽ മൂടി മൂലയ്ക്കിരിക്കുന്ന ചിലരുടെ കണ്ണുകൾ തിളങ്ങുന്നതു മാത്രമാണ് പുറത്തേയ്ക്ക് കാണാമായിരുന്നത്. കനം കൂടിയ കമ്പിളിക്കുള്ളിൽ കത്തിച്ചുവെച്ച കാങ്ങ് ഗ്രിയുടെ ചൂടു പറ്റിയിരിക്കുന്ന ചിലരുടെ കണ്ണുകളിൽ അതിഥിയെ കണ്ട സന്തോഷത്തിന്റെ തിരയിളക്കം കാണാം.

കാങ്ങ് ഗ്രിയെ വേണമെങ്കിൽ നമ്മുടെ നാടൻ നെരിപ്പോടെന്ന് വിളിക്കാം. ഒരു പ്രത്യേകതരം മൺകുടപാത്രത്തിലിട്ട കനലും ചാരവും പുറമെ കാണാനുണ്ടെങ്കിലും അകത്ത് നല്ല ചൂടായിരിക്കും. പുക യുണ്ടാകില്ലാത്തതിനാൽ അടിവയറിനോട് ചേർത്ത് വെച്ചാണ് കാർഗിലിലും മറ്റും തണുപ്പിൽനിന്ന് രക്ഷനേടുന്നത്. കാശ്മീരിൽ മാത്രം കണ്ടുവരുന്ന കാംഗ്രി ക്യാൻസർ ഇത്തരക്കാർക്കാണ് ഉണ്ടാവുന്നതെന്ന് കൂടെയുണ്ടായിരുന്ന ഡോക്ടർ പറഞ്ഞു.

ഇതുവരെലഭിക്കാത്ത അവാച്യമായ ഒരനുഭൂതിയുടെ വാതായനങ്ങളാണ് എന്റെ മുന്നിൽ തുറന്നിരിക്കുന്നതെന്ന ചിന്തയൊന്നും കടന്നു വരാത്ത നിമിഷങ്ങളിൽ എന്റെ ചേഷ്ടകളിലെ താത്പര്യം മണത്തറിഞ്ഞ താടിക്കാരനായ ആ മനുഷ്യൻ തന്റെ കറ പിടിച്ച പല്ലുകൾ കാട്ടി ഒന്നു പുഞ്ചിരിച്ചു.

പ്രക്ഷുബ്ധമായ തിരകളിൽ അടിപതറിയ മീൻപിടിത്തക്കാരനെ രക്ഷിക്കാൻ പ്രത്യക്ഷപ്പെട്ട ഉറച്ചകരംപോലെയുള്ള മാസ്മരിക ഭാവം. പ്രത്യക്ഷനായ ഈ ദേവദൂതൻ അനിർവചനീയമായ അനുഭൂതിയുടെ കൊടുമുടിയിലെത്തിക്കുമെന്നും അയാൾ കാർഗിൽ താഴ്വരകളിലേയ്ക്ക് കൈ പിടിച്ച് കൂട്ടിക്കൊണ്ടു പോകുമെന്നൊന്നും തീരെ കരുതിയില്ല. 'യൂ വാണ്ട് ഓൾഡ് മങ്ക്'' എന്ന ഒരശരീരി കേട്ട മാതിരി തിരിച്ചിറങ്ങാൻ തുടങ്ങിയ കാലുകൾ മറുപടി പറയാൻ വിമ്മിഷ്ട്ടപ്പെട്ട് ബന്ധിതമായി. കേട്ടത് ശരിയോ എന്ന് സംശയിച്ച് ചുറ്റുപാടും നോക്കിയതിൽ നരകയറിയ താടിരോമങ്ങളിൽ പതുക്കെ ഉഴിഞ്ഞുകൊണ്ട് വെളുക്കെ ചിരിക്കുന്ന ആ മനുഷ്യന്റെ മുഖത്തേയ്ക്കൊന്ന് നോക്കി ഉറപ്പിച്ചു.

മുതുക്കൻ സന്ന്യാസിയെ കുറിച്ച് മുൻപ് കേട്ടതല്ലാതെ നേരിട്ട് കാണാനോ അനുഭവിക്കാനോ അവസരമുണ്ടായിരുന്നില്ല. ഒരു പക്ഷേ നേരിട്ട് ദർശനം വാങ്ങുവാനാകണം കാതങ്ങൾക്കപ്പുറത്തു നിന്നുള്ള ഈ പ്രയാണം. എന്നോടൊപ്പം രഹസ്യമായി കൂട്ടുചേരാൻ കൂട്ടത്തിൽ ഒരാൾ തയ്യാറായത് ദേവദൂതന്റെ മാന്ത്രിക സ്പർശമേൽക്കാനുള്ള പ്രചോദനമായി. മറ്റുള്ളവർ ചൂടുചായ കുടിക്കുമ്പോൾ ഞങ്ങൾ കഴിച്ചിരുന്നതെന്തെന്ന് ഇപ്പോഴും അവർ അറിഞ്ഞിട്ടില്ലെന്ന് തീർച്ചയാണ്. മഞ്ഞുമലയിലെ അവാച്യമായ അനുഭൂതി പിന്നീടൊരിക്കലും അനുഭവിക്കാൻ കഴിഞ്ഞിട്ടില്ലെങ്കിലും ഭൂമിയിലെ സ്വർഗ്ഗം തീർത്ത ആ മനുഷ്യന്റെ നരച്ച താടിരോമങ്ങൾക്കിടയിലൂടെ വെളുക്കെ ചിരിക്കുന്ന മുഖം ഇന്നും മായാതെ നില്ക്കുന്നുണ്ട്.

ജാക്കോബൈറ്റ് ആവി എഞ്ചിൻ

വില്യം ഫോർട്ട് മലനിരകളെ ബന്ധിപ്പിച്ചുകൊണ്ട് വളഞ്ഞുപുളഞ്ഞ് പ്രദക്ഷിണം നടത്തുന്ന 'ജാക്കോബൈറ്റ്' ആവിഎഞ്ചിൻ ട്രെയിൻ സർവ്വീസ് ഒരു സുന്ദരമായ കാഴ്ച തന്നെയാണ്. ഏകദേശം 41 മൈൽ സഞ്ചാരത്തിൽ ഏറ്റവും മനോഹരമായത് മാത്രം പകരുന്ന ഇത്തരമൊരു വേറിട്ട കാഴ്ചാനുഭവം ലോകത്തിൽ വേറെയുണ്ടോയെന്ന് സംശയമാണ്.

മലമ്പ്രദേശങ്ങളെ ബന്ധിപ്പിച്ചുകൊണ്ടുള്ള ജാക്കോബൈറ്റ് ട്രെയിൻ സർവ്വീസ് 1901ൽ നോർത്ത് ബ്രിട്ടീഷ് റെയിൽവേ ആണ് ആരംഭിച്ചത്. സ്കോട്ട്ലാൻഡിന്റെ വിദൂരങ്ങളായ ഭൂപ്രദേശങ്ങളെ ബന്ധിപ്പിക്കുന്നതിനായിരുന്നു ഈ സംവിധാനം. 1948 ലെ ദേശസാത്കരണത്തിൽ ബ്രിട്ടീഷ് റെയിൽവേയുടെ സ്വന്തമായി തീർന്നെങ്കിലും ചെലവു കൂടിയതിനാൽ മോഡേണൈസേഷന്റെ ഭാഗമായി ദിനംപ്രതിയുള്ള സേവനം കുറച്ചുകൊണ്ടുവരികയും കാലക്രമേണ ഡീസൽ എഞ്ചിനാക്കി മാറ്റുകയും ചെയ്തു. എന്നാൽ 1984 സ്കോട്ട്റെയിൽ ഇത് വീണ്ടും പുനരാവിഷ്കരിച്ച് സർക്കാരിന്റെ സബ്സിഡിയാൽ വിനോദ സഞ്ചാരത്തിനുവേണ്ടി ആവി എഞ്ചിൻ വീണ്ടും വെളിച്ചത്തിലേയ്ക്ക് കൊണ്ടുവന്നിരിക്കയാണിവിടെ. 1995 ൽ ബ്രിട്ടീഷ് റെയിൽ സ്വകാര്യവൽക്കരണത്തിന്റെ ഭാഗമായി നടത്തിപ്പിന്റെ അനുവാദം വെസ്റ്റ് കോസ്റ്റ് റെയിൽവേയ്ക്ക് നല്കി. ഗ്രീഷ്മകാലത്ത് പുതിയ പേരായ ജാക്കോബൈറ്റ് എന്ന നാമകരണത്തോടെ വീണ്ടും പ്രയാണമാരംഭിച്ചു.

ആവി എഞ്ചിനുകൾ ഭൂമുഖത്തുനിന്ന് അപ്രത്യക്ഷമാകുമ്പോൾ കൺമുന്നിലെത്തിയത് അനുഭവിക്കാൻ കഴിയാതെ വരാതിരിക്കുവാൻ ഒരു മാസം മുൻപെ ബുക്കുചെയ്യാൻ ശ്രമിക്കുന്നത് എപ്പോഴും നല്ലതാണ്. സമയത്തിനെത്തി പൈസ എടുത്തു വീശിയാലൊന്നും ടിക്കറ്റ് കിട്ടില്ലെന്ന് മനസ്സിലാക്കിയാൽ നന്നായിരിക്കും. ഹാരി പോർട്ടർ സിനിമകളിലൊക്കെ നിറഞ്ഞു നിൽക്കുന്ന സ്വർഗ്ഗീയ അനുഭൂതി നുകരാൻ നിങ്ങൾക്കും ഒരു ദിവസം കഴിയും.

യൂറോപ്പിലെതന്നെ ഏറ്റവും സുന്ദരമായ പുൽത്തകിടികളും മലനിരകളും പച്ചവിരിച്ച താഴ്വരകളും ഉൾച്ചേർന്ന പ്രകൃതിസൗന്ദര്യത്തിന്റെ മാസ്മരികതയിലേക്ക് നമ്മളെ വലിച്ചടുപ്പിച്ചു കൊണ്ടിരിക്കും. രാവിലെതന്നെയുള്ള ചാറ്റൽമഴയും ചെറുകാറ്റുമെല്ലാം ചൂടുകാപ്പിയേയും കടത്തിവെട്ടി പല്ലുകളെ കൂട്ടിയിടിപ്പിച്ചുകൊണ്ടിരുന്നു. തുടർച്ചയായ ചാറ്റൽ മഴ പല കാഴ്ചകളിലേയ്ക്കും മഞ്ഞ് മൂടി കഴിഞ്ഞിരുന്നു. ലോക്നെസ് (Loch Ness) തടാകം വലുതും ആഴവും വിസ്തൃതിയും കൂടിയതാണ്.

» ഫോർത്ത് ബ്രിഡ്ജ്

മലനാട്ടുകളിൽപ്പെട്ട ഈ തടാകക്കരയിൽ ഒരു ദിവസം പൂർണ്ണമായും ചെലവഴിക്കേണ്ടിയിരുന്നെങ്കിലും വേണ്ടെന്ന് വെയ്ക്കേണ്ടി വന്നത് കാലാവസ്ഥാമാറ്റം കൊണ്ടാണ്. എഡിൻബർഗിൽനിന്നും ഫോർത്ത് ബ്രിഡ്ജു വഴി ഈസ്റ്റ് ന്യൂക്ക്, ഏലി തുടങ്ങി പല ഗ്രാമങ്ങളിലൂടെയാണ് ഫോർട്ട് വില്യമ്മിലെത്തിയത്. ഇൻവെർനെസ് എന്ന സ്ഥലത്തുനിന്നും ഏകദേശം 41 മൈൽ ദൂരെ സ്ഥിതി ചെയ്യുന്ന 56 സ്ക്വയർ കിലോമീറ്റർ വിസ്തൃതിയിലുള്ള ഈ തടാകത്തിന് 230 മീറ്റർ ആഴമുണ്ടത്രെ. സ്കോട്ടിഷ് ഭാഷയായ ഗേലികിൽ ലോക് (Loch) എന്നാൽ തടാകം എന്നും ഉൾക്കടൽ എന്നുമൊക്കെ അർത്ഥമുണ്ട്. ലോകത്തിലെ തന്നെ ഏറ്റവും സുന്ദരവും വലുപ്പത്തിൽ രണ്ടാമത്തുമായ ഈ ശുദ്ധജല തടാകത്തിലൂടെ ഇനിയൊരിക്കൽ യാത്രചെയ്യാമെന്ന് മനസ്സിനെ നിർബന്ധിക്കേണ്ടിവന്നു. അതുപോലെ കാഴ്ചയുടെ മറ്റുപലതിലേക്കും ചാറ്റൽമഴക്കൊപ്പം ഓടിയെത്തിയ മൂടൽമഞ്ഞണിഞ്ഞു. ഏത് കാലാവസ്ഥയും പ്രശ്നമില്ലാത്തവർ വാരാന്ത്യം ആഘോഷിക്കാൻ വള്ളങ്ങളും മറ്റും വാഹനത്തിന് പിന്നിൽ കെട്ടിവെച്ച് യാത്ര ചെയ്യുന്നത് കാണാമായിരുന്നു.

ഫോർട്ട് വില്യത്തിലെ അതിമനോഹരമായ ജാക്കോബൈറ്റ് ട്രെയിൻ യാത്രയുടെ അതേ ത്രില്ലും അതേ മനോഹാരിതയും ഒത്തിണങ്ങിയ മറ്റൊരു ട്രെയിൻ യാത്രയും ഒന്ന് ഓർത്തുവെയ്ക്കുന്നതു നല്ലതാണെന്നതിനാൽ ഇവിടെ കുറിക്കുന്നു.

ജഗദൽപൂർ ട്രെയിൻ യാത്രയാണ് ഇന്ത്യയിൽ ഏറ്റവും മനോഹരമായതെന്ന് ആശ്വാസത്തിനെങ്കിലും പറഞ്ഞുകൊള്ളട്ടേ. ആവി എഞ്ചിൻ ഇല്ലെങ്കിലും കണ്ടതിൽ വെച്ചേറ്റവും മനോഹരമെന്ന് കൂട്ടിച്ചേർക്കുന്നത് അതിലും മനോഹരമായത് അവശേഷിക്കുന്നുണ്ടെങ്കിൽ അഹങ്കാരമാകുമല്ലോയെന്ന് കരുതിയാണ്. വിശാഖപട്ടണത്തുനിന്നും

രാവിലെ തിരിക്കുന്ന വണ്ടിയിലുള്ള ജഗദൽപൂർ യാത്ര തന്നെയായിരുന്നാൽ മാത്രമേ അത്രയ്ക്ക് ഭംഗി ലഭിക്കൂ എന്ന തോന്നുന്നത്. രാത്രി ഒമ്പതരയ്ക്കും രാവിലെ ഏഴ്ര മണിക്കുമുള്ള ട്രെയിൻ മാത്രമാണ് വിശാഖപട്ടണവും ഛത്തീസ്ഘഡിലെ ജഗദൽപൂരുമായി ബന്ധിപ്പിക്കുന്നത്. ബസ് സർവ്വീസുകളൊക്കെ ഇപ്പോളുണ്ടെങ്കിലും കഴിയുമെങ്കിൽ ഈ ട്രെയിനിലൊന്നു കയറി നോക്കിയാൽ നല്ലതു തന്നെ.

ചെന്നൈവഴി വിശാഖപട്ടണത്ത് രാത്രി പത്ത് മണിയോടെ എത്തിയെങ്കിലും കണക്ഷൻ ട്രെയിൻ രാവിലെയായിരുന്നതിനാൽ രാത്രി മുഴുവൻ റെയിൽവേ സ്റ്റേഷൻ പ്ലാറ്റ്ഫോമിലാണ് കിടക്കേണ്ടി വന്നത്. മുൻകൂട്ടി ബുക്ക് ചെയ്താൽ സ്റ്റേഷനിൽ തന്നെ താമസിക്കാമെന്ന കാര്യം പലരെപ്പോലെ എനിക്കും അറിയില്ലായിരുന്നു. പ്ലാറ്റ്ഫോമിലെ ഉറക്കത്തിനത്ര സുഖമൊന്നുമില്ലെങ്കിലും ശാരദ നദിയിലെ തിരയിളക്കംപോലെ കൊതുകുകളുടെ ഇരമ്പൽ ശക്തമാകുന്നത് കേൾക്കാമായിരുന്നു.

കുറെക്കാലത്തിനുശേഷം ഭക്ഷണം കിട്ടിയ ഹിംസ്രജീവികളെപ്പോലെയായിരുന്നു അവർക്കുണ്ടായ സമീപനം. ഓരോ കൊതുകിന്റെയും ജീവൻ എങ്ങനെ അപഹരിക്കാമെന്ന് ചിന്തിച്ചു കൊണ്ട് ആക്രമിക്കാൻ വരുന്നവരെയൊക്കെ നേരിട്ടു കൊണ്ടിരുന്നു.

രാവിലെ തിരിച്ച ട്രെയിനിൽ ഒരു കമ്പാർട്ട്മെന്റ് മാത്രമാണ് റിസർവേഷൻ ഉണ്ടായിരുന്നത്. ബാക്കിയൊക്കെ ഇരുമ്പു സീറ്റുകൾ തീർത്ത സാദാ വണ്ടി. റിസർവേഷനിൽ ആകെയുണ്ടായിരുന്ന എട്ട് യാത്രക്കാരിൽ ഞങ്ങളെ കൂടാതെ മറ്റു രണ്ട് പേരും മലയാളികളായിരുന്നു. കർഷകരും ആദിവാസികളും ധാരാളമായുള്ള നാട്ടിലേയ്ക്ക് അപൂർവ്വമായാണ് മറ്റ് യാത്രക്കാർ വന്നിരുന്നത്. ജഗദൽപൂരിൽ സെറ്റിൽ ചെയ്ത ഒരു അപ്പച്ചനുമമ്മച്ചിയുമാണ് ഞങ്ങളെ കൂടാതെയുള്ള മറ്റു മലയാളികൾ. മക്കളെല്ലാം പല സ്ഥലങ്ങളിൽ ചേക്കേറിയതിനാൽ തിരിച്ചു പോക്കില്ലാത്തവിധം അത് അവരുടെ നാടായി മാറിക്കഴിഞ്ഞിരിക്കുന്നു.

മുന്നൂറു കിലോമീറ്ററിലധികമുണ്ടായിരുന്ന വളഞ്ഞു പുളഞ്ഞുള്ള റെയിൽപാതയിലെ ആദ്യസഞ്ചാരത്തിൽ നല്ലൊരു ഭാഗം കാട്ടുപാതയാണ്. മലകളിലൂടെ വെട്ടിയുണ്ടാക്കിയ റെയിൽപാതയിലൂടെയുള്ള പോക്ക് വനത്തിലൂടെ തന്നെയാണെങ്കിലും ഇടയ്ക്ക് വെള്ളച്ചാട്ടങ്ങളും അഗാധഗർത്തങ്ങളും മലകളെ തമ്മിൽ ബന്ധിപ്പിക്കുന്ന വലിയൻ പാലങ്ങളുമെല്ലാം ചേർന്ന് മനോഹരമാക്കുന്നുണ്ട് യാത്ര. ആൾവാസമുള്ള കൊട്ടാപൂർറോഡ്, ജേയ്പൂർ, കോരാപുട്ട്, ആർക്ക്, കൊത്തവൽസ സ്റ്റേഷനുകളിലൊക്കെ വണ്ടി നിർത്തിയിരുന്നു. ട്രെയിനിന്റെ

മുൻഭാഗവും പിൻ ഭാഗവും അടുത്തു വരുന്ന വളഞ്ഞു പുളഞ്ഞ ധാരാളം സ്ഥലങ്ങളിലൂടെ വളരെ പതിയെയാണ് സഞ്ചരിച്ചിരുന്നത്. വനമേഖലയിലെ വെള്ളച്ചാട്ടങ്ങളിൽ നിന്നുയരുന്ന ജലകണങ്ങൾ നിങ്ങളെ കുളിരണിയിക്കുന്നതാണ് ഈ യാത്രയെ കൂടുതൽ മനോഹരമാക്കുന്നത്. തെറിച്ചെത്തുന്ന വെള്ളത്തുള്ളികൾ ചെറുകണങ്ങളായി കൈകളിലേയ്ക്ക് പതിക്കുമ്പോൾ ശരീരമാസകലം ഒരു കുളിർ നിറയും.

മഞ്ഞിൽ പൊതിഞ്ഞ കാഴ്ചയെ നഷ്ടപ്പെടുത്തുംപോലെ ഇടയ്ക്കിടെ മല തുളച്ചുകയറുന്ന തുരങ്കങ്ങൾ വളരെ നേരം ചുറ്റും ഇരുട്ട് പടർത്തും. അഗാധമായ ഗർത്തങ്ങളിൽനിന്നും വളർന്നു നിൽക്കുന്ന വൻമരങ്ങളുടെ കുഴഞ്ഞാട്ടം ഒരു ഹെലികോപ്റ്റർ സഞ്ചാരത്തിന്റെ പ്രതീതിയുണ്ടാക്കുമ്പോൾ ഇലകൾ നിറഞ്ഞ മരച്ചില്ലകളുടെ മർമ്മരം ഒരു പശ്ചാത്തലസംഗീതംപോലെ അനുഭവപ്പെടും.

ആദ്യമായി ഇറങ്ങിയ കൊത്തവൽസ സ്റ്റേഷനിൽനിന്നും ലഭിച്ചത് വടക്കേ ഇന്ത്യൻ യാത്രയിൽ ഏറ്റവുമിഷ്ടപ്പെടുന്ന വിഭവമായിരുന്നു. രണ്ടറ്റവും മുറിച്ചുകളഞ്ഞ് തൊലി ചെത്തി നെടുകെ നാലായി കീറിയ കക്കിരിയിലേയ്ക്ക് കുറച്ച് ഉപ്പും ഇളം ചുവപ്പോടുകൂടിയ അച്ചാറുപോലുള്ളതും പുരട്ടുന്നത് കണ്ടപ്പോൾ തന്നെ വായിൽ കപ്പലോടിക്കാവുന്ന അവസ്ഥയായിരുന്നു. ചുട്ടുപൊള്ളുന്ന പ്ലാറ്റ്ഫോമിൽനിന്നും ചെറുപുളിയും എരുവുമെല്ലാം ചേർന്ന കക്കിരികഷ്ണങ്ങൾ ആർത്തിയോടെ വായിലേയ്ക്ക്വെച്ച് കറുമുറ കടിക്കുമ്പോൾ തലവഴി സാരി തലപ്പിട്ട് വലിയ മൂക്കുത്തിയും ചെവികൾ നിറയെ കമ്മലുമണിഞ്ഞ കറുത്ത് മെലിഞ്ഞ ആ സ്ത്രീ എന്റെ ആർത്തി നോക്കി ചിരിക്കുന്നുണ്ടായിരുന്നു. നാവിൽ രസമൂറുന്ന രുചിക്കൊപ്പം ഒട്ടിയ കവിളിണയിലെ മന്ദഹാസത്തിൽ പുറത്തേയ്ക്കുന്തി നിന്ന പല്ലുകൾ അവർക്ക് അലങ്കാരം പോലെയാണ് തോന്നിയത്. ജാക്കോബൈറ്റ് യാത്രപോലെ സുന്ദരമായ ഈ ട്രെയിൻയാത്രയുടെ ഓർമ്മകൾ ഇടയ്ക്ക് ചെപ്പിൽനിന്നും അറിയാതെ പുറത്തുചാടും ഇതുപോലെ.

ഫോർത്ത് ബ്രിഡ്ജും ഡ്രൈവിങ്ങും

എഡിൻബർഗിൽനിന്നും വില്യം ഫോർട്ടിലേയ്ക്ക് യാത്ര ചെയ്യുമ്പോഴാണ് ഫോർത്ത് ബ്രിഡ്ജ് (forth bridge). ക്യൂൻസ്ഫെറിബ്രിഡ്ജും ഇതേ അഴിമുഖത്തെ തന്നെയാണ് കുറുകെ കടക്കുന്നത്. ഈ കാൻഡി ലിവർ റെയിൽവേ പാലം റിവർ ഫോർത്തിനെയാണ് കടന്ന് പോകുന്നത്. ക്യൂൻസ് ഫെറിപാലത്തിന് അരനൂറ്റാണ്ടിലധികം പ്രായമുണ്ടെങ്കിലും അവനൊന്നണിഞ്ഞൊരുങ്ങിയപോലെ കാഴ്ചയിൽത്തന്നെ സാങ്കേതികവിദ്യയുടെ മികവ് എടുത്തുകാണിക്കുന്നുണ്ട്. വൺവെ സംവിധാനമുള്ള പാലത്തിൽ ഓരോ ഭാഗത്തേക്കും

» വില്യം ഫോർട്ട്

മൂന്ന് വരി ഗതാഗതമുണ്ടായിരുന്നു. കിലോമീറ്ററുകൾക്കലെനിന്നും തലയുയർത്തി നിൽക്കുന്ന തൂണും അതിൽനിന്നും പാലത്തിലേയ്ക്ക് ഘടിപ്പിച്ചിരിക്കുന്ന ഇരുമ്പുവടങ്ങളും കാണുമ്പോൾ നൂലിൽ തൂക്കി യിട്ട കളിപ്പാട്ടംപോലെ തോന്നും. നടുഭാഗംമാത്രം തൂണുകളിൽ കൊരുത്തിട്ട് മറ്റ് ഭാഗങ്ങൾ തുറസ്സായ കാഴ്ചയെ അനുവദിക്കുന്ന തരത്തിലുള്ള രണ്ടുകിലോമീറ്റർ നീളത്തിലായിരുന്നു ഈ സസ്പെ ൻഷൻ പാലത്തിന്റെ സൃഷ്ടി.

പാലമിറങ്ങി ഇടത്തോട്ട് സഞ്ചരിച്ചാൽ എത്തിച്ചേരുക സ്കോട്ട് ലാൻഡിലെ പ്രശസ്തമായ ഡീപ്പ്സീവേൾഡ് എന്ന അക്വേറിയത്തി ലാണ്. കാറിൽനിന്നും ഇറങ്ങിയ ഞങ്ങളെ എതിരേറ്റത് തലക്കുമീ തേക്കൂടി പാഞ്ഞുപോകുന്ന ഒരു ട്രെയിനിന്റെ കടകട ശബ്ദമായിരുന്നു. നൂറു മീറ്ററിലധികം ഉയരത്തിൽ തൊട്ടടുത്തുതന്നെ സ്ഥിതിചെയ്യുന്ന പാലമാണ് പ്രശസ്തമായ ഫോർത്ത് ബ്രിഡ്ജ്. തീവണ്ടി പാഞ്ഞു പോകുന്ന ശബ്ദം കേൾക്കാമെന്നല്ലാതെ വ്യക്തമായി കാണാൻ പറ്റാത്ത ഉയരത്തിലായിരുന്നു അത്. പഴക്കം കേട്ടാലൊന്നും ഞെട്ടാത്ത നിർമ്മിതികളല്ലേ കോളനിയായിരുന്ന രാജ്യങ്ങളിൽ അവർ ഇട്ട് പോയത്. 1890ൽ മുഴുവനായും സ്റ്റീലിൽ നിർമ്മിച്ച വിക്ടോറിയൻ കാലഘട്ടത്തിലെ പ്രൗഢിയും സാങ്കേതികവിദ്യയും ചുവപ്പിൽകുളിച്ച ഈ പാലം അനുസ്മരിപ്പിക്കുന്നു. വമ്പൻസ്രാവുകളും നീരാളികളും മറ്റു ധാരാളം കടൽജീവികളുമുണ്ടായിരുന്ന ഇതേ അഴി മുഖത്ത് തന്നെയുള്ള അക്വേറിയത്തിലേക്ക് കടന്നപ്പോൾ ശരിക്കും കടലിനിടയിലൂടെ ഊളിയിട്ടു പോകുന്നതുപോലെയാണ്.

ചുറ്റുപാടും വിളവെടുക്കാനായി മാടിവിളിക്കുന്ന ബാർലി വിളഞ്ഞ പാടങ്ങളുടെ ഗ്രാമങ്ങൾ തീരാറായിരിക്കുന്നു. ഇരുവശവും കാടുകൾ നിറഞ്ഞ വഴിയിലൂടെ വളഞ്ഞു പുളഞ്ഞുള്ള യാത്രയിൽ ഇടയ്ക്കൊന്നു

നിർത്തി. കൈയ്യിൽ കരുതിയ കാപ്പിയും ബിസ്കറ്റുമെല്ലാം ഡെയ്സി ഞങ്ങൾക്കായി പങ്കുവെച്ചു.

ഈ യാത്ര ഓർമ്മിപ്പിച്ചത് ശ്രീനഗറിൽനിന്നും കാർഗിലിലേയ്ക്കുള്ള ദുർഘട സഞ്ചാരമാണ്. ഏകദേശം 200 കിലോമീറ്ററിലധികം സഞ്ചരിക്കണം കാർഗിലിൽ എത്താൻ. സഞ്ചരിച്ചിരുന്ന വാഹനം സോനാ മാർഗ്ഗിലെത്തിച്ചേർന്നപ്പോൾ നിർത്തിയിട്ടു. അവിടെനിന്നും NH ഒന്നിലൂടെ സഞ്ചരിച്ചു വേണം കാർഗിലിലേയ്ക്ക് കയറുവാൻ. എല്ലാ വണ്ടികൾക്കും കഴിയാത്തതിനാൽ അവിടെനിന്നും പുറപ്പെടാൻ ഒരു ടാറ്റ സുമോ മുൻകൂട്ടി തയ്യാർചെയ്തിരുന്നു. വളരെ കാലത്തിനുശേഷം കുറച്ച് വിനോദസഞ്ചാരികളെ കണ്ടതിന്റെ സന്തുഷ്ടി ആ മുഖങ്ങളിൽ കാണാമായിരുന്നു. അതികഠിനമല്ലാത്ത മഴയിൽ ഡ്രൈവറുടെ സന്ദേഹപ്പെട്ട നോട്ടത്തിലെ ചോദ്യങ്ങളൊന്നും മനസ്സിലാകുമായിരുന്നില്ല ഞങ്ങൾക്ക്. NH-1 ലൂടെയുള്ള യാത്ര അതികഠിനവും അപകടകരവുമാണെന്ന് അയാൾക്കുമാത്രമേ അറിയുമായിരുന്നുള്ളൂ. ചില സിനിമകളിലൊക്കെ കണ്ടിട്ടുള്ള വഴികളിലൂടെ വളരെ പതുക്കെയാണ് വണ്ടി കടന്നുപോകുന്നത്. മുൻപിൽ ഇളകിയ കല്ലുകൾ കൂട്ടിയിട്ട മാതിരിയുള്ള കറുത്ത മലകൾകണ്ടാൽ ഖനനം നടത്തി കൽക്കരി കൂട്ടിയിട്ടിരിക്കുന്നതുപോലെ തോന്നിപ്പോകും. മരങ്ങളോ കാട്ടുകളോ ചെടികളോ ഉണ്ടായിരുന്നില്ല.

അവിടെവിടെ വഴിവക്കിലെ കല്ലിൻ ചുവട്ടിൽ പറ്റിപ്പിടിച്ച പുല്ലുകൾ മാത്രമായിരുന്നു ആകെയുണ്ടായിരുന്ന പച്ചപ്പ്. മുന്നിൽ കാണുന്ന മലകളിലേയ്ക്കെന്തായാലും റോഡ് ഉണ്ടാകാനുള്ള സാധ്യതയില്ലെന്ന് മാത്രവുമല്ല ഡ്രൈവർ നല്ല വഴിയിലൂടെ മാത്രമേ കൊണ്ടുപോകു എന്ന വിശ്വാസമായിരുന്നു ഞങ്ങൾക്കുണ്ടായിരുന്നതെങ്കിലും ആ മല തന്നെയാണ് ഞങ്ങൾ കയറിക്കൊണ്ടിരുന്നതെന്ന് പിന്നീടാണ് തിരിച്ചറിഞ്ഞത്.

ഒരു ജീപ്പിന് കഷ്ടിച്ച് കടന്നുപോകാൻ കഴിയുന്ന പൂർണ്ണമായും തകർന്ന വഴിയിലൂടെ, അല്ല ആ വഴി അങ്ങനെത്തന്നെയാണ് -ഏതു നിമിഷവും തെന്നി മാറുന്ന മലയുടെ ഭാഗങ്ങൾക്കിടയിലൂടെ കാണപ്പെട്ട ചെറിയ വഴിയിലൂടെ സാഹസപ്പെട്ടാണ് വണ്ടി ഓടിച്ചിരുന്നത്. അന്നും ഇന്നും നനഞ്ഞ പ്രഭാതം തന്നെയായിരുന്നെന്നു മാത്രവുമല്ല ഹോണുകൾ മുഴക്കേണ്ട സാഹചര്യങ്ങളൊന്നുമുണ്ടായില്ല.

വളഞ്ഞും പുളഞ്ഞുമുള്ള യാത്രയ്ക്കിടയിൽ പുറകിൽനിന്നും ചില നിലവിളികളൊക്കെ കേൾക്കുന്നുണ്ടെങ്കിലും ഡ്രൈവർ സീറ്റിന് അടുത്തിരുന്നതിനാൽ ഒരു ഭാഗത്തെ അഗാധഗർത്തങ്ങൾ കാഴ്ചയെമറച്ചിരുന്നു. പേടിപ്പെടുത്തുന്ന ഭാഗങ്ങളിലേയ്ക്കൊന്നും നോട്ടം

പോകാതിരുന്നതുകൊണ്ട് ധൈര്യവാനാണെന്ന് നടിക്കാൻ കഴിഞ്ഞു. വളരെ ദൂരെനിന്നും മലമടക്കുകൾക്കിടയിലൂടെ ഒരു പൊട്ടുപോലെ കാണപ്പെട്ട പട്ടാളക്കാരുടെ ഒരു ട്രക്ക് ആയിരുന്നു ആദ്യമായി കണ്ട വാഹനം. എങ്ങനെ സൈഡ്കൊടുക്കുമെന്നാലോചിക്കുമ്പോൾ കഷ്ടിച്ച് രണ്ട് വാഹനങ്ങൾ കടന്നുപോകാൻ കഴിയുന്ന ഭാഗത്ത് അവർ പട്ടാളവാഹനം നിർത്തിയിട്ടു. മറന്നുപോയ ഹോൺ മുഴക്കി കടന്നു പോകാനായി വഴി ഒരുക്കിയ പട്ടാളക്കാരെ കയ്യുയർത്തി അഭിവാദ്യം ചെയ്ത് ഞങ്ങൾ മുന്നോട്ട് പോയി. തൊട്ടുമുന്നിൽ റോഡിലേയ്ക്ക് ഉരുണ്ടു വന്നിരിക്കുന്ന ഒരു വലിയ കല്ലിന് ഞങ്ങളുടെ വാഹനത്തേക്കാൾ വലുപ്പമുണ്ടായിരുന്നു. മലയുടെയും പാറയുടെയും തെന്നിമാറ്റത്തിൽ നിരവധി പട്ടാളക്കാർക്ക് ജീവൻ നഷ്ടപ്പെട്ടിട്ടുണ്ടെന്ന് ഡ്രൈവർ ആ പാറക്കല്ലിൽ എഴുതിപ്പിടിച്ച അക്ഷരങ്ങൾ ചൂണ്ടിക്കാണിച്ചു കൊണ്ട് പറഞ്ഞു. ആ യാത്ര കഴിഞ്ഞതോടെ ഹോണടിയുടെ ചിന്തതന്നെ മറന്നു.

ഒരു ദിവസം കുറഞ്ഞത് ആയിരം തവണയെങ്കിലും ഹോൺ ഉപയോഗിക്കുന്നതിനാൽ ഫോർട്ട് വില്യത്തിൽനിന്നും എഡിൻബർഗിലേക്ക് നൂറ്റിഅറുപത് മൈൽദൂരം യാത്ര ഒരനുഭവമായിരുന്നു. ഈ ദൂരം മുഴുവനും യാതൊരു മുഷിപ്പുമില്ലാതെ വിദ്യാർത്ഥിയായ എബിനാണ് ഡ്രൈവ് ചെയ്തത്. ട്രാഫിക്ക് ബ്ലോക്കാണെങ്കിലും അപശബ്ദങ്ങൾ സൃഷ്ടിച്ച് അലോസരമുണ്ടാക്കുന്ന മാനസിക ഭാവത്തിലേക്ക് ഉയരാൻ വളരെ പണിപ്പെടുന്നവരാണ് നമ്മൾ. തിരക്കായതിനാൽ നിനക്കുമുമ്പേ ഞാൻ എന്ന മത്സരബുദ്ധിയാണ് ഇതിന്റെ മന:ശാസ്ത്രം. റെയിൽവെ ഗേറ്റിലെ ബ്ലോക്കിൽപ്പെട്ടവരുടെ മുഖഭാവങ്ങളിൽ നമ്മുടെ സംസ്കാരിക പൈതൃകത്തിന്റെ പരിച്ഛേദത്തെയാണ് കാണാൻ കഴിയുക. വെറുതെ ഹോൺമുഴക്കുന്നത് നമുക്ക് ശീലമായതുകൊണ്ടായിരിക്കാം ഈ ഡ്രൈവിങ്ങ് എന്നിൽ താല്പര്യമുണ്ടാക്കിയത്. വഴിയിൽ ഒരിടത്തും ഹോൺമുഴക്കേണ്ടിവന്നില്ല, ശബ്ദമലിനീകരണമൊന്നുമല്ല ശീലമായിരുന്നു പ്രശ്നം. റോഡുകളിൽ ധാരാളം നിർദ്ദേശങ്ങൾ എഴുതി വെച്ചിട്ടുണ്ടായിരുന്നു.

17 കഴിഞ്ഞാൽ ആർക്കും ഡ്രൈവുചെയ്യാമെങ്കിലും എപ്പോഴും ലൈസൻസ് കൈയിൽ കാണണമെന്ന് നിർബന്ധമാണ്. മറ്റു കാര്യങ്ങളൊക്കെ നിസ്സാരമായി മനസ്സിലാക്കാനുള്ള സാങ്കേതിക വിദ്യകളൊക്കെയുണ്ട് അവരുടെ കൈയിൽ. സ്കോട്ട്ലാൻഡിൽ എവിടെയും റോഡിലോ പാലത്തിലോ കഴുത്തിന് പിടിക്കുന്ന ടോൾ ബൂത്തോക്കളൊന്നുമില്ലെന്നത് അലങ്കാരമൊന്നുമല്ല. നാട്ടുപ്രദേശങ്ങളിൽ ഒറ്റലൈൻ ട്രാഫിക്കാണെങ്കിലും ഓവർ ടേക്ക് ചെയ്യാനായി

മാത്രം പ്രത്യേക സ്ഥലങ്ങളും അടയാളങ്ങളും റോഡിലും വശങ്ങളിലും രേഖപ്പെടുത്തിയിട്ടുണ്ട്. വലിയ ലോറിപോലുള്ള വാഹനം മുന്നിൽപ്പെട്ടാൽ അവർ അനുവദിക്കും വരെയോ കടന്നുപോകാനുള്ള സ്ഥലമെത്തും വരെയോ പിന്നിൽ കുടുങ്ങിയതുതന്നെ. ഡ്രൈവിങ്ങ് പഠനം നടത്തുന്ന ആളല്ല വണ്ടി ഓടിക്കുന്നതെങ്കിൽ മദ്യപിച്ച് യാത്ര ചെയ്യുന്നതോ കാറിലെ മദ്യകുപ്പികളോ ഒന്നും പ്രശ്നമല്ല. നൂറ് മില്ലി ലിറ്റർ രക്തത്തിൽ അമ്പത് മില്ലിഗ്രാമിൽ കൂടുതൽ ആണ് ആൽക്കഹോൾ നിലയെങ്കിൽ പണി കിട്ടുമെന്ന് മാത്രം. അതുകൊണ്ട് 'ഡ്രിങ്കിങ്ങ് ആന്റ് ഡ്രൈവിങ്ങ് നെവർ മിക്സ്' എന്നാണ് അവരൊക്കെ പറയാറ്. പ്രധാന റോഡായ മോട്ടോർവേയിൽ കൂടുതൽ വേഗത 70 മൈൽ ആയിരുന്നു. 30, 40, 50 ഇങ്ങനെ ഓരോ സ്ഥലങ്ങളിലും എത്ര വേഗതയാകാമെന്നു കാണിക്കുന്ന ചിഹ്നങ്ങൾവെച്ചിരിക്കുന്നത് ഡ്രൈവിങ്ങിനെ എളുപ്പമാക്കി. സിംഗിൾകാര്യേജ്, ഡബിൾകാര്യേജ് എന്നിവയും ഓവർടേക്ക് എവിടെവെച്ച് ചെയ്യാമെന്ന് സൂചിപ്പിക്കുന്നു. അപകടമുണ്ടായാൽ അറിയിക്കുവാനുള്ള സംവിധാനങ്ങൾ ഇടയ്ക്കിടെ സ്ഥാപിച്ചിരുന്നതോടൊപ്പം യാത്രയിൽ വിശ്രമിക്കുവാനായി അടയാളപ്പെടുത്തിയ പ്രത്യേക സ്ഥലങ്ങളുമുണ്ടായിരുന്നു. കാൽനടയും സൈക്കിൾ യാത്രയും ഈ വഴിയിൽ നിരോധിച്ചിരുന്നു. സിഗ്നലുകൾക്കും സൈൻ ബോർഡുകൾക്കുമനുസരിച്ച് വാഹനമോടിക്കുവാനുള്ള പ്രത്യേക പരിശീലനം നൽകിയിരുന്നു.

ചെറുപട്ടണങ്ങളിലും തിരക്കേറിയ കവലകളിലുമെല്ലാം കടന്നുപോകുന്ന വാഹനത്തിലെ ഡ്രൈവർമാർ പലപ്പോഴും കൈ ഉയർത്തി അഭിവാദ്യം ചെയ്ത് പുഞ്ചിരിച്ച് പോകുന്നതു കാണാം. എബിൻ പലരെയും പ്രത്യഭിവാദ്യം ചെയ്തിരുന്നു. ഡ്രൈവിങ്ങിൽ കൂടുതൽ ശ്രദ്ധയും മറ്റുള്ളവരെ പരിഗണിക്കുകയുമാണ് വേണ്ടതെന്ന പാഠമാണ് പരസ്പര അഭിവാദ്യങ്ങളിലൂടെ പ്രസരിച്ചിരുന്നത്. "റെസ്പെക്ട് അദർ റോഡ് യൂസേഴ്സ്" എന്നത് പല ഭാഗങ്ങളിലും ഒരു മഹദ് വചനംപോലെ എഴുതി പ്രദർശിപ്പിച്ചിരുന്നത് റോഡ് ആരുടേയും പിതാമഹൻമാരുടേതല്ലെന്ന ഉദ്ബോധനമായിരിക്കും.

ലഹരിയുടെ നഗരം

എഡിൻബർഗ് നഗരം വളരെപഴക്കമുള്ള കെട്ടിടങ്ങളുള്ള തെരുവുകളാണ്. നൂറ്റാണ്ടിന്റെ പഴക്കമുള്ള കെട്ടിടങ്ങൾ കണ്ടാൽ ദീർഘവീക്ഷണമുള്ള പൂർവ്വികരിൽ ആരോ ഈ തെരുവുകളുടെ നിർമ്മിതിക്ക് പിന്നിലുണ്ടെന്ന് ഉറപ്പാണ്. കൃത്യമായ പ്ലാനിങ്ങോടു കൂടി നിർമ്മിച്ച കെട്ടിടങ്ങളും പാതകളുമാണ്. ഷാർലറ്റ് സ്ക്വയറിലെ ബ്യൂട്ട് ഹൗസും മറ്റും കണ്ട് അലഞ്ഞതിന്റെ ചെറിയ ക്ഷീണമൊക്കെ അപ്രത്യക്ഷമാകുന്നതായിരുന്നു പിന്നീടുള്ള കാഴ്ചകൾ.

രാജവീഥിപോലെ അലങ്കരിക്കപ്പെട്ട, പൗരാണികതയെ ആവാഹിച്ച തെരുവുകൾക്ക് പ്രത്യേകമായ സുഗന്ധം അനുഭവപ്പെട്ടുന്നുണ്ടായിരുന്നു. പള്ളികളൊക്കെ അടഞ്ഞാണ് കിടക്കുന്നതെങ്കിലും മന്ത്രധ്വനികളൊന്നുമില്ലാതെ ചുറ്റും പരക്കുന്ന കുന്തിരിക്കത്തിന്റെ സൗരഭ്യം അന്വേഷിച്ച് കണ്ണുകൾ ചുറ്റുപാടും കറങ്ങിത്തിരിഞ്ഞു. അന്തരീക്ഷത്തിലാകെ അലയടിക്കുന്ന ചെറുസുഗന്ധം കാറ്റിൻ താരാട്ടിൽ തഴുകി കടന്നുപോകുന്ന ഒരു തെരുവിലേയ്ക്കാണ് കടന്നിരിക്കുന്നത്.

വാഹന ബാഹുല്യം നന്നേ കുറഞ്ഞ പാതയും ശാന്തമായ അന്തരീക്ഷവും വ്യത്യസ്തമായ കാലാവസ്ഥയും ചുറ്റും പരക്കുന്ന സുഗന്ധവുമെല്ലാം ചേർന്ന് പ്രത്യേക ലോകം സൃഷ്ടിച്ചിരിക്കുന്നു. നിശ്ശബ്ദമായ അന്തരീക്ഷത്തെ മുഖരിതമാക്കുന്നത് ഒഴുകിവരുന്ന ചില ഗ്ലാസുകളുടെ കൂട്ടിമുട്ടൽ ശബ്ദംമാത്രം. ഏതോ മായാപ്രപഞ്ചത്തിലേയ്ക്കാണ് ആനയിക്കപ്പെട്ടിരിക്കുന്നത്. മഞ്ഞനിറത്തിലുള്ള പ്രത്യേക രൂപത്തോടുകൂടിയ ഒരു കുഞ്ഞു കാർ നിർത്തിയിരിക്കുന്നത് ആരുടെയും ശ്രദ്ധ ആകർഷിക്കും. പക്ഷേ അതിനുപിന്നിൽ ഗ്ലാസുകൾ കൂട്ടിമുട്ടുന്ന ശബ്ദം

പുറത്തേയ്ക്ക് ഒഴുകുന്ന പാതയോരത്തെ സ്ഥാപനത്തിന്റെ പേരു കണ്ടാൽ ആരും അമ്പരന്നുപോകും.

സ്കോച്ച് എന്ന വാക്കോ സ്കോച്ച് വിസ്കിയെന്ന് കേൾക്കാത്തവരോ ഉച്ചരിക്കാത്തവരോ ലോകത്ത് കുറവായിരിക്കുമെന്നാണ് തോന്നുന്നത്. ബാർലിയിൽനിന്നും സ്കോട്ട്ലാൻഡിൽമാത്രം ഉത്പാദിക്കുന്നതിനെയാണ് സാധാരണയായി ഈ പേര് വിളിച്ചിരുന്നത്. ജീവന്റെ ജലം (വാട്ടർ ഓഫ് ലൈഫ്) എന്നർത്ഥം വരുന്ന വാക്കാണ് ഗേലിക് ഭാഷയിൽ ഇത്. നദികളുടെ പ്രഭവസ്ഥാനംപോലെ പ്രശസ്തമായ പല രുചികളും ഇവിടെനിന്ന് ഉത്ഭവിച്ച് ലോകമാസകലം പരന്ന് ഒഴുകുന്ന സ്കോച്ച് വിസ്കിയുടെ ഒരു മായാപ്രപഞ്ചമാണ് സ്കോട്ട്ലാൻഡ്.

സ്ത്രീയും പുരുഷനും ഒരുമിച്ച് കടന്നുവരാവുന്ന ഇടമാണ് ഓരോ മദ്യശാലകളും. കൊടും തണുപ്പിൽ ജീവിക്കുന്നവർ ഇത്തിരി രുചിക്കുന്നതിനെ കുറ്റം പറയരുത്. നമ്മുടെ ചായകുടിശീലംപോലുള്ള ഈ ശീലത്തെ ദുശ്ശീലമെന്ന് വിളിക്കാമെങ്കിലും പതിനെട്ട് കഴിഞ്ഞ ആരെയും നിയമപരമായി തടയാൻ കഴിയില്ല.

യാത്രക്കാരനെന്ന നിലയിൽ ഒന്നിനോടും പ്രതിപത്തിയും വിപ്രതിപത്തിയും തോന്നേണ്ട ആവശ്യമില്ലാത്തതിനാൽ കഥപറഞ്ഞ് കൊതിപ്പിക്കാതെ വിദേശമദ്യശാലകളുടെ അന്തർഭ്രതിയിലേക്ക് ഒന്നുളിയിട്ടുനോക്കാമെന്നുറപ്പിച്ചു. നാട്ടിലൊക്കെ ഇന്ത്യൻ നിർമ്മിത വിദേശം എന്ന ലേബൽ പതിച്ചത് കിട്ടുന്നതിന്റെ പുകിലെന്താണെന്നിതുവരെ തിരിഞ്ഞിട്ടില്ല. ഇവിടെയാണേൽ വിദേശി എന്ന് പേരൊട്ട് കാണാനുമില്ല. ആരോഗ്യ സുരക്ഷാ രീതികളൊന്നുമില്ലാതെ ഉണ്ടാക്കുന്ന തനി നാടനെ എന്തിനാണീ വിദേശി പ്രയോഗമെന്ന് എത്ര ആലോചിച്ചിട്ടും മനസ്സിലായിട്ടുമില്ല. ഒരുപക്ഷേ, വിദേശി എന്ന

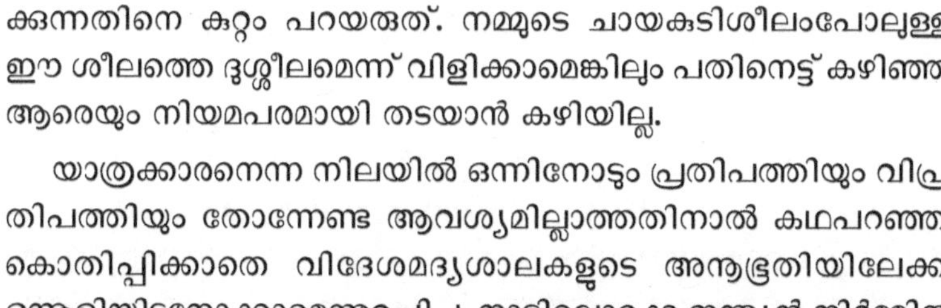

പറഞ്ഞാൽ വിശ്വാസ്യത കൂടുതൽ കിട്ടുന്ന എന്തോ മോഹവലയം അതിൽ ഒളിപ്പിച്ചിട്ടുണ്ടായിരിക്കും.

ചില തെരുവുകൾ മദ്യപർക്കുവേണ്ടിമാത്രമുള്ളതായി തോന്നുന്നതരത്തിൽ നിരനിരയായി മദ്യശാലകൾ കാണാമായിരുന്നു. അവരുടെ ശ്രദ്ധ ക്ഷണിക്കാനോ തെറ്റിക്കാനോ ഉള്ള അടയാളങ്ങളോ വെള്ളയിൽ ചുമന്ന കളറോട്ടുകൂടിയ അലങ്കാര ബോർഡുകളോ ഇല്ലെന്നുള്ള പ്രത്യേകത മാത്രം. അന്യമായ നാട്ടിൽ ആരും തിരിച്ചറിയില്ലെന്ന മനോധൈര്യം പുറംകാഴ്ച നിർത്തി പാതയോരത്തെ ഒരു കടയിലേക്ക് വഴിതെളിച്ചു. മുന്നിൽ കണ്ട എഴുത്തിലെ പേര് വായിച്ചെടുക്കുമ്പോൾ ആദ്യമുണ്ടായ അമ്പരപ്പ് പതുക്കെ ലഘൂകരിക്കപ്പെട്ടു കഴിഞ്ഞിരുന്നു. ഞെട്ടലും അത്ഭുതങ്ങളുമെല്ലാം ആ സുഗന്ധത്തിൽ അലിയുമ്പോൾ സങ്കോചങ്ങളൊന്നുമില്ലാതെ മഹാനായ ശാസ്ത്രജ്ഞൻ അലക്സാണ്ടർ ഗ്രഹാംബെല്ലിന്റെ പേരിലുള്ള കടയിലേയ്ക്ക് ഒന്ന് കയറി നോക്കി. ടെലഫോൺ കണ്ടുപിടിച്ച സ്കോട്ടീഷ് ശാസ്ത്രജ്ഞനും വിസ്കിയുമായുള്ള ബന്ധമെന്താണെന്ന് എത്ര ആലോചിച്ചിട്ടും അത്ഭുതമായിതന്നെ ഇപ്പോഴും അവശേഷിക്കുന്നു.

വാരാന്ത്യത്തിന്റെ തിരക്കുകൾ അനുഭവപ്പെട്ടു തുടങ്ങുന്ന സന്ധ്യാസമയത്താണ് ഈയുള്ളവന്റെ പ്രവേശം. കുടുംബസമേതമായ മധുപാനത്തിന് വരുന്നവർക്ക് സുന്ദരമായ കുപ്പികളിൽ അലങ്കരിച്ചുവെച്ചിരുന്നത് വല്ലാത്തൊരു ആകർഷണമാണുണ്ടാകുക. പലരൂപത്തിലുള്ള സുന്ദരമായ അലങ്കാരക്കുപ്പികൾ കണ്ടാൽ ആർക്കും അതൊന്നു തൊട്ടു നോക്കാൻ തോന്നും.

ചില്ലുകൂട്ടിലിരുന്ന് പുഞ്ചിരി തൂകുന്ന ആ ചങ്ങാതിയുടെ ഭാവത്തിൽ അഹങ്കാരം നിറഞ്ഞിട്ടുണ്ടെന്ന് തീർച്ചയാണ്.

കണ്ടാൽ കോഹിനൂർ രത്നമാണെന്ന് തോന്നിപ്പോകുന്ന സുരക്ഷാകവചമാണ് അവന് നൽകിയിരിക്കുന്നത്, അംഗരക്ഷകരുടെ കുറവുണ്ടെന്ന്മാത്രം. ജീവിതകാലസമ്പാദ്യം മുഴുവൻ ഉപയോഗിച്ചാൽ പോലും അടുത്തെത്താൻ കഴിയാത്ത ആ ചങ്ങാതി അഹങ്കരിക്കുന്നതിലും സ്വല്പം കാര്യമുണ്ട്. മുപ്പതിനായിരംപൗണ്ട്(ഏകദേശം ഇരുത്തിയഞ്ച് ലക്ഷംരൂപ) വിലയുള്ള ഒരു ലിറ്റർ വിസ്കിയാണ് ആ ചില്ലുകൂട്ടിൽ അഹങ്കാരത്തോടെ മന്ദസ്മിതം തൂകുന്നത്. ഇത്രയും വിലയുള്ള ആളോട് സ്വാഭാവികമായും ചെറിയ ഭയഭക്തി ബഹുമാനമൊക്കെ തോന്നിപ്പോകും. അതൊക്കെ വാങ്ങി സേവിക്കാൻ മല്യയെപ്പോലെ പലരെയും ഇങ്ങോട്ടയച്ചതിനാൽ നാട്ടുകാരനെന്ന നിലയിൽ കുറച്ച് അഹങ്കാരത്തോടെയും അതിലേറെ അഭിമാനവുമായാണ് ഞാൻ നിന്നത്.

അമ്പത് വർഷം മുമ്പ് ജീവിച്ചിരുന്ന ഏതോ മഹാൻ നിർമ്മിച്ച നൂറ്റിപ്പത്ത് ബോട്ടിലുകളിൽ അവശേഷിക്കുന്ന ഇരുപത് കുപ്പികളിലൊന്നാണ് ഇവിടെ വിൽപനക്ക് വെച്ചിരിക്കുന്നത്. ശ്രദ്ധാപൂർവ്വമുള്ള നോട്ടം കണ്ടിട്ടാകും വയോധികരായ ഭാര്യയും ഭർത്താവും എന്നെ നോക്കി ഒന്ന് ചിരിച്ചത് പരിഹാസപൂർവ്വമായിരുന്നോയെന്ന് ആദ്യമൊന്നു സന്ദേഹിച്ചെങ്കിലും "യു കുട്ബി ദി പ്രൗഡ് ഓണർ ഓഫ് ഇറ്റ്" എന്ന അവരുടെ പുഞ്ചിരിയാലുള്ള തമാശ കേട്ടപ്പോൾ സന്ദേഹിച്ചത് വെറുതെയായി. അയാളുടെ മുഖഭാവങ്ങൾക്ക് സിനിമാനടൻ കൃഷ്ണൻകുട്ടി നായരോട് നല്ല സാമ്യവും തോന്നി. ജീവിതസായാഹ്നം ചെലവഴിക്കാനെത്തിയ അവരും സൂക്ഷ്മപരിശോധകർ ആയിരുന്നു. തിരക്കുണ്ടായിരുന്നിട്ടും എല്ലാം ഒന്ന് വിശദപരിശോധനയ്ക്ക് വിധേയമാക്കി ക്കൊണ്ട് സുന്ദരമായ ചില സാമ്പിൾ കുപ്പികൾ കൈയിലെടുത്തെങ്കിലും വിലകണ്ട് കൈക്ക് പൊള്ളലേറ്റപോലെ യഥാസ്ഥാനത്തു തന്നെവെച്ചു.

നല്ല തിരക്കുള്ള ഈ സ്ഥലത്തെ അവരുടെ പൗരബോധമാണ് കൂടുതൽ ആകർഷിക്കുക. തമാശകൾ പറഞ്ഞു ചിരിച്ചുകൊണ്ട് അവർ അടുത്ത മേച്ചിൽ പുറങ്ങളിലേക്ക് യാത്രയായി.

മദ്യശാലകളിലെ ഐക്യത്തിന് ഒരു സാർവ്വദേശീയ സ്വഭാവം ഉണ്ടെന്ന് വ്യക്തമാകുന്നുണ്ട്. കൊച്ചിയിലായാലും കോലാലമ്പൂരിലായാലും സമാനതകൾ ഏറെയുണ്ടെങ്കിലും ഇവരുടെ ആസ്വാദന രീതികൾക്കൊരു പ്രത്യേകതയുണ്ടായിരുന്നു.

കഠിനമായ മാനസിക പീഢനങ്ങൾക്കു വിധേയമായി ഇവിടെ എത്തുന്നവരെ കാണാൻ കഴിയില്ല. സാഹിത്യതല്പരൻ പുസ്തകശാലയിൽ എത്തിയപോലെയാണ് ഈ അന്തരീക്ഷം കണ്ടാൽ

» ഗ്ലെൻകിച്ച് ഡിസ്റ്റിലറി

തോന്നുക. പ്രത്യേകതരം കല്ലുകൾ ഫ്രീസറിൽവെച്ച് ശീതീകരിച്ച് വിസ്കി തണുപ്പിക്കാൻ ഉപയോഗിക്കുന്ന രീതിയാണ് ഓൺ ദ റോക്സ് എന്നവരു പറയുന്നു. കുപ്പിയിൽനിന്ന് ഗ്ലാസിലേയ്ക്ക് പകർന്ന് വെള്ളം തൊടാതെ അകത്താക്കുന്നതാണെന്ന് ഇവിടെ ചിലരും പറയുന്നു. എന്തായാലും മദ്യപാനം ആരോഗ്യത്തിന് ഹാനികരമാണെന്ന് മറന്നുപോകരുത്. ഈ ഉദ്ബോധനം നടത്തുമ്പോഴും നിയമവിരുദ്ധമെന്നോ ആരോഗ്യത്തിന് ഹാനികരമാണെന്നോ ലേബൽ പതിക്കാത്ത കുപ്പികൾ കണ്ടപ്പോൾ എന്നിൽ വിസ്ഫോടനങ്ങൾ ഒന്നുമുണ്ടാക്കിയില്ല.

ഫാംടൂറിസംപോലെ പ്രശസ്തമാണ് വിസ്കികൾ നിർമ്മിക്കുന്ന സ്ഥാപനങ്ങളിലേക്കുള്ള ഡിസ്റ്റിലറി ടൂറുകൾ. ആർക്കും കടന്ന് ചെല്ലാവുന്നയിടത്ത് ലഹരി വസ്തുക്കളെക്കുറിച്ച് ഇത്രമേൽ വിവരങ്ങൾ ഭംഗിയായി അവതരിപ്പിക്കുന്നത് എന്തിനാണെന്ന് സംശയമുണ്ടായിരുന്നു. നാക്കിനു വഴങ്ങാത്തപേരുള്ള മുന്തിയ തരത്തിന്റെ ഒരംശം രുചിക്കുവാൻ നീക്കിവെക്കുമ്പോൾ തേൻപോലെ കൊഴുത്തദ്രാവകമായി തോന്നിയെങ്കിലും അവരുടെ നിർദ്ദേശങ്ങൾ കണ്ണിൽനിന്ന് തീയായ് പുറത്തേക്ക് വമിച്ചു.

സ്കോട്ട്ലാൻഡിന്റെ വിവിധ ഭാഗങ്ങളിലായുള്ള പത്തിലധികം ഡിസ്റ്റിലറികളിൽ രണ്ടെണ്ണത്തിൽ എത്തിപ്പെട്ടെന്ന് പറയാം. ശാസ്ത്രീയമായ രീതിയിൽ എല്ലാവിധ ശ്രദ്ധയും ചെലുത്തുന്ന വിസ്കിയുടെ നിർമ്മാണ രീതി ഓരോരുത്തരും നേരിട്ട് കണ്ട് മനസ്സിലാക്കേണ്ട കലതന്നെയാണ്.

പൂർണ്ണമായ ശ്രദ്ധയും ഏകാഗ്രതയും ചേരുംപടി ചേരേണ്ട കലയിൽ എട്ട് ഘട്ടങ്ങളിലൂടെയാണ് ഇവ കടന്നുപോകുന്നത്.

എഡിൻബർഗിൽനിന്ന 30 മൈൽ അകലെയുള്ള ഈസ്റ്റോത്തിയാനിലെ ഗ്ലെൻകിച്ച് (glenkinche)ഡിസ്റ്റിലറി സന്ദർശനത്തിനിടയിൽ ഗൈഡ് പറഞ്ഞതാണിതൊക്കെ. നല്ലഭക്ഷണംപോലെത്തന്നെ പാനീയവും ആരോഗ്യത്തിന് നല്ലതാണെന്ന വിശ്വാസമുള്ളവർ, ഈ കാര്യത്തിലും ഗുണകരമായ രീതി അനുവർത്തിക്കുന്നു.

മദ്യപരെ ബഹുമാനിക്കുന്നവരുടെ നാട്ടുകൂടിയാണെന്നു പറഞ്ഞാൽ ഒന്നു ഞെട്ടുമെങ്കിലും സത്യത്തിൽ അങ്ങനെയാണെന്ന് രഹസ്യാന്വേഷണ ഏജൻസി പറയുന്നത്. കഴിക്കുന്നതിനും കുടിക്കുന്നതിനുമെല്ലാം അവരുടേതായ ഒരു ഭാവ രാഗ താള ലയമുണ്ടായിരുന്നു. സൗന്ദര്യാത്മകവശങ്ങൾ ഉൾക്കൊള്ളുന്ന നല്ല കുടിയൻമാരുടെ മത്സരങ്ങൾപോലും ഇവിടെ നടക്കാറുണ്ട്. സ്വതന്ത്രമായി രുചിക്കുവാനായി സജ്ജീകരിച്ച ഇരിപ്പിടങ്ങൾ ചില സ്ഥാപനങ്ങൾ വിജയികൾക്ക് സമ്മാനമായി നൽകാറുമുണ്ടത്രെ. ഗുണനിലവാരം മാനസിക ശാരീരികാവസ്ഥകളെ പ്രതികൂലമായി ബാധിക്കുന്നതിനാൽ നിർമ്മാണ നിലവാരം വിലയിരുത്തപ്പെടുന്നുണ്ട്. വിൻസ്റ്റൺ ചർച്ചിൽ ഒരിക്കൽ പറഞ്ഞു The water was not fit to drink. to make it palatable, we had to add whisky. By diligent effort, I learned to like it.

നിക്കോളോ സ്റ്റാർജിയൻ

എഡിൻബർഗിലെ തെരുവുകൾ സുഖകരവും നയനാനന്ദകരവുമായ കാഴ്ചകളാണ് നൽകിയിരുന്നത്. തണുപ്പിലെ ചൂടുകാപ്പിപോലെ അത് രുചികരവും ആനന്ദകരവുമായിരുന്നു. അലക്ഷ്യമായി വലിച്ചെറിഞ്ഞതോ ഉപേക്ഷിക്കപ്പെട്ട വസ്തുക്കളോ ശ്രദ്ധയിൽ പെട്ടില്ലെന്ന് മാത്രമല്ല സിഗരറ്റ് കുറ്റികൾ ഇടാനുള്ള വലിയ ആഷ് ട്രേകളുടെ സമീപത്തുനിന്നാണ് കൂടുതൽ ആൾക്കാരും പുകവലിക്കുക പോലും ചെയ്തിരുന്നത്. കാപ്പി കപ്പുകളോ മറ്റ് മാലിന്യങ്ങളോ നിക്ഷേപിക്കുവാൻ ധാരാളം ബിന്നുകൾ ഏർപ്പെടുത്തിയിരുന്നത് വളരെ ഉപയോഗപ്രദമാണ്. ദിവസവും രണ്ടുനേരം ഇത്തരം ബിന്നുകളിൽനിന്നും മാലിന്യം ശേഖരിക്കാനായി ആധുനിക സൗകര്യങ്ങളോടു കൂടിയ വാഹനങ്ങൾ വന്ന് പോകുന്നുണ്ടായിരുന്നു.

പൗരബോധവും വൃത്തിബോധവും ഒരു ശീലമായി മാറിയിരിക്കുകയാണ് ഇവിടെ. ഇത്തരം രീതികളെ അംഗീകരിക്കുവാൻ കുറച്ചൊന്നുമല്ല ബുദ്ധിമുട്ടിയത്. നമ്മുടെ വിനോദ കേന്ദ്രങ്ങളെല്ലാം അലക്ഷ്യമായി വലിച്ചെറിയപ്പെട്ട കപ്പുകളുടെ കൂമ്പാരങ്ങളായി മാറിയിരിക്കുന്നു. കാടുകളും പാറക്കെട്ടുകളുമെല്ലാം

നഗരത്തിന്റെ മാലിന്യങ്ങളെ പേറാൻ വിധിക്കപ്പെട്ടു കഴിഞ്ഞു. മൂക്കുപൊത്താതെ നടക്കാൻ പറ്റാത്ത അവസ്ഥ പോലും പല സ്ഥലങ്ങളിലുമായി കഴിഞ്ഞിരിക്കുന്നു. കാലക്രമേണ എല്ലാം സൗന്ദര്യവും നഷ്ടപ്പെട്ട പ്രകൃതിയെ ആരുടെ സ്വന്തം നാടെന്നാണ് വിളിക്കേണ്ടിവരിക.

സിഗ്നൽ അനുസരിച്ച് വാഹനം ഓടിക്കുക, ക്യൂ പാലിക്കുക, മറ്റുള്ളവരുടെ സ്വാഭാവിക ചലനങ്ങളെ തടയാതിരിക്കുക തുടങ്ങിയവയൊക്കെ സംസ്കാരത്തിന്റെ ഭാഗമായി തീർന്നതിൽ നിയമങ്ങൾക്കും വിദ്യാഭ്യാസരീതിക്കും പ്രധാന പങ്കുണ്ടെന്ന് തീർച്ചയാണ്. ദൈനംദിന ഭരണകാര്യങ്ങളിൽ രാഷ്ട്രീയക്കാരുടെ അതിപ്രസരം ഇല്ലെന്നത് പൗരബോധം നടപ്പിലാകാൻ പ്രേരണ നല്കുന്ന പ്രധാന ഘടകം. സുന്ദരമായ നഗരം മുഴുവനും കാഴ്ചകൾ തേടിയ കാലറിയാത്ത ഓട്ടത്തിലായിരുന്നു. അങ്ങനെ എത്തിച്ചേർന്നത് നഗരത്തിന്റെ തിരക്ക് ദൃശ്യമാകാത്ത ഒരു ഉദ്യാനത്തിലേക്കായിരുന്നു. വാഹനബാഹുല്യം കുറവുമായതിനാൽ സ്വതന്ത്രമായി ഇറങ്ങിനടക്കുന്നതിന് തടസ്സമില്ലാത്ത പഴയ എഡിൻബർഗ്.

വശങ്ങളിലുള്ള മരങ്ങൾ ഇലകളും പൂക്കളുമൊക്കെ പൊഴിച്ച് മനോഹരമാക്കിയിരിക്കുകയാണ് നടപ്പാതകൾ. ഇളം കാറ്റിലാടുന്ന മരച്ചില്ലകളിൽ ചെറുപക്ഷികൾ കൂടുകൂട്ടിയിട്ടുണ്ടെന്ന് തോന്നുന്നു. അവരുടെ കൊഞ്ചികുഴയലിൽ പ്രായാധിക്യമേറ്റ ഇതളുകൾ അടർന്നു വീഴുന്നുണ്ടായിരുന്നു. മഞ്ഞപ്പൂക്കൾ നിറഞ്ഞ ക്യാൻവാസിൽ ഇടയ്ക്കിടെ വയലറ്റും ചുവന്ന പൂക്കളും വീഴുന്നത് ചിത്രകാരന്റെ ബ്രഷിൽനിന്നും ഇറ്റുവീഴുന്ന നിറക്കൂട്ടുംപോലെ പാതയോരങ്ങളെ കൂടുതൽ സുന്ദരമാക്കി. അതിമനോഹരമായ വിവിധയിനം പൂക്കളാൽ നിറഞ്ഞു തുടങ്ങിയ ഷാർലറ്റ് സ്ക്വയർ ഉദ്യാനം വസന്തത്തിന് കൂടുകൂട്ടുന്ന തിരക്കിലാണെന്ന് തോന്നുന്നു.

തിരക്ക് തീരെ കുറഞ്ഞഭാഗത്ത് എത്തിയപ്പോൾ കുറച്ച് ദൂരേയ്ക്ക് എബിൻ കൈ ചൂണ്ടി. പഴയ സുന്ദരമായ കെട്ടിടങ്ങൾ കരിങ്കല്ലുകൾ ഉപയോഗിച്ച് നിർമ്മിച്ചതാവും. എല്ലാ ഭാഗങ്ങളും ഒരേപോലെ തോന്നുന്ന കെട്ടിടങ്ങളിൽ ചിലതല്ലാതെ എടുത്തുപറയാൻ മാത്രമുള്ള മറ്റു പ്രത്യേക ഒന്നും കണ്ടില്ല. തെരുവിൽനിന്ന് ഏതാനും നടക്കല്ലുകൾ കയറി വീട്ടിലേയ്ക്ക് പ്രവേശിക്കുന്ന ധാരാളം വീടുകൾ കാണാം. അക്കൂട്ടത്തിലൊന്ന് മന്ത്രി മന്ദിരമാണെന്നറിഞ്ഞപ്പോൾ ചെറുതായി ഒന്ന് ഞെട്ടി.

മന്ത്രി എന്ന് കേട്ടപ്പഴേ ഒരു അങ്കലാപ്പായി മനസ്സിൽ. നമ്മുടെ ജനാധിപത്യ സംവിധാനങ്ങൾ അങ്ങനെയുള്ള അങ്കലാപ്പുകൾ മാത്രമാണല്ലോ പൗരൻമാരുടെ മനസ്സിൽ സൃഷ്ടിച്ചിരിക്കുന്നത്. സ്വതന്ത്രമായ നടത്തത്തിന് തടസ്സം സൃഷ്ടിക്കുന്ന പോലീസ് പരിശോധനയും മറ്റുമായിരുന്നു മനസ്സിൽ. നിറയെ ആയുധധാരികളായ കമാന്റോസ്, രഹസ്യ പോലീസുകാർ, പിക്കറ്റ്ഗേറ്റ്, കവചിത വാഹനങ്ങൾ എല്ലാം ആലോചിച്ച് ഒന്നു വിഷണ്ണനായി എന്ന് പറയാം. കുറഞ്ഞപക്ഷം ഒരു പീരങ്കിയെങ്കിലും ഉണ്ടാകണം. ലോകത്തെ വലിയ സമ്പന്നരാജ്യങ്ങളിൽ പ്രധാനിയും ഒരു കാലത്ത് ഏഷ്യ, യൂറോപ്പ് നിയന്ത്രിച്ചിരുന്ന ശക്തിയുമാകുമ്പോൾ ആ രാജ്യത്തിന്റെ മന്ത്രിയുടെ ആടയാഭരണങ്ങൾ ഇങ്ങനെയൊക്കെ തന്നെയാണല്ലോ വേണ്ടത്. ബ്രിട്ടീഷ് പൗരനായ ഈ ചെറിയ പയ്യന് മന്ത്രി എന്നാൽ എന്താണെന്ന് അറിയില്ലെന്ന് തോന്നുന്നു. സംശയ നിവൃത്തിക്കായി ഇതു തന്നെയാണോ സ്ഥലമെന്ന് ഇടയ്ക്കിടെ ഞാൻ ചോദിക്കുന്നുണ്ടായിരുന്നു. എന്നാൽ ചുറ്റും വിജനമായ തെരുവുകളിലെ കാൽനടക്കാരായ ചില ഏകാംകികൾ എന്റെ ആശങ്കയെ അസ്ഥാനത്താക്കി.

പഴയ നിരവധി കൊട്ടാരങ്ങൾ ചേർന്ന് യുനസ്കോയുടെ പൈതൃക പട്ടികയിൽ സ്ഥാനം പിടിച്ച പ്രശസ്തമായ ബ്യൂട്ട്ഹൗസ് സ്ഥിതി ചെയ്യുന്ന സ്ഥലമാണിത്. ഷാർലറ്റ് സ്ക്വയറിലെ ഫസ്റ്റ് മിനിസ്റ്റർ ഓഫ് സ്കോട്ട്ലാന്റിന്റെ ഔദ്യോഗിക വസതിയായ ബ്യൂട്ട് ഹൗസിന്റെ ഒതുക്കുകല്ലിൽമേലാണ് നടന്നു ക്ഷീണിച്ച ഞാൻ കുത്തിയിരിക്കുന്നതെന്ന് അതിശയത്തോടെ തിരിച്ചറിഞ്ഞു.

പത്തൊൻപതാം നൂറ്റാണ്ടിൽ ബ്യൂട്ട് ഹൗസിന്റെ ഉടമസ്ഥാവകാശം നാഷണൽ ട്രസ്റ്റ് ഫോർ സ്കോട്ട്ലാൻഡിന് ലഭിക്കുകയും പിന്നീട് സർക്കാർ വാടകക്കെടുക്കുകയും അന്നത്തെ ഗവൺമെന്റ് സെക്രട്ടറിയുടെ ഔദ്യോഗിക വസതിയായി ഉപയോഗിച്ച് വരുകയുമായിരുന്നു. ഒരു നൂറ്റാണ്ടിലധികം പഴക്കം തോന്നുന്ന കെട്ടിടങ്ങളെല്ലാം നല്ലൊരു വാസ്തുശില്പിയുടെ കലാവിരുത് എടുത്തുകാണിക്കുന്നുണ്ട്.

പുതിയ നിർമ്മാണപ്രവൃർത്തികളോ പഴയ പൈതൃകങ്ങൾ തകർക്കുന്ന നിയമ ലംഘനങ്ങളോ മോടിപിടിപ്പിക്കൽ ചടങ്ങുകളോ ഒന്നുമില്ലാതെ തന്നെ മനോഹരമായിട്ടുണ്ടത്. ചുറ്റൻ മതിലുകളും മുള്ളുവേലികളുമില്ലാത്ത മന്ത്രിമന്ദിരം സ്വപ്നങ്ങളിൽ മാത്രമല്ലെന്ന സത്യത്തിന്റെ വിസ്ഫോടനം ചുറ്റും പ്രകാശമാനമാക്കി.

സ്കോട്ട്ലാൻഡിൽ നിന്നുള്ള മന്ത്രിയായ നിക്കോള സ്റ്റർജിയോനാണ് ഇവിടെ താമസം. സ്കോട്ടിഷ് നാഷണൽ പാർട്ടിയുടെ പ്രതിനിധിയായി തെരഞ്ഞെടുപ്പിൽ വിജയിച്ച ഇവർ സ്കോട്ട്ലാൻഡിന്റെ ആദ്യത്തെ വനിതാമന്ത്രി എന്നനിലയിലും പ്രശസ്തയാണ്. സ്കോട്ട്ലാൻഡിന് ആകെയുള്ള ഒരു മന്ത്രി, ഫസ്റ്റ് മിനിസ്റ്ററെ സന്ദർശിക്കാൻ കുറച്ച് ദിവസം മുമ്പ് ബ്രിട്ടീഷ് പ്രധാനമന്ത്രി ബോറീസ്ജോൺസൺ ഇവിടെ വന്നിരുന്നു. ആളും ആരവവുമില്ലാത്ത, അനുചരവൃന്ദവും ശ്രുപാർശക്കാരുമില്ലാത്ത നിശ്ശബ്ദമായ മന്ത്രിമന്ദിരത്തിന്റെ മുന്നിൽ സ്ഥാപിച്ച വിളക്കുകാലിൽ ചാരി നിൽക്കുമ്പോൾ എബിൻ ചില ഫോട്ടോകൾ എടുക്കുന്നുണ്ടായിരുന്നു.

മന്ത്രിമാരും എം. പി. മാരുമെല്ലാം വ്യത്യസ്തരാകുന്നത് അവരുടെ പ്രവൃത്തിയിൽ നിന്നുമാണ്. അവരെ കാണുമ്പോൾ ഭയഭക്തിയോടെ ഓച്ചാനിച്ച് നില്ക്കുന്ന രീതികളൊക്കെ മാറേണ്ട കാലം അതിക്രമിച്ച് കഴിഞ്ഞിരിക്കുന്നു എന്ന് ഇവരുടെ രീതികൾ കാണിച്ചുതരുന്നു. നേതാക്കൾ പലരും സൈക്കിളിൽ യാത്രചെയ്യുകയും കാറുകളിൽ സ്വന്തമായി ഇന്ധനം നിറയ്ക്കുകയും ചെയ്യുന്നത് സാധാരണമാണ്. എന്നാൽ ഇവരെ നേരിൽകാണാൻ കഴിഞ്ഞില്ലെന്നത് ഒരു നഷ്ടമായി തോന്നുന്നുണ്ട്. സെന്റ് ജോൺസ് പാർക്കിൽ പ്രഭാത സവാരിക്കിറങ്ങിയ ബ്രിട്ടീഷ് പ്രധാനമന്ത്രിയെ തടഞ്ഞ് നിർത്തി വഴിപോക്കൻ വിമർശിച്ചത് ഈ അടുത്ത കാലത്ത് ലോകവാർത്തയായിരുന്നത് ഓർക്കുമല്ലോ. ജനാധിപത്യത്തിന്റെ വിപുലമായ അർത്ഥതലങ്ങളിലേയ്ക്ക് വ്യക്തിശ്രദ്ധപതിയേണ്ട സമയമതിക്രമിച്ചിരിക്കുന്നു എന്നാണിതു കാണിക്കുന്നത്. ഇലക്ഷനിൽ വാഗ്ദാനങ്ങളും ചിരിയുമായി നമ്മെ സമീപിക്കുന്നവർ പിന്നീട് കടന്നുപോകുന്നത് കവചിതവാഹനങ്ങളുടേയും അംഗരക്ഷകരുടേയും അകമ്പടിയോടെയാണല്ലോ! ജനങ്ങൾ

പരസ്പരം സംശയിക്കുകയും മുഴുവൻ ആൾക്കാരെയും ഭരണകൂടവും അതിന്റെ അനുചരവൃന്ദവും സംശയിക്കുകയും ചെയ്യുന്ന സാഹചര്യത്തിൽ നിന്നുവന്നതിനാൽ ഇങ്ങനെയല്ലാതെ എങ്ങനെയാണ് ചിന്തിക്കാൻ കഴിയുക?

നഗരങ്ങളിൽനിന്നും നഗരങ്ങളിലേയ്ക്ക് കെട്ടിടങ്ങളുടെ ചാരുത മാത്രം കണ്ണിലാവാഹിച്ച യാത്രചെയ്താൽ ആ രാജ്യത്തിന്റെ ആത്മാവിനെ തൊട്ടറിയാനാവില്ല. ഗ്രാമങ്ങളിലേക്ക് പോകുക എന്ന കൃത്യമായ ഉദ്ദേശ്യത്തോടെയൊന്നുമല്ല ഇറങ്ങിയിരിക്കുന്നതെങ്കിലും അവിടെയാണ് ഒരു നാടിന്റെ ജീവനും തുടിപ്പുമുണ്ടാകുക. അവരുടെ ജീവിതസ്പന്ദനങ്ങൾ മനസ്സിലാക്കണമെങ്കിൽ നാട്ടിൻ പുറത്തുകാരനായി മാറണം. ബാംഗ്ലൂർ നഗരം കണ്ടിട്ട് കർണാടക സംസ്ഥാനത്തെയും ഡൽഹി കണ്ടിട്ട് ഇന്ത്യയെയും വിലയിരുത്തിയാൽ എന്തായിരിക്കും അവസ്ഥ. അർധ നഗ്നരും അർധ പട്ടിണിക്കാരുമുൾപ്പെടുന്ന ഭാഗത്തെ വിഛേദിക്കുവാൻ കണ്ണുകൾക്കായേക്കും സത്യത്തെ മറയ്ക്കാനാവില്ലല്ലോ? നാടിനായി അന്നം സൃഷ്ടിക്കുന്നവരുടെ ആത്മാവിലേയ്ക്കാകണം അടുത്ത സഞ്ചാരം.

കൃഷി ഒരു പ്രധാന വരുമാനമാർഗ്ഗംതന്നെ. കാലിയായ സ്ഥലങ്ങൾ കുറവായിരുന്നെങ്കിലും തൊപ്പിയുംവെച്ച് പാടത്ത് കിളയ്ക്കുന്ന അർദ്ധനഗ്നരായ കർഷകരെ കാണാൻ കഴിയാത്തതിൽ ഭയക്കേണ്ടതില്ല. ബ്രിട്ടീഷുകാരുടെ കാർഷികമേഖല മുഴുവൻ യന്ത്രങ്ങൾ കൈയടക്കിക്കഴിഞ്ഞു. ട്രാക്ടറിനൊപ്പം കൊയ്ത്തും മെതിയും ഉൾപ്പെടെയുള്ള എല്ലാകാര്യങ്ങളും നടത്തുന്നത് യന്ത്രങ്ങളായിരുന്നു. ബാർലി കൃഷിതോട്ടങ്ങൾ വിളവെടുപ്പിന് ശേഷം അടുത്ത കൃഷിക്ക് വേണ്ടി പാകപ്പെടുത്തുന്ന തിരക്കിലായിരുന്നു പലരും. ബ്രിട്ടന്റെ മൊത്തം ഭൂപ്രദേശത്തിൽ 25%വും കൃഷിക്ക് ഉപയോഗപ്പെടുത്തിയിരിക്കുന്നു എന്ന് മാത്രമല്ല കൊയ്ത്ത്, മെതിയന്ത്രത്തിൽനിന്നും പുറത്തുവരുന്ന വൈക്കോലുകൾ ഒരു ട്രാക്ടർ ടയർപോലെ തോന്നിപ്പിക്കുന്ന തരത്തിൽ പ്രത്യേക സംവിധാനത്തിലൂടെ കെട്ടി അടുക്കിവെച്ചിട്ടുണ്ട്.

നാനാതരം രോഗങ്ങളുടെ വ്യാപനം കാർഷിക മേഖലയിൽ കീടനാശിനികളുടെ പ്രയോഗത്തിൽ നിന്നാണ്. 30 വർഷം മുൻപ് ഒരു ക്യാൻസർ ആശുപത്രി പോലുമില്ലാതിരുന്ന നാടുകളിൽ ധാരാളമായി ക്യാൻസർ വാർഡുകൾ ഉണ്ടായി വന്നത് വികസനമാണെന്ന് വിശ്വസിക്കാൻ ഇത്തിരി ബുദ്ധിമുട്ടായിരിക്കും. ഭക്ഷണം ഔഷധമായി മാറണമെങ്കിൽ വിഷങ്ങളുടെ ഉപയോഗം കുറയ്ക്കാതെ സാധ്യമാവില്ലെന്നു തോന്നുന്നു. പക്ഷേ നല്ല വിളവ് ലഭ്യമാക്കുവാൻ കഴിയുന്നില്ലെന്നതാണ് എല്ലാ കാലത്തും കർഷകന് നേരിടുന്ന

ഭീഷണി. ദാരിദ്ര്യത്തിലാവുന്ന കർഷകർ ജീവനവസാനിപ്പിക്കു വാനുള്ള മരങ്ങളും അപ്രത്യക്ഷമായി തുടങ്ങിയിരിക്കുകയാണിന്ന്. കർഷകരെ സഹായിക്കുവാൻ പ്രതിജ്ഞാബദ്ധമായ സർക്കാരുകൾ കൃഷിക്കാർക്ക് സബ്സിഡി ആനുകൂല്യങ്ങൾ നൽകുന്നതിൽ വികസിത രാജ്യങ്ങൾ മുൻപന്തിയിലാണ്.

ഭക്ഷ്യവസ്തുക്കൾ ഉത്പാദിപ്പിക്കാതെ എങ്ങനെയാണ് ഒരു സമൂഹത്തിന് അതിജീവനം സാദ്ധ്യമാവുക? കാലാവസ്ഥയ്ക്കനുസൃതമായ കൃഷിരീതീകൾ അനുവർത്തിക്കുകയും സമ്പൂർണ്ണയന്ത്രവൽക്കരണം കൊണ്ടും മാത്രമേ കാർഷികമേഖല സൃഷ്ടിപരമാകുകയുള്ളൂ. 8 ലക്ഷം ഹെക്ടർ കൃഷിസ്ഥലം വെറും 2. 5 ലക്ഷംഹെക്ടറായി മാറുമ്പോൾ ഭക്ഷ്യോത്പന്നങ്ങൾക്ക് മറുനാടിനെ ആശ്രയിക്കുകയും വെള്ള പ്പൊക്കവും കെടുതികളും സമ്പാദ്യമായി മാറുകയുംചെയ്യുന്ന കാർഷി കമേഖലയാണ് നമുക്ക് സ്വന്തമായുള്ളത് എന്നത് അത്രവലിയ കാര്യമൊന്നുമല്ലല്ലോ.

സിറ്റി ഓഫ് തൗസന്റ് ട്രേഡേഴ്സ്

ഉറക്കം കണ്ണുകളിൽ ഇഴചേർത്ത് സുന്ദര സ്വപ്നങ്ങൾ നെയ്തുകൂട്ടുമ്പോൾ ഫോണിൽ നിന്നൊരു നേർത്ത ശബ്ദം താരാട്ടുപോലെ സിരകളെ തഴുകിയെത്തി.

ആലസ്യത്തോടെ കണ്ണുകൾ ചിമ്മി ഉറക്കുമ്പോൾ സ്കോട്ടിഷ് അനുഭൂതികളുടെ അവസാന രാവിന്റെ തണുപ്പ് ചില്ലുകൂടിനു പുറത്ത് കാത്തു നില്ക്കുന്നുണ്ടായിരുന്നു. എഡിൻബർഗിലെ മോർഡൻ വെയിലിൽ ഡെയ്സിയുടെ വീട്ടിലെ അവസാന മണിക്കൂറുകളിലേയ്ക്ക് കടന്നിരിക്കുകയാണ്. എവിടെ നിന്നോ അരിച്ചെത്തുന്ന നേർത്ത തെരുവിളക്കിന്റെ പ്രകാശം മാറിക്കിടന്ന ജാലകമറയുടെ ഇടയിലൂടെ അകത്തേയ്ക്ക് വരുന്നുണ്ട്. താളാത്മകമായ മഞ്ഞുവീഴ്ച കാറ്റിൽ പറക്കുന്ന അപ്പൂപ്പൻതാടിപോലെ ജനൽച്ചില്ലിൽ വന്ന് മുട്ടുന്നുണ്ടായിരുന്നു.

രാക്കിളിപ്പാട്ടുകൾ വിഷയീഭവിക്കാത്ത തണുത്ത രാത്രിയുടെ നിശ്ശബ്ദതയിൽ അപ്രതീക്ഷിതമായെത്തിയ ഫെയ്സ് ബുക്ക് മെസ്സൻജർ സന്ദേശം മനസ്സിനെ ഒന്ന് ഉത്തേജിപ്പിച്ചു. അത് കൊടിയ തണുപ്പിലെ ചൂട് കാറ്റ്പോലെ വീണ്ടും സുഖസുഷുപ്തിയിലേയ്ക്ക് എന്നെ വരിഞ്ഞുമുറുക്കി. ഉഷ്ണപ്പുകച്ചിലിനിടയിലെ കുളിർക്കാറ്റായും മരുഭൂമിയിലെ മരുപ്പച്ചയായും വിവിധ ഭാവങ്ങളിൽ മനസ്സിലേയ്ക്ക് അത് പെയ്തിറങ്ങി.

എവിടെ നിന്നോ നീണ്ടു വന്ന നിനച്ചിരിക്കാത്ത അജ്ഞാതമായ സഹായഹസ്തത്തിന് ഒരു കുളിരാർന്ന സുഖവുമുണ്ട്. സഹജീവികളുടെ സന്തോഷമാണ് മനുഷ്യന്റെ സഹജവാസന എന്നതിനാൽ

അപ്രതീക്ഷിതമായ നല്ലവാക്കുകളും പരിഗണനയും തലോടലുമെല്ലാം മനസ്സിന്റെ അകത്തട്ടിൽ മായാതെ കിടക്കും. ലണ്ടൻ മഹാനഗരത്തിൽ മറഞ്ഞിരുന്ന ആ അജ്ഞാത സുഹൃത്ത് ആരായിരിക്കും.

ആകാംക്ഷയോടെ എഫ്. ബിയിൽ മുഖമൊന്ന് പരതിയെങ്കിലും മൂടുപടം നീക്കി പുറത്തേക്കുവരാൻ മടിയുള്ളയാളാണെന്ന് മാത്രം വ്യക്തമായി. എഫ്. ബി അപ്പ്ഡേറ്റ്സ് കണ്ടിട്ടാകാം ആവശ്യമുണ്ടെങ്കിൽ വിളിക്കുവാനായി ഫോൺനമ്പർ തന്നത്. ലണ്ടനിലെത്തിയാൽ എന്താവശ്യം വന്നാലും മടിക്കാതെ വിളിച്ചോളൂ എന്ന വാക്ക് വെറും ഔപചാരികമായിരുന്നില്ല. ഈ മുഖപുസ്തകത്തിന് ചില നല്ല കാര്യങ്ങൾ നിനച്ചിരിക്കാതെ കൊടുക്കാനും വാങ്ങാനുമൊക്കെ കഴിയുമെന്ന് ബോധ്യമായി. വെറുതെ ഒന്ന് ചിരിക്കാനോ മന്ദഹസിക്കാനോ പലപ്പോഴും പലരും മടിച്ചു നില്ക്കാറുള്ളത് ഒരു മനോഭാവമാണ്. വാക്കും നോക്കും സന്ദേശവുമൊക്കെ മറ്റുള്ളവന്റെ മനസ്സിനെ തൊട്ടുണർത്തുന്ന ഉൻമേഷമാണ് സൃഷ്ടിക്കുകയെന്ന് മനസ്സിലാക്കുവാൻ പരാജയപ്പെട്ടവർ.

തിരിച്ചുകിട്ടലുകളുടെ പ്രതീക്ഷകളില്ലാത്ത ആ സന്ദേശം മനസ്സിനെ അത്രകണ്ട് തരളിതമാക്കിയിരുന്നു. ഈ കുറിപ്പുകൾ പുസ്തകമായി അദ്ദേഹത്തിന്റെ കൈകളിൽ എത്തിച്ചേരുമെന്ന പ്രതീക്ഷയൊന്നുമില്ലെങ്കിലും എപ്പോഴെങ്കിലും ഈവരികളിലൂടെ ഒന്നു കണ്ണോടിക്കുവാൻ കഴിഞ്ഞെങ്കിൽ മനസ്സടക്കുമെന്ന് തീർച്ചയാണ്. സമ്പന്നതയുടെ വിശാല ഭൂമികയിൽ ആരൊക്കയോ എന്റെ ചലനങ്ങൾ നിരീക്ഷിക്കുന്നത് ആശ്വാസത്തിന്റെ കുളിർ തെന്നലായി എന്നിലേയ്ക്ക് ഒഴുകി എത്തി.

ചില സൗഹൃദങ്ങൾ അറിയപ്പെടാൻ ആഗ്രഹിക്കാത്ത രഹസ്യങ്ങളാണ്. ഇനിയാസന്ദേശം ഓർമ്മയായിരിക്കും. ആദ്യമായി ലഭിച്ച സമ്മാനംപോലെ, അംഗീകാരംപോലെ എന്നെന്നും നെഞ്ചോടു ചേർക്കുന്ന ഓരോർമ്മ.

സ്കോട്ട്ലാൻഡിനോടും എഡിൻബർഗിനോടുമെല്ലാം വിടപറയുകയാണിന്ന്. ജോൺ കീറ്റ്സിന്റെ ആ കവിതയിലെ വരികൾ വീണ്ടും നാവിൻ തുമ്പിലേയ്ക്ക് ഒഴുകി വരുന്നുണ്ടായിരുന്നു... ദേർ വാസ് എ നോട്ടീ ബോയ്... ആർതർ സീറ്റ് മലനിരകളും ഫോർട്ടും, ഹോളിറൂഡ്കാസിലും, ആർട്ട് ഗാലറിയും, സ്കോട്ട്ലാൻഡ് പാർലമെൻറും, ബ്യൂട്ട് ഹൗസും ഫോർട്ട് വില്യവും ജാക്കോബൈറ്റ് ട്രെയിനുമെല്ലാം ചിലസുന്ദരമായ ഓർമ്മകളായി മാറുകയായിരുന്നു... ഹീ റാൻ എവേ ഫ്രം സ്കോട്ട്ലാൻഡ്...

ഭൂപഭാവങ്ങളിലെ സ്വാഭാവിക വ്യതിയാനങ്ങൾ മാത്രം സൃഷ്ടിച്ച സൗഹൃദത്തിനിടയിലൂടെ പിൻ നടത്തങ്ങളുടെ അവസാന സന്ധ്യയും കടന്ന് പോകുകയാണ്. മുഖത്തോട്ടുമുഖം നോക്കാത്ത കുട്ടിക്കാലത്തിന്റെ വിമ്മിഷ്ട്ട സങ്കോചങ്ങൾ അപ്രത്യക്ഷമായ സൗഹൃദ സായാഹ്നം അസ്തമയ സൂര്യനെപ്പോലെ ചുവന്നു കഴിഞ്ഞു. ഇപ്പോൾ ആദ്യാഭിവാദ്യങ്ങളുടെ നിമിഷത്തിന് മൂന്ന് പതിറ്റാണ്ടിന്റെ പഴക്കം തീർന്നിരിക്കുന്നു, ഒപ്പം കാതം പതിനായിരത്തിന്റെ ദൈർഘ്യവും.

കനംതൂങ്ങിയ മഞ്ഞുപാളികളിൽ തിളങ്ങുന്ന ഒരു റാന്തൽ പുതിയ സന്ധ്യകളുടെ കാഴ്ചകളിലേയ്ക്ക് കണ്ണുകളെ ക്ഷണിക്കുന്നുണ്ടെങ്കിലും പുറത്ത് സ്കോട്ടിഷ് തണുപ്പ് വിരിച്ച നിശ്ശബ്ദത പുതിയ കാഴ്ചകളുടെ സ്വപ്നങ്ങളിലേയ്ക്ക് കണ്ണുകളെ കൂട്ടി കഴിഞ്ഞിരിക്കുന്നു.

നേരത്തെ ഉണർന്ന് യാത്രയ്ക്കുള്ള സാമഗ്രികൾ തയ്യാറാക്കിവെച്ചിരുന്നു ഡെയ്സി. എഡിൻബർഗിൽനിന്നും ബസ്സിൽ ലണ്ടനിലേക്കുള്ള യാത്ര 460 മൈലോളം വരും. പ്രധാന നിരത്തായ മോട്ടോർവേ എം. 6, എ. 74 തുടങ്ങിയവയിലൂടെയാണ് യാത്ര. അവിടെ എല്ലാ അളവുകളും രേഖപ്പെടുത്തിയിരുന്നത് മൈൽ, യാർഡ് തോതിലായിരുന്നു. സ്കോട്ട്ലാൻഡിൽനിന്നും ലണ്ടനിലേയ്ക്കുള്ള നാലര മണിക്കൂർ ട്രെയിൻ യാത്ര മനോഹരമാണെന്ന് കേട്ടെങ്കിലും ബസ് യാത്ര തന്നെയാണ് നാടുകാണുവാൻ നന്നാകുക. ഗ്ലാസ്ഹോ കാൾലിസി, പെൻരിത്ത്, ബർമിങ്ങ്ഹാം, ഓക്സ്ഫോർഡ്, റിങ്ങ് വുഡ് തുടങ്ങിയ സ്ഥലങ്ങളിലൂടെ രാവിലെ 6. 35 ന് പുറപ്പെട്ട് വൈകിട്ട് 7. 35 ന് ലണ്ടൻ വിക്ടോറിയയിൽ എത്തുന്ന രീതിയിലാണ് ടിക്കറ്റ് തയ്യാറാക്കിയത്.

സൈഡ്സീറ്റ് പിടിക്കാനൊന്നും തിരക്കുകൂട്ടുന്ന ഏർപ്പാടൊന്നും ഇല്ലെന്നു തോന്നുന്നു. എന്തായാലും രണ്ടാം നിരയിൽ തന്നെ ആഗ്രഹപ്രകാരം ഇരിപ്പിടം ലഭ്യമായി. നിശ്ചിത സമയത്തിനുള്ളിൽ തിരിച്ചുപോകുക നിർണ്ണയിക്കപ്പെടുന്ന യാത്രയിൽ കണ്ടുതീരാത്ത മനോഹരദൃശ്യങ്ങളുടെ മായാത്ത ഓർമ്മകളുടെ കൂട്ടുമായാണ് വിടപറയുന്നത്. പുതിയ കാഴ്ചയുടെ വാതായനങ്ങൾ തുറന്നു കഴിഞ്ഞു.

നാഷണൽ എക്സ്പ്രസിലെ ഡ്രൈവർ സായിപ്പിന്റെ പുഞ്ചിരി നല്ല കാഴ്ചകളുടെ സുഖ യാത്രയ്ക്കായുള്ള ആശംസപോലെ തോന്നി. ദീർഘയാത്രയുടെ കാഴ്ചകൾക്ക് നിറം ചാർത്താൻ ഒരു പകൽ തയ്യാറെടുക്കുകയാണ്. ചക്രങ്ങൾ തിരിയുമ്പോൾ ചായം മുക്കിയ തുവലിൽനിന്നും മനസ്സിന്റെ ഭിത്തിയിൽ വീണ വരകൾ ചിത്രങ്ങളാകാൻ തുടങ്ങി.

പുതുമനിറഞ്ഞ രാപകലുകൾ ഒരു ഇളം കാറ്റായി തഴുകി കടന്നു പോയി. ഒരുവട്ടംകൂടി തിരിച്ചുപോകണമെന്ന് ആഗ്രഹിച്ചുകൊണ്ട് സ്കോട്ടിഷ് ദിനരാത്രങ്ങൾ സുന്ദരമാക്കിയ എഡിൻബർഗ്ഗിലെ സുഹൃത്തുക്കൾക്ക് വിട നല്കുമ്പോൾ നനവു പടർന്ന കണ്ണാടിച്ചില്ലുക ളിലെ മഞ്ഞുകണികകൾ പതുക്കെ തുടച്ച് പുറത്തേയ്ക്ക് നോക്കി. ദൂരെ എഡിൻബർഗ് കോട്ടയുടെ മിനാരങ്ങൾ അപ്പോഴും മഞ്ഞിൽ മൂടി കിടക്കുകയായിരുന്നു.

നാഷണൽ എക്സ്പ്രസ് ബ്രിട്ടനിലെ പ്രധാന വാഹനഗതാഗത കമ്പനിയാണ്. ഓൺലൈനായി ടിക്കറ്റുകൾ ബുക്ക് ചെയ്യാവുന്ന സൗകര്യം യാത്രക്കാർക്ക് വളരെയേറെ പ്രയോജനപ്രദമാണ്. ബസ് യാത്ര ബുദ്ധിമുട്ടായിരുന്നെങ്കിലും എഡിൻബർഗ് മുതൽ ലണ്ടൻ വരെയുള്ള യാത്ര ബസിൽത്തന്നെ പകൽവേണമെന്ന് വാശിപിടിക്കു ന്നതുപോലെ അവർക്ക് തോന്നിയിട്ടുണ്ടാകും. മനസ്സിനെ വായിക്കാൻ കഴിഞ്ഞപോലെ പതിനൊന്ന് പൗണ്ട് വിലയിൽ മുൻകൂട്ടി ബുക്ക്ചെ യ്ത ടിക്കറ്റ് റദ്ദാക്കി മുപ്പത്തി രണ്ട് പൗണ്ടിന് സൗകര്യപ്രദമായ ടിക്കറ്റ് തയ്യാറാക്കുകയായിരുന്നു.

ഓരോ മണിക്കൂർ ഇടവിട്ടുള്ള ബസ്സ്റ്റേഷനുകളിൽനിന്നും യാത്ര ക്കാർ ഇറങ്ങുവാനും കയറുവാനുമുണ്ടായിരുന്നു. ഇറക്കത്തിനും കയറ്റ ത്തിനുമെല്ലാം ഒരു ലയവും താളവുമുള്ള യാത്ര, പല സ്ഥലങ്ങളിലും ഡ്രൈവർ ഇറങ്ങിയാണ് യാത്രക്കാരെ കയറ്റിയിരുന്നത്. അയാൾ ഒരു സരസനാണെന്നു തോന്നുന്നു. ദീർഘയാത്രയുടെ കാഠിന്യമോ പിരിമുറുക്കമോ ഒന്നും പ്രകടമാകാത്ത മുഖഭാവത്തിൽ ഒരു മൂളിപ്പാട്ടു മായി തലയാട്ടി ആസ്വദിച്ച് വണ്ടിയോടിക്കുകയാണ്. മൂന്ന് മണിക്കൂർ കഴിയുമ്പോഴേക്കും ചെറിയ വിശപ്പും ദാഹവുമൊക്കെ തോന്നിത്തുട ങ്ങി. അറിയാതെ ഭക്ഷണപൊതിയിലേയ്ക്ക് കൈകൾ പോകുമ്പോൾ

ഒന്നും പാക്ക്ചെയ്യ്ത് തരേണ്ടതില്ലെന്ന് ഡെയ്സിയോട് സ്വൽപം ജാട പറഞ്ഞത് ഓർമ്മയിലേയ്ക്ക് വന്നു. രാവിലെ ഉണർന്ന് എല്ലാം പായ്ക്ക് ചെയ്ത് കവറിലാക്കി തന്നില്ലായിരുന്നെങ്കിൽ പെട്ടു പോയേനെ. മറ്റുള്ളവരെ കൂടുതൽ ബുദ്ധിമുട്ടിക്കരുതെന്നാണ് മനസ്സിൽ വിചാരിച്ച തെന്ന് ഡെയ്സിയും കൂട്ടുകാരും കരുതിയിട്ടുണ്ടാകട്ടെ.

ഉള്ളിൽ ചെറിയ ശങ്ക ഉണർന്നതിനാൽ എങ്ങനെ നേരിടുമെന്ന് വിചാരിച്ച് അച്ചടക്കമുള്ളവനായി പുറത്തെ കാഴ്ചകൾ നോക്കി സമയം തള്ളിനീക്കി. ബസ്സിൽനിന്നും ലഭിച്ച കോച്ച് ഓവർ വ്യൂ ഗൈഡ് കുറെ കാര്യങ്ങൾ വ്യക്തമാക്കി തന്നതോടെ ബസ്സിന്റെ ഏറ്റവും പിറകിലായി ടോയ്ലറ്റ് സൗകര്യമുണ്ടെന്ന് മനസ്സിലായി. നമ്മുടെ ദീർഘദൂര ബസിൽപോലും ഇത്തരം സംവിധാനം ഏർപ്പെടുത്തുന്ന തിനെക്കുറിച്ച് ചിന്തിച്ച് തുടങ്ങിയിട്ടുണ്ടോ എന്ന് സംശയമാണ്. തിരിഞ്ഞും മറിഞ്ഞും രഹസ്യവീക്ഷണം നടത്തിനോക്കിയിട്ടും ആരും എഴുന്നേൽക്കുന്നതായി കണ്ടില്ല. യാത്രയ്ക്ക് തയ്യാറാകുമ്പോൾത്തന്നെ ചിന്തയിലേക്ക് വരുന്നത് ബസ്യാത്രയിലെ ഈ പ്രധാന വെല്ലുവിളി തന്നെയാണ്. ഫ്ളഷ് ചെയ്യുമ്പോൾ വിമാനത്തിലെ അലർച്ചയോടു സാമ്യമുള്ള ഒരു മുരൾച്ചയിൽ പതിഞ്ഞത് ജലസംരക്ഷണത്തെക്കുറി ച്ച് ഭിത്തിയിൽ എഴുതിവെച്ച വാക്യങ്ങളിലേക്കായിരുന്നു.

In ten yrears time,
place like venice
could be under water.
as global citizens we all have resposibility to stop raising
levels-starting here.

ഏതോ ഒരു ഗ്രാമമായിരുന്നു അത്. ചുറ്റും മലനിരകൾ ഞങ്ങൾ ക്ക് സംരക്ഷണകവചമായി വട്ടമിട്ട് നില്ക്കുന്നുണ്ട്. പച്ചപ്പു നിറഞ്ഞ മരങ്ങളുടെ ഇടയിൽ ചില പാറക്കൂട്ടങ്ങൾ അതിഥികളെ കാണാൻ തല ഉയർത്തി നോക്കുന്നതുപോലെ തോന്നും. കാറ്റിൽ കുണുങ്ങുന്ന ഇലകൾക്കിടയിലൂടെ നടന്നുനീങ്ങുന്ന കാട്ടാനക്കൂട്ടം പോലുണ്ട് ആ കാഴ്ചകൾ.

വിശാലമായ മൈതാനിക്ക് ഒരു ബസ് സ്റ്റേഷന്റെ കെട്ടും മട്ടുമൊ ന്നുമില്ല. വണ്ടി നിർത്തി വിളിച്ചുപറഞ്ഞതൊക്കെ ചായവേണ്ടവർക്ക് കുടിക്കാമെന്നാണെന്ന് ഊഹിച്ചുകൊണ്ട് ഞാനും പതുക്കെ പുറത്ത് ചാടി. ചുറ്റുമുള്ള കാഴ്ചകളിലേയ്ക്ക് കണ്ണെറിഞ്ഞ് മറ്റുള്ളവരോടൊപ്പം കുറ ച്ചുനേരം ചുറ്റിത്തിരിഞ്ഞു. അതിരാവിലെയുള്ള കെ. എസ്. ആർ. ടി. സിയിൽ മൈസൂരിലേയ്ക്ക് കയറിയാൽ അടിവാരത്തൊന്നു നിർത്തി കട്ടൻ കുടിക്കുക പതിവാണല്ലോ. പിന്നീട് ഭക്ഷണത്തിനായി

നിർത്തുന്ന ഉണ്ടൽപ്പേട്ടയിലെന്നപോലെ 20 മിനുട്ട് സമയമുള്ള ഒരു താത്ക്കാലിക താവളമായിരുന്നു ഇത്. യാത്രക്കാർക്ക് ഒന്നു നടുനിവർക്കാനായി ഇത്തരം വിശ്രമങ്ങൾ നന്നാകും. വേണ്ടതെല്ലാം രാവിലെ പൊതിഞ്ഞു കൊണ്ടുവന്നിട്ടുള്ളതിനാൽ ഒന്നും ആവശ്യമില്ലായിരുന്നെങ്കിലും പുറത്തെ തണുപ്പാസ്വദിക്കാനായാണ് ഇറങ്ങിനോക്കിയത്. എവിടെയാണെങ്കിലും മനുഷ്യന്റെ അടിസ്ഥാന രീതികൾക്കും ശീലങ്ങൾക്കും യാതൊരു വ്യത്യാസവുമില്ലെന്നതിനാൽ ധൃതിയിലിറങ്ങിയ ഒരാൾ മാറിനിന്ന് ഒരു സിഗരറ്റ് കത്തിച്ച് ആഞ്ഞുവലിക്കുന്നുണ്ടായിരുന്നു.

ഭക്ഷണം കഴിച്ചുകൊണ്ടിരിക്കുമ്പോഴും മറ്റും വണ്ടി വിട്ട് പോകുകയും പിന്നെ പിറകെ ഓടിയ ചരിത്രമൊക്കെ ഓർത്തപ്പോൾ ഡ്രൈവറുടെ മേലായിരുന്നു എന്റെ കണ്ണ്. എപ്പോഴാ വണ്ടിക്കാരൻ ചവിട്ടിവിടുക എന്നറിയില്ലാത്തതു കൊണ്ട് ഓടിക്കയറാൻ പാകത്തിന് കുറച്ചു ദൂരെനിന്ന് പരിസരം വീക്ഷിച്ചുകൊണ്ടിരുന്നു. തൊട്ടടുത്ത്നിന്ന് പുകവലിക്കുന്ന സഹയാത്രികയായ ഓക്സ്ഫോർഡ് യൂണിവേഴ്സിറ്റി വിദ്യാർത്ഥിനി ഇറങ്ങിക്കഴിഞ്ഞ് വീണ്ടും പോകാനുണ്ടെന്നത് തെല്ല് ആശ്വാസം പകർന്നു.

ഓക്സ്ഫോർഡ് എന്നത് സ്ഥലപ്പേരാണ്. യൂണിവേഴ്സിറ്റിയുടെ പേരും അങ്ങനെത്തന്നെ. നമ്മുടെ നാട്ടിൽ അമ്പതും അറുപതും കോളേജുകൾ ചേർന്നാണ് ഒരു യൂണിവേഴ്സിറ്റിയെങ്കിൽ ഇവിടെ എല്ലാ ഫാക്കൽറ്റിയോടും കൂടിയ കോളേജ് തന്നെ യൂണിവേഴ്സിറ്റിയാണ്. പന്ത്രണ്ടാം ക്ലാസ് കഴിയുന്നവർ യൂണിവേഴ്സിറ്റി വിദ്യാർത്ഥികളായാണ് അറിയപ്പെടുന്നത്. നൂറ്റാണ്ടുകളുടെ ചരിത്രമുറങ്ങുന്ന ഇംഗ്ലണ്ടിന്റെ അഭിമാനമായ ഓക്സ്ഫോർഡ് യൂണിവേഴ്സിറ്റി സ്ഥിതി ചെയ്യുന്നത് ലണ്ടനിൽനിന്ന് 51 മൈൽ ദൂരെയാണ്. ഔദ്യോഗിക

ആവശ്യത്തിനും മറ്റുംപോകുന്ന സ്ഥിരയാത്രക്കാരായിരുന്നു ബസിൽ കൂടുതലും. അതിൽ സഞ്ചാരിയായി ഒരാൾ മാത്രവും.

ഇറങ്ങാനുള്ള സ്ഥലമായപോലെ ഓരോ സ്റ്റേഷനിലും ആകാംക്ഷയോടെ പുറത്തേക്ക് നോക്കിക്കൊണ്ടിരുന്നു. ബർമിംങ്ഹാം എന്ന സ്ഥലപ്പേര് പണ്ടെങ്ങോ കേട്ടപോലെ തോന്നുന്നുണ്ട്. നഗരത്തിലെത്തിയതിന്റെ പ്രത്യേകതകളൊക്കെ ചുറ്റുപാടും കണ്ടുതുടങ്ങി. പൗരാണികമായ നിർമ്മിതിക്കൊപ്പം പുതിയ ചില കെട്ടിടങ്ങളും കൂട്ടിയ പ്ലാൻ ചെയ്തുണ്ടാക്കിയതുപോലെ തോന്നുണ്ട്. പ്രത്യേകമായി ശ്രദ്ധയിൽ പെട്ടത് ശവസംസ്കാരച്ചടങ്ങുകൾ നടത്തുന്ന ഒരു ഫ്യൂണറൽ കോ. ഓപ്പറേറ്റീവ് സൊസൈറ്റിയാണ്. ജീവിതംപോലെ മരണവും ആഘോഷമാക്കുന്നതാണ് അവരുടെ രീതി. ശവസംസ്കാരചടങ്ങുകൾ ടി വി ചാനലുകളിൽ വരെ ലൈവായി കാണിക്കുന്നതിനനുസരിച്ച് ഫീസുകൂടുമെന്ന് മാത്രം. ഇംഗ്ലണ്ടിലെ പ്രധാനപ്പെട്ട പുരാതന നഗരമാണ് ബർമിംങ്ഹാം. വ്യാവസായിക വിപ്ലവത്തിന്റെ ഈറ്റില്ലമായ ഈ നഗരം സിറ്റി ഓഫ് തൗസന്റ് ട്രേഡ്സ് എന്നാണ് അറിയപ്പെട്ടിരുന്നത്. ബ്രിട്ടണിലെ രണ്ടാമത്തെ പ്രധാന നഗരത്തിൽനിന്ന് 101 മൈൽ കൂടി സഞ്ചരിച്ചാലേ ലണ്ടനിൽ എത്തുകയുള്ളൂ.

ബർമിംങ്ഹാമിൽ എന്തായാലും ബസ്സുകാർ ഇറക്കിവിടും. അടുത്ത കണക്ഷൻ വണ്ടിയിൽ കയറിവേണം ലണ്ടനിലേക്ക് പോകാൻ. ഫോണിന്റെ ചാർജറിന്റെ തല ഊരി ബാഗിലിട്ടത് ശരിക്കും വിനയായി. ചാർജ്ജ്40 ശമാനമായി കുറഞ്ഞിരിക്കുമ്പോൾ സഞ്ചാരം പാതിയിലെത്തിയിട്ടുണ്ടായിരുന്നില്ല. മൊബൈൽ ഫോണും ഇന്റർനെറ്റ് ബന്ധവും നഷ്ടപ്പെട്ടാൽ തീരുന്ന തരത്തിലുള്ള ജീവിതത്തിന്റെ ഒരു ട്രാക്കിലൂടെയാണ് നാം സഞ്ചരിച്ചുകൊണ്ടിരിക്കുന്നത്. ലോകസഞ്ചാരിയായ വാസ്കോഡ ഗാമയും വില്യം ലോഗനുമെല്ലാം നൂറ്റാണ്ടിനു മുൻപ് നമ്മുടെ നാട്ടിൽ എത്തിയത് സാങ്കേതിക സഹായങ്ങൾ ഒന്നുമില്ലാതെ ആണെന്നോർക്കുമ്പോൾ തീരാവുന്ന വേവലാതി മാത്രമായിരുന്നു അത്. അപ്പോഴാണ് എനിക്ക് മാറിക്കേറേണ്ട ബർമിങ്ഹാം സ്റ്റേഷനിലേക്ക് വണ്ടി കയറിയത്. മൊബൈൽ ചാർജ് ചെയ്യാൻ എന്തെങ്കിലും സൗകര്യങ്ങൾ ലഭ്യമായേക്കുമെന്ന് കരുതി പുറത്തേക്കിറങ്ങി.

ലണ്ടൻ വിക്ടോറിയയിലേയ്ക്കുള്ള നമ്പർ. 420 ബസ് യാത്ര തിരിക്കുന്നത് മൂന്നുമണിക്കായതിനാൽ ഒരു മണിക്കൂറിലധികം സമയമുണ്ടായിരുന്നു കറങ്ങാൻ. മൊബൈൽചാർജ്ജ് ചെയ്യാൻവേണ്ടി പ്ലഗ് പോയിന്റുകൾ നോക്കിയെങ്കിലും കാണാൻ കഴിയാതിരുന്നതിനാൽ ഇൻഫർമേഷൻ കൗണ്ടറിനെ ആശ്രയിക്കേണ്ടിവന്നു. ഒന്നര

പൗണ്ടിന്റെ കോയിനിട്ടാൽ മുപ്പത് മിനുട്ട്നേരം ചാർജ്ജ്ചെയ്യുന്ന ഒരു ടവർ സംവിധാനം അവിടങ്ങളിൽ പ്രതിഷ്ഠിച്ചിരുന്നത് അപ്പോഴാണ് ശ്രദ്ധയിൽപെട്ടത്.

മിഠായിതെരുവിലെ ചായക്കടയിൽനിന്ന് വൈകുന്നേരങ്ങളിൽ മസാലദോശ കഴിച്ചിറങ്ങുമ്പോൾ ബിൽ കൗണ്ടറിന് സമീപമുള്ള ഒരു തൂക്കപ്പെട്ടി കാണാറുണ്ട്. ഒരു രൂപയുടെ നാണയത്തുട്ട് ഇട്ട് കൊടുത്താൽ തൂക്കം കാണിക്കുന്ന പെട്ടികൾ പലതുണ്ടവിടെ. രണ്ട് പൗണ്ട് നൂറ്റിഎൺപത് രൂപ വരുമെന്നത് മറന്നു കഴിഞ്ഞ ഞാൻ ഒരു രൂപയുടെ രണ്ട് നാണയ തുട്ടുകൾ തൂക്കം നോക്കാനിടുന്ന ലാഘവത്തോടെയാണ് മൊബൈൽ ചാർജ് ചെയ്യാൻ ഇട്ടുകൊടുത്തത്. അല്ലെങ്കിൽ മനസ്സിന്റെ ചാർജ്മുഴുവൻ പോയി തലകറങ്ങി വീണിട്ടുണ്ടാകുമായിരുന്നു. ചില്ലറയില്ലാത്തതിനാൽ ഫോൺ കണക്റ്റ്ചെയ്ത് ലോക്കർകീ കൈയിലെടുത്തു പുറത്തേക്കിറങ്ങി. ഇങ്ങനെ പത്തു തവണ ഫോൺബാറ്ററി ചാർജ്ജുചെയ്താൽ കാലിയാകുന്ന പോക്കറ്റുമായി നടക്കുന്നവനാണെന്നൊന്നും ആർക്കും മനസ്സിലാകില്ലല്ലോ.

ബസ് സ്റ്റേഷനിലെ പ്രണയം

ബർമിംങ്ഹാമിൽനിന്ന് അടുത്ത ബസ് പിടിച്ച് ലണ്ടനിലേയ്ക്ക് പോകുവാനുള്ള കാത്തിരിപ്പിലായിരുന്നു ഞാൻ. പടിഞ്ഞാറു നിന്നുള്ള സൂര്യകിരണങ്ങൾ ബസ് സ്റ്റേഷനിലെ ചില്ലുകൂടിൽ കടന്നുവ രാൻ വളരെ പണിപ്പെടുന്നതുപോലെയാണ് തോന്നുക. ദൂരെക്കാണുന്ന മനോഹരമായ മഴവിൽ തിളക്കത്തെ മറച്ചുകൊണ്ടു നീങ്ങുന്ന മഞ്ഞ ലകൾ തീരത്തണയുന്ന തിരപോലെ തോന്നുന്നുണ്ട്. ഇടയ്ക്കിടെ മിന്നിമറയുന്ന ചില കൊട്ടാരദൃശ്യങ്ങളുടെ മനോഹാരിത എന്നെ പുറത്തേയ്ക്ക് മാടിവിളിച്ചുകൊണ്ടിരുന്നു. പതിനെട്ട് - ഇരുപത് നൂറ്റാണ്ടു കളിലെ വാസ്തുകലയുടെ മേൻമ പ്രകടമാക്കുന്ന നഗരത്തെ ചുരുങ്ങിയ സമയത്തിനുള്ളിൽ കണ്ട് തീർക്കാനാവില്ല. എങ്കിലും കിട്ടുന്ന സമയം ഉപയോഗപ്പെടുത്തുകതന്നെ. ബാഗേജ് തൊട്ടടുത്തിരുന്ന സഹയാ ത്രികയെ ഏൽപിച്ച് ഒന്ന് നോക്കണേന്ന് മലയാളത്തിൽ പറഞ്ഞ് പുറത്തേയ്ക്ക് നടന്നു. അപരിചിതനായ എന്റെ വർത്തമാനത്തിൽ അവരൊന്ന് പകച്ചിട്ടുണ്ടാകും. അമ്പരപ്പിനിടയിൽ മദാമ്മയ്ക്ക് കാര്യമെ ന്താണെന്ന് പിടികിട്ടുമ്പോഴേയ്ക്കും ഞാൻ പുറത്തെത്തിയിരുന്നു. ബാഗ് പരിചയമില്ലാത്ത ആളെ ഏല്പിച്ച് പോകുന്ന ഈ മഹാൻ ആരെടാ എന്ന ഭാവം പ്രകടമാകുന്ന മുഖം, ആദ്യമായി നേരിടേണ്ടിവന്ന അനു ഭവത്തെ പതിയെ തിരിച്ചറിഞ്ഞുവരുന്നുണ്ടായിരുന്നു.

കാറ്റിൽ പാറിപ്പോകുന്ന മൂടൽമഞ്ഞിനിടയിലൂടെ അരിച്ചെത്തുന്ന വെളിച്ചം ദേഹമാസകലം പതിക്കുന്നുണ്ട്. പ്രഭാതത്തിൽ അണയ്ക്കാൻ മറന്നുപോയ തെരുവുവിളക്കിന്റെ പ്രകാശംപോലെ നേരിയ പ്രകാശകിരണങ്ങൾ മാത്രം. അകലെ കാണുന്ന സൂര്യനും തണു പ്പിന്റെ ആഘാതത്തിൽനിന്നും ഇനിയും മോചനം പ്രാപിച്ചിട്ടില്ല.

ബലഹീനമായ കിരണങ്ങൾ തണുപ്പിനാക്കം കൂട്ടുന്ന പ്രത്യേക കളിരാണുണ്ടാക്കുന്നത്. മൂടൽമഞ്ഞിൻ കൂട്ടം കാറ്റിൻ താരാട്ടിലെ അല ഞൊറികളാകുമ്പോൾ ദൂരെ കറുപ്പും വെളുപ്പും ചേർന്ന് തിളങ്ങുന്ന ചില കെട്ടിടങ്ങൾ തെളിഞ്ഞു കാണുന്നുണ്ട്. പതിനാറാം നൂറ്റാണ്ടിലെ സൃഷ്ടിയായ ഓൾഡ് ക്രൗൺ കെട്ടിടമാണ് അതെന്ന് തോന്നുന്നു. അതിന്റെ മനോഹാരിത മനസ്സിലേയ്ക്ക് പകരാനാകും മുമ്പ് വെള്ള ത്തിൽ വരച്ച ചിത്രംപോലെ മഞ്ഞ് വീണ്ടും വന്ന് കാഴ്ചയെ മായിച്ചു കളഞ്ഞു. കുട്ടിക്കാലത്ത് തണുപ്പിൽനിന്നും രക്ഷ നേടാൻ കൈകൾ കൂട്ടി തിരുമ്മി അടുപ്പിനു ചുറ്റുമിരുന്ന് തീ കാഞ്ഞിട്ടുണ്ട്. അതുപോലെ സൂര്യകിരണങ്ങൾ ശരീരത്തിൽ പതിക്കാനായി സ്വയം മറിച്ചിട്ടുകൊ ണ്ടിരുന്നു. കഠിന തണുപ്പിനെ പ്രതിരോധിക്കാൻ ബലഹീനമായ ആ കിരണങ്ങൾക്കാവുമായിരുന്നില്ല.

തൊട്ടടുത്തു നിൽക്കുന്ന ഒരു ചെറുപ്പക്കാരി സിഗരറ്റ് ആഞ്ഞു വലി ക്കുന്നുണ്ട്. അത്യാവശ്യ ജോലി ധൃതിയിൽ ചെയ്യുന്നപോലെയാണ് അവരുടെ ഭാവം. കൂടെ ചടുലമായി ഫോണിലൂടെ എന്തൊക്കയോ പുലമ്പുന്നത് ആരോടാണെന്ന് മുഖത്തുനിന്നും വായിച്ചെടുക്കാം. മുന്നിൽ പ്രതിഷ്ഠിച്ച സ്തൂപംപോലെ ഉയർന്നു നിന്ന ആഷ് ട്രേയിലേ യ്ക്ക് ഒന്നു കൂടി ആഞ്ഞു വലിച്ച സിഗരറ്റ് കുത്തിക്കെടുത്തി വാതിൽ തള്ളിത്തുറന്ന് അവർ ഓടിപ്പോയി. കുട്ടികളുമായി ഉള്ളിലെ ബഞ്ചു കളിലെവിടെയോ അക്ഷമനായി കാത്തിരിക്കുന്ന ആരുടെയോ അടുത്തേക്കാണ് ആ ഓട്ടം. കെടാത്ത സിഗരറ്റിൽനിന്നുയരുന്ന പുകയെ നോക്കി ഇളംതണുപ്പിലങ്ങനെ വെയിൽ കാഞ്ഞുനിന്ന് സമയം പോയതറിഞ്ഞില്ല.

അപ്രതീക്ഷിതമായി ഒരു സ്ത്രീയും പുരുഷനും പരസ്യമായി ചുംബിക്കുന്നതു കണ്ടാൽ ആരായാലും ഞെട്ടുന്നതുപോലെ ഞാനും ഞെട്ടി. അവർ പരിസരം മറന്നപോലെ ഞാനും മറന്നെങ്കിലും മുഖം തിരിക്കുന്നതായി ഭാവിച്ചുകൊണ്ട് ഒരു നോട്ടം നോക്കുകയും ചെയ്തു. സ്ഥലജലവിഭ്രാന്തി എന്നപോലെയൊക്കെയുള്ള എന്തോ ഒരേന ക്കേട് തോന്നിയെങ്കിലും സഹിക്കുക തന്നെ. ചുറ്റും സായിപ്പൻമാരും മദാമ്മമാരും നിറഞ്ഞ വേറൊരു രാജ്യത്തിന്റെ മഞ്ഞിൻ നടുവിലാ ണെന്ന കാര്യം തിരിഞ്ഞതോടെ വിഭ്രാന്തിയും ഞെട്ടലുമെല്ലാം മാറിക്കിട്ടി. മുന്നിലെ ചില്ലുകൂട്ടിൽ ധാരാളം യാത്രക്കാരുണ്ടെന്നതിനെ അവഗണിച്ച് രണ്ടു പേർ എല്ലാം മറന്ന് കണ്ണിൽ കണ്ണ് നോക്കുക യാണ്. വളരെക്കാലത്തിനുശേഷം കണ്ടുമുട്ടുന്ന സുഹൃത്തുക്കളോ പ്രണയജോഡികളോ ഭാര്യയും ഭർത്താവുമോ ആവാം. പുറപ്പെടാൻ തുടങ്ങുന്ന ബസ്സിൽ ഭാര്യയെ കയറ്റിവിടാൻ വന്ന ഭർത്താവിന്റെ

പ്രണയാർദ്രഭാവങ്ങളായിരുന്ന മുന്നിലെ ചില്ലുകൂട്ടിനുള്ളിലെന്ന് മനസ്സിനെ വിശ്വസിപ്പിക്കാൻ വൃഥാ ശ്രമിച്ചു. അല്ലെങ്കിൽ അങ്ങനെ വിശ്വസിക്കാനാണ് കൂടുതൽ ഇഷ്ടമെന്ന് തോന്നുന്നു.

മറ്റൊന്നിനെ അംഗീകരിക്കാത്ത സദാചാര ശീലമാണല്ലോ മതവും സമൂഹവും കുട്ടിക്കാലം മുതൽ അടിച്ചേൽപ്പിച്ചിരിക്കുന്നത്. അവർ പരസ്പരം ആലിംഗനം ചെയ്യുകയും ചുംബിക്കുകയും ചെയ്യുമ്പോൾ അവർക്കുമുന്നിൽ മറ്റൊരു ലോകമോ ആകാംക്ഷാഭരിതരായ ജനസഞ്ചയമോ ഉള്ളതായി തോന്നിയിട്ടുണ്ടാകില്ല. കാമുകിയെ പിരിയുന്ന കാമുകന്റെ പ്രണയാർദ്രഭാവങ്ങളായിരുന്നു അവരുടെ കണ്ണുകളിൽ മിന്നിമറഞ്ഞതെന്നൊന്നും അറിയില്ല. അവരുടെ നയനങ്ങൾ പുതിയ നിറക്കൂട്ടുകൾ ചാലിക്കുകയാണ്. പ്രകൃതിയുടെ വലിയ ക്യാൻവാസിൽ വർണ്ണചിത്രങ്ങൾ തീർക്കാനുള്ള ഉജ്ജ്വല നിറക്കൂട്ട്. ആ രചനയുടെ കാഴ്ചകൾക്ക് പുതിയ ഭാവവും രാഗവുമെല്ലാം നൽകുന്നപോലെയാണ് അവരുടെ താളം. അടിസ്ഥാന ഘടനകളോ സൂത്രവാക്യങ്ങളോ ഇല്ലാത്ത വിധേയത്വങ്ങളില്ലാത്ത സൗഹൃദത്തിന്റെ താളം.

ബെഡ് ആന്റ് ബ്രേക്ക്ഫാസ്റ്റ് (ബി & ബി)

ശരത്ക്കാലവും ഗ്രീഷ്മവും കഴിഞ്ഞ് ഇലകൾ പൊഴിച്ച് വസന്തത്തിന്റെ പൂക്കളെ സ്വീകരിക്കാനായി മഹാനഗരം തയ്യാറെടുപ്പിലാണ്. പാതയോരത്തെ മരച്ചില്ലകളിലെ ചെമ്പുനിറമാർന്ന അവസാന ദളങ്ങളും വീഴാനായി പണിപ്പെടുന്നപോലെ തോന്നുന്നുണ്ട്. തിരക്ക് പ്രകടമാകുന്ന ലണ്ടൻ നഗരത്തിലേയ്ക്ക് ബസ് പതുക്കെ പ്രവേശിച്ചു കഴിഞ്ഞു.

വാഹനങ്ങൾ നിറഞ്ഞൊഴുകുന്ന തെരുവിലൂടെയുള്ള ഗതാഗതത്തിന് കെണിവെയ്ക്കുന്ന കുരുക്കുകളുടെ ആലിംഗനങ്ങൾ ഒന്നുമില്ലാത്ത നഗരം. ദീർഘവീക്ഷണത്തോടെ പണി കഴിപ്പിച്ച നടപ്പാതകളും ബസുകൾക്ക് മാത്രം പ്രത്യേകമായ അടയാളങ്ങളും നിർത്തൽ കേന്ദ്രങ്ങളിൽ കാണാമായിരുന്നു. ചില ഭാഗങ്ങളിൽ കാൽനടക്കാർക്കും സൈക്കിൾ യാത്രക്കാർക്കുമെല്ലാം പ്രത്യേകമായ അടയാളപ്പെടുത്തലുകളിൽ മറ്റൊന്നും പ്രവേശിക്കില്ലായിരുന്നു. ചീറിപ്പായുന്ന മോട്ടോർ ബൈക്കുകളോടെന്തോ വിപ്രതിപത്തിപോലെ വിരളമായി മാത്രമാണവ റോഡുകളിൽ പ്രത്യക്ഷപ്പെട്ടിരുന്നത്.

വിക്ടോറിയൻ കാലഘട്ടത്തിന്റെ അദ്ധ്വാനവും കലയും പ്രതിഫലിച്ചു കാണുന്ന സൗധങ്ങളാൽ അലങ്കരിക്കപ്പെട്ട നഗരം. ഒരു കാലത്ത് ഇന്ത്യാ മഹാരാജ്യത്തെ അടക്കി ഭരിച്ചവരുടെ പിൻമുറക്കാരനായ യുണിഫോം ധരിച്ച സായിപ്പിന്റെ ചക്രം തിരിക്കലിന് പല്ലക്ക് ചുമക്കുന്നവന്റെ താളമുണ്ടെന്ന് തോന്നുമ്പോൾ എട്ടാം തരത്തിലെ 'പഴശ്ശിരാജ ദി ലയൺ ഓഫ് കേരള'യുടെ ചരിത്ര താളുകളാണ്

മനസ്സിൽ മറിഞ്ഞു കൊണ്ടിരുന്നത്. ബക്കിങ്ങ്ഹാം പാലസ്, ബിഗ് ബെൻ ക്ലോക്ക് ടവർ, ലണ്ടൻ സ്റ്റോക്ക് എക്സ്ചേഞ്ച്, ലണ്ടൻ ബ്രിഡ്ജ്, സെന്റ് പോൾസ് കത്തീഡ്രൽ, വെസ്റ്റ് മിനിസ്റ്റർ എല്ലാം കടന്നു പോയിക്കൊണ്ടിരുന്നു. ചരിത്ര പ്രാധാന്യം മാത്രമല്ല വാസ്തു ശില്പ സൗന്ദര്യവും എടുത്തു പറയുന്ന ഓരോന്നിനെക്കുറിച്ചും പിന്നീട് വിശദീകരിക്കാം.

തികച്ചും അന്യമായ നഗരത്തിൽ തീർത്തും ഒറ്റപ്പെട്ട നിമിഷങ്ങൾ. അതിർത്തിയില്ലാതെ പടരുന്ന രാജവീഥിയിൽ അമ്പരപ്പോടെ ചുറ്റുപാടും നോക്കി നിന്ന നിമിഷങ്ങളിൽ ഭയപ്പാടിന്റെ തന്മാത്രകൾ തരിപ്പുകളായി അനുഭവപ്പെട്ടു തുടങ്ങി. ചുറ്റും ഉയർന്നുനില്ക്കുന്ന വിക്ടോറിയൻ ചാരുതയിൽ ലയിക്കുമ്പോഴും ആൾക്കൂട്ടത്തിനു നടുവിലെ ഏകാന്തതയുടെ തണുപ്പ് ചുറ്റുപാടും പടർത്തിയിരുന്നു.

നഗരത്തിൽ എനിക്കു വേണ്ടി ബി ആൻഡ്ബി അറേഞ്ച് ചെയ്തിരിക്കുന്ന ആൾ കൂട്ടാൻ വരും. ഡെയ്സിയുടെ കുടുംബസുഹൃത്തും ലണ്ടനിൽ എഞ്ചിനീയറുമായ ജയൻചേട്ടൻ എന്റെ ആലോചനകളിലേയ്ക്ക് കടന്നുവന്നു. യാത്രകളിൽ അപരിചിതനായ ആളാണ് കാത്തു നിൽക്കുന്നതെങ്കിൽ പ്രത്യേകമായ മാനസികാവസ്ഥയാണ് നമ്മിൽ ഉണ്ടാക്കുക. ആൾ എങ്ങനെയായിരിക്കും സമീപിക്കുകയെന്നും താൻ മൂലം അവർക്കുണ്ടാകുന്ന ബുദ്ധിമുട്ടുകളും സങ്കോചങ്ങളുമെല്ലാം എങ്ങനെ തരണം ചെയ്യണമെന്ന അന്വേഷണത്തിലേയ്ക്ക് മനസ്സ് സഞ്ചരിച്ചുകൊണ്ടിരിക്കും. അപരിചിതൻ തനിക്കുണ്ടാക്കാൻ പോകുന്ന വൈഷമ്യങ്ങൾ എന്തൊക്കെയാവുമെന്ന് അവരും ചിന്തിച്ചിരിക്കുമോ? അവരോടൊപ്പം എത്തിയാൽ സ്വീകരിക്കേണ്ട രീതികളിലേയ്ക്കും പെരുമാറ്റത്തിലേയ്ക്കുമെല്ലാം കടന്ന ചിന്തകളിൽ പുതിയൊരു അപരിചിത സൗഹൃദം മുളപൊട്ടിക്കഴിഞ്ഞു. വെള്ളവും വളവും ആഗ്രഹിച്ച് അത് പടരാൻ തുടങ്ങിയിരിക്കുന്നു.

യാത്രികർക്ക് രാത്രി താമസിച്ച് പ്രഭാതഭക്ഷണം കഴിച്ച് പോകുന്ന രീതിക്കാണ് "ബെഡ് ആന്റ് ബ്രേക്ഫാസ്റ്റ്" എന്നുപറയുന്നത്. വീട്ടിനുള്ളിൽ ഒരു മുറി ഇതിനായി മാറ്റിവെച്ചിരിക്കുന്നു. റിട്ടയർ ചെയ്തവരും മറ്റു തിരക്കുകളില്ലാത്തവരും ഈ ജോലിയിൽ ഏർപ്പെടുന്നതിൽനിന്നും നല്ല വരുമാനം ലഭിക്കുന്നതോടൊപ്പം യാത്രികർക്ക് ഹോട്ടലുകളെ ആശ്രയിക്കുന്നതിൽനിന്നും രക്ഷയും നൽകുന്നു. ഒരിക്കലും വരാത്ത അതിഥികൾക്കായി നാമെല്ലാം വീടുകളിൽ ഒരു മുറി കൂടി പണിയാറുണ്ട്. അതിഥി ദേവോ ഭവ: എന്ന മന്ത്ര ബാധയേറ്റ് പുളയുന്ന മുറികൾ അനാഥമായിരിക്കും. ചിലപ്പോൾ അവിചാരിതമായി കടന്നുവരുന്നവർ അല്പസമയം ചെലവഴിച്ചേക്കുമെങ്കിലും അതിഥി

മുറി അസാധാരണമായ അനാഥത്വം പേറിയാണ് ശിഷ്ടജീവിതം കഴിച്ചുകൂട്ടാറ്.

അപൂർവ്വമായി മാത്രമുണ്ടാകുന്ന ചിലസുരക്ഷാ പ്രശ്നങ്ങളിൽ ഉടൻ സഹായത്തിനെത്തുവാൻ പോലീസ് ഉണ്ടാവുമെന്നാണ് ഇവർ പറയുന്നത്. എന്തൊക്കെയാണെങ്കിലും ഭാഷയും ദേശവും സ്വഭാവവും ഒന്നുമറിയാത്ത ആളെ എങ്ങനെയാണ് വീട്ടിനുള്ളിൽ കയറ്റുക എന്നൊക്കെയാണ് നമ്മൾ ചിന്തിക്കുക. അങ്ങനെ അവർ ചിന്തിച്ചാൽ സഞ്ചാരികൾ കഷ്ടത്തിലാകും. ഇത്തരം അതിഥികളുടെ ആളനക്കങ്ങൾ അവരെ സജീവമാക്കുകയും വിരസത അകറ്റുന്നതിൽ നിന്നും സഹായിക്കുകയും ചെയ്യുന്നുണ്ട്. രാവിലെ അവരോടൊപ്പം ആംഗലേയ ഭക്ഷണം കഴിച്ച് പുറപ്പെടാം. നമ്മുടെ വിനോദസഞ്ചാര കേന്ദ്രങ്ങളിലെ ഹോംസ്റ്റേ ഇതിനു സമാനമാണെന്നു പറയാമെങ്കിലും പ്രധാന നഗരങ്ങളിലെ വീട്ടിൽത്തന്നെ ഇത്തരം സംവിധാനമൊരുക്കുന്ന നിയമ നിർമ്മാണവും സുരക്ഷാ സംവിധാനവും ഇനിയുമുണ്ടായി വരണമെന്ന് മാത്രം. യൂറോപ്പിൽ പല സ്ഥലങ്ങളിലും ബി ആന്റ് ബി സാധാരണമാണെങ്കിലും നാല് ദിവസത്തക്ക് മുന്നൂറ് പൗണ്ടായിരുന്നു ഇന്റർനെറ്റിൽ കാണിച്ചതെന്ന് അവൾ പറഞ്ഞത് ഓർമ്മ വന്നു. ഈ സംവിധാനത്തിലൂടെ വിലയും നിലയും നോക്കി നമ്മുടെ സൗകര്യാർത്ഥം ബുക്ക് ചെയ്യാവുന്നതാണ്.

ബി ആന്റ് ബിയെക്കുറിച്ച് ആലോചിച്ചപ്പോൾ കുറച്ചുനാൾ മുമ്പ് മണാലിയിലെ രസകരമായ രണ്ട് ദിവസത്തെ താമസത്തെക്കുറിച്ചൊന്ന് പറഞ്ഞില്ലെങ്കിൽ ശരിയല്ലല്ലോയെന്ന് തോന്നി. പുലർച്ചെ കുളുവിലെത്തിയാൽ അവിടെ മുതൽ ഗംഭീര കാഴ്ചകളായതിനാലാണ് ചണ്ഡിഗഢിൽ വൈകി എത്തി രാത്രി ബസ് പിടിച്ചത്. താമസകാര്യത്തെക്കുറിച്ച് പറയുമ്പോൾ അങ്ങോട്ടുള്ള ബസ് യാത്രയും കൂടി ഉൾപ്പെടുത്തിയില്ലെങ്കിൽ നീതിയാവില്ല. കേരളവും കർണാടകയുമൊഴിച്ച് ബസുകളുടെയും ബസ് യാത്രയുടെയും കാര്യമൊക്കെ ഒരുവകയാണെന്ന് പറയേണ്ടിവരും. പൊട്ടിപ്പൊളിഞ്ഞ ഇളകുന്ന സീറ്റുകളും സുഷിരങ്ങൾ നിറഞ്ഞ ഷട്ടറുകളും കണ്ടാൽ ടിക്കറ്റെടുക്കേണ്ടെന്നു തോന്നുമെങ്കിലും ഏകദേശം മുന്നൂറിലധികമാണെന്നു തോന്നുന്നു അന്ന് ടിക്കറ്റിന് കൊടുത്തത്. പത്ത്മണിക്ക് പുറപ്പെട്ടാൽ രാവിലെ ആറു മണിയോടെ കുളുവിലെത്തും. അതിനു ശേഷമാണ് കാഴ്ചകളെന്നതിനാൽ ഷട്ടർ താഴ്ത്തിയിട്ട് ചെറു മയക്കത്തിലേയ്ക്ക് പ്രവേശിച്ചു.

ഹിമാചലിലേയ്ക്ക് പ്രവേശിച്ചതോടെ തണുപ്പ് അതികഠിനമായി. കൈയിലുണ്ടായിരുന്ന തൊപ്പിയും തണുപ്പുകുപ്പായവുമൊക്കെ മതിയാവാതെ വന്നതോടൊപ്പം ഉറക്കത്തിന്റെ ആലസ്യത്തിന്

അലോസരമുണ്ടാക്കിയിരുന്നത് കീറിയ ഷർട്ടറിന്റെ വിടവിലൂടെ അടിച്ചുകയറുന്ന കഠിനമായ തണുപ്പായിരുന്നു. ഹെഡ്റെസ്റ്റും സീറ്റുബെൽറ്റും ഇല്ലാത്തതിന്റെ സുഖം ചെറുമുഴകളായി നെറ്റിയിലും മറ്റും രൂപാന്തരപ്പെട്ട് തുടങ്ങിയിരുന്നു. സീറ്റും കുലുക്കവുമായി ഒന്നു പൊരുത്തപ്പെട്ടു വരുവോളം പുട്ടിനു തേങ്ങയിടുന്ന മാതിരി ഇടയ്ക്കിടെ തല മുൻപിലെ സ്റ്റീൽ കമ്പിയിൽ താളാത്മകമായി കുമ്പിട്ടുകൊണ്ടിരുന്നു. എല്ലാം മറന്ന താളബോധം മുൻ സീറ്റിലെ സർദാർജിമാർക്ക് അലോസരമുണ്ടാക്കുന്നതായി നോട്ടം കണ്ടാൽ മനസ്സിലാകും. സീറ്റ് ബൽറ്റ് നിർബന്ധമാക്കിയിരുന്നെങ്കിൽ എത്ര നന്നായിരുന്നു എന്ന് ഇടയ്ക്കിടെ നെറ്റിയിലെ മുഴയിൽ തലോടുമ്പോൾ തോന്നാറുണ്ട്. യൂറോപ്പിലെ ദീർഘദൂര ബസുകളിലെല്ലാം സീറ്റ്ബൽറ്റു സാധാരണ കാര്യമാണ്. സ്കൂൾ ബസിൽ നിർബന്ധിതവും. 2001 മുതലുള്ള എല്ലാ പുതിയ വാഹനങ്ങൾക്കും ഈ നിയമം ബാധകമാണെങ്കിലും ടൗൺ സർവ്വീസുകളിൽ നിൽപ്പൻ യാത്ര ചെയ്യുന്നവരെയും കാണാം.

ഹിമാചലിലെ യാത്രകളിൽ സീറ്റ് ബെൽറ്റിനോടൊപ്പം ചെറുചൂടു പകരുന്ന സംവിധാനവും ഏർപ്പെടുത്തേണ്ടത് അത്യാവശ്യമാണെന്നു തോന്നുന്നു. വർഷത്തിൽ പകുതിയിലേറെയും കൊടുംതണുപ്പുള്ള സ്ഥലത്ത് ചൂടാക്കൽ സംവിധാനവും ഇന്ത്യ മുഴുവൻ ബസിൽ സീറ്റ്ബെൽറ്റും ഉണ്ടാകുന്ന കാലത്തെക്കുറിച്ച് ദിവാസ്വപ്നത്തിൽ ലയിച്ചിരിക്കുമ്പോൾ വീണ്ടും തലയൊന്ന് മുന്നിലെ കമ്പിയിലിടിച്ചു. ഉറക്കത്തിന്റെ ശക്തിയനുസരിച്ച് പേശികളെല്ലാം അയവുവരുന്നതിനാൽ ചെറിയ ഇടികൾ യാത്രയുടെ താളത്തിന്റെ ഭാഗമായി തീരുമെങ്കിലും വലിയ കുഴികളിൽ ചാടുമ്പോഴുള്ള പ്രത്യേക ഇടികൾ തീപ്പൊരി ചിതറുന്നതുപോലെയാണ് അനുഭവപ്പെടുക.

ചെങ്കുത്തായ മലനിരകളിലൂടെ വെട്ടിയുണ്ടാക്കിയ പാതയിലൂടെ വളഞ്ഞും പുളഞ്ഞുമുള്ള യാത്രയിലെ കാഴ്ചകളൊക്കെ സുഖകരമാണെങ്കിലും മറുഭാഗത്തെ അഗാധഗർത്തങ്ങളിലേയ്ക്ക് നോക്കാതെ ദൂരെ കാഴ്ചകളിലേയ്ക്ക് കണ്ണ് പായിക്കുന്നതാകും കൂടുതൽ ഭംഗി. അരുത് എന്നു പറയുന്ന കാര്യങ്ങളിലേയ്ക്ക് എത്തിനോക്കുന്നതാണല്ലോ മനുഷ്യന്റെ സഹജവാസന എന്നതിനാൽ മനസ്സിന്റെ ആകുലത അങ്ങോട്ടു നോക്കാൻ എപ്പോഴും പ്രേരിപ്പിച്ചുകൊണ്ടിരിക്കും. ഹിമാലയൻയാത്രയുടെ ത്രില്ലും സൗന്ദര്യവും ലഭിക്കണമെങ്കിൽ വെളുപ്പാൻകാലത്ത് കുളുവിലെത്തുന്ന മാതിരി ബസ് യാത്ര ക്രമീകരിക്കുകതന്നെ വേണം.

മണാലി താഴ്‌വര മുഴുവൻ മഞ്ഞ്പുതച്ചു കിടക്കുമ്പോൾ ഒന്നുമറിയാത്ത ലാസ്യഭാവത്തിൽ ഒരുവശം ചേർന്ന് ബിയാസ് ഒഴുകയാണ്. തെളിനീർ കണങ്ങളുടെ കാഴ്ചകൾക്കൊപ്പം കാതോർത്താൽ

ഒഴുക്കിന്റെ കിലുകിലാരവവും നിങ്ങൾക്ക് കേൾക്കാം. താമസസൗകര്യത്തിനായി ഹോട്ടലുകൾ അന്വേഷിച്ചെങ്കിലും കൈയിലെ ദമ്പടി തികയില്ലാത്തതിനാൽ ചെലവ് കുറഞ്ഞ മാർഗ്ഗങ്ങളന്വേഷിച്ച് കുറച്ച് നേരം അലഞ്ഞു.

വടക്കെ ഇന്ത്യയിൽ എവിടെയും കുറഞ്ഞ ചെലവിൽ താമസിക്കാനുള്ള സ്ഥലം അറിയാവുന്ന ഡോ. പ്രസാദ് സഹയാത്രികനായിരുന്നതിനാൽ അതൊരു പ്രശ്നമായി തോന്നിയില്ല. പലയിടത്തും സൗജന്യ താമസവും ഭക്ഷണവുമൊക്കെ നൽകുന്ന ക്ഷേത്രങ്ങളും മറ്റും ഇദ്ദേഹത്തിന് കൈവെള്ളയിലെ വരകൾപോലെ സുപരിചിതമാണ്. ജാതി മത ഭേദമന്യേ അവിടെയുള്ള സൗകര്യങ്ങൾ അഗതികൾക്കും അതിഥികൾക്കും ഉപയോഗിക്കാമെങ്കിലും ഞങ്ങളേത് കൂട്ടത്തിൽ പെടുമെന്നൊന്നും നിശ്ചയമില്ലായിരുന്നു. ഒരു ജനലും വാതിലും മാത്രമുള്ള മുറിയൊന്ന് മുപ്പതു രൂപയ്ക്ക് സംഘടിപ്പിച്ചതിൽ രണ്ട് കിടക്കകളും പുതയ്ക്കാനായി കിടക്കയോളം പോന്ന രണ്ട് രജായികളും മാത്രമാണുണ്ടായിരുന്നത്.

ഓക്സിജന്റെ അളവുകുറഞ്ഞ സീറോഡിഗ്രി കാലാവസ്ഥയിൽ എയർ ടൈറ്റ്റൂമിലെ ഉറക്കം ഒരു ബോധംകെട്ട ഉറക്കമായിരുന്നു. മറ്റ്സൗകര്യങ്ങളെകുറിച്ചുള്ള കാര്യങ്ങളൊന്നും പറയാതിരിക്കുന്നതാണ് നല്ലത്. അവിടെ ഒരു രാത്രി താമസിച്ച അനുഭവമുള്ളതുകൊണ്ട് ലോകത്ത് ഏതു സ്ഥലത്തും താമസിക്കാമെന്ന ധൈര്യമൊക്കെ ഉണ്ടായിട്ടുണ്ട്.

ആതിഥ്യ മര്യാദകളിൽ മുന്നിലാണെങ്കിലും സായിപ്പിന്റെ വീട്ടിലെ ബി ആന്റ് ബി യിൽ നമ്മൾ അന്വേഷിച്ചെത്തണം. ഒരു പോസ്റ്റ് കോഡ്ഷെയർ ചെയ്താൽ അതുനോക്കി ഗൂഗിളിന്റെ സഹായത്താൽ കണ്ടുപിടിച്ചുകൊള്ളണമെന്നാണ് സായിപ്പിന്റെ രീതിയെങ്കിലും ഒന്ന്പരിചയിച്ചാൽ ഇത്ര കൃത്യമായി എത്തിപ്പെടാൻ മറ്റൊരു മാർഗ്ഗവും ആലോചിക്കേണ്ടതില്ലെന്ന് പിന്നീട് നേരിട്ട് മനസ്സിലായി. യാത്രകളിലെ താമസസൗകര്യമാണ് എപ്പോഴും ഒരു കീറാമുട്ടിയാകുന്നതും പോക്കറ്റ് കാലിയാക്കുന്നതും. ചെലവുകുറഞ്ഞ താമസസൗകര്യം പോക്കറ്റിനെ സംരക്ഷിച്ച് നിർത്തുന്നതിൽ പ്രധാന ഘടകമാണ്.

ലണ്ടൻപോലൊരു മഹാനഗരത്തിൽ പരിചയക്കാർ ആരുമില്ലാത്തത് കുറച്ചുനേരം ശ്വാസം മുട്ടിച്ചു. ചുറ്റുപാടും വെറുതെ നോക്കി നിസ്സംഗനയായി നിന്നെങ്കിലും ഉള്ളിൽ ആശങ്കയുടെ ഒരു കനൽ എരിയുന്നുണ്ടായിരുന്നു. അനുസരണയില്ലാത്ത സഞ്ചിയും വലിച്ച് തെരുവുകളിലൂടെയുള്ള അലച്ചിലിൽ യാത്രയുടെ രസം കെടുത്തുന്നുണ്ട്. ചക്രങ്ങൾ ഘടിപ്പിച്ച് വലിച്ചുകൊണ്ടു പോകുന്ന പെട്ടിയാണ്

നല്ലതെന്ന് എന്റെ ദുരവസ്ഥ കാണുന്നവരുടെ മുഖഭാവം വെളിവാക്കു ന്നുണ്ട്. ബസ്സ് സ്റ്റേഷനുള്ളിലും പാതയോരത്തുമായി കണ്ണുകൾ ഒരു കേരളീയമുഖം തിരയുകയായിരുന്നു. ഉദ്ദേശിച്ച ആൾ വരാതിരുന്നാൽ എന്താണ് ചെയ്യേണ്ടതെന്ന തകൃതിയായ ആലോചനയിലായിരുന്നു അപ്പോൾ. ഇടയ്ക്കിടെ പോക്കറ്റുതപ്പി പേഴ്സ് അവിടെതന്നെയുണ്ടെന്നു റപ്പിക്കുന്നതോടൊപ്പം ഇന്റർനെറ്റും ഫോൺ ചാർജ്ജും തീർന്നാൽ കഴിയുന്ന വീര്യം മാത്രമേ ഉള്ളൂ എന്ന് ബോധ്യപ്പെടലിന്റെ അവസരം കൂടിയായി. എത്തിച്ചേരേണ്ട സ്ഥലം പകലാകുന്ന രീതിയിൽ യാത്രകൾ ക്രമീകരിക്കുന്നതാണ് എപ്പോഴും നല്ലത്.

ജനനിബിഡവും തിരക്കേറിയതുമായിരുന്ന തെരുവുകൾ വിക്ടോ റിയൻ കാലഘട്ടത്തിന്റെ പ്രൗഢനിർമ്മിതിയിൽ സുന്ദരമായിരുന്നു. സ്കോട്ട്ലാൻഡിലെ കഠിനമായ തണുപ്പിൽനിന്ന് വ്യത്യസ്തമായ കാലാവസ്ഥയിലേക്കുള്ള പ്രവേശം തെല്ലൊരാശ്വാസമായി.

ചേക്കേറാൻ വെമ്പുന്ന പക്ഷികൾ പറന്നകലുന്നപോലെ നഗരവാ സികൾ പലരും പതിയെ അപ്രത്യക്ഷമായി. സന്ധ്യയുടെ മങ്ങിയ ശോഭയിലേയ്ക്ക് തെരുവുവിളക്കുകൾ ഓരോന്നായി തെളിഞ്ഞു. രാജ്ഞിയുടെ പട്ടണപ്രവേശത്തിനായി ഓരങ്ങളിലെ വിളക്കു കാലുകളിൽ ആരോ ദീപങ്ങൾ തെളിയിച്ചു പോകുന്നപോലെ ഓരോന്നും മിഴി തുറന്നു. രാജവീഥികളിലെ ദീപാലങ്കാരങ്ങളുടെ വെളിച്ചം പാതകളിൽ വിരിച്ച വെണ്ണക്കല്ലുകൾക്ക് തിളക്കമുണ്ടാ ക്കി. അകമ്പടിക്കായി കുതിരപ്പുറത്ത് കുന്തമേന്തിയ രാജഭടൻമാരെ പോലെ ഇരുനിലബസുകൾ മന്ദം മന്ദം നീങ്ങുന്നുണ്ട്. എഴുന്നള്ളത്ത് പ്രതീക്ഷിച്ച മട്ടിൽ ചിലർ വഴിവക്കിലെ ചാരുകമ്പികളിൽ ചാഞ്ഞ് തലനീട്ടി ദൂരേയ്ക്ക് നോക്കിനില്ക്കുന്നുണ്ടായിരുന്നു. ഒരു സവാരിക്കായി മാടിവിളിക്കുന്ന രാജപാതകളിലെല്ലാം ഇരുട്ടു പടർന്നു തുടങ്ങിയിരു ന്നതിനാൽ സാഹസത്തിന് മുതിരാതെ കണ്ണുകൾ വീണ്ടും തിരച്ചിൽ തുടർന്നുകൊണ്ടിരുന്നു.

മഹാനഗരത്തിൽ ഒരാളെ കണ്ടുപിടിക്കുക എന്നത് അത്ര നിസ്സാരമല്ലെന്ന ചിന്തയിൽ ആണ്ടിരിക്കുമ്പോൾ മനസ്സിൽ കുളിർ മഴപെയ്യിച്ചുകൊണ്ട് ഫോൺശബ്ദിച്ചു. കാഴ്ചയിൽ ഒരേപോലെ തോന്നുന്ന സ്ഥലത്ത് അരമണിക്കൂർ പ്രവർത്തനത്തിനുശേഷം കണ്ടുപിടിക്കപ്പെട്ടു എന്നു പറയുന്നതാകും ശരി. ജയൻ ചേട്ടൻ എന്ന് ഇവരൊക്കെ വിളിക്കുന്ന സുമുഖനായ ചെറുപ്പക്കാരൻ മുന്നിൽ പ്രത്യ ക്ഷപ്പെട്ടു. ഇങ്ങോട്ടു വലിച്ചാൽ എങ്ങോട്ടെങ്കിലും പോകുന്ന നാലു ചക്രക്കാരൻബാഗ് അലോസരപ്പെടുത്തിയതിനാലാകും മൂപ്പർബാഗ് കടന്നെടുത്തത് വളരെ ആശ്വാസമായി. കണ്ടമാത്രയിൽ മനസ്സ്

കീഴടക്കിയ സൗമ്യമായ പെരുമാറ്റമെല്ലാം അടുത്ത ബന്ധമുണ്ടായിരുന്ന ഉറ്റ ചങ്ങാതിയെ വർഷങ്ങൾക്കുശേഷം അവിചാരിതമായി നഗരത്തിൽ കണ്ടുമുട്ടിയപോലെയായിരുന്നു. സന്ദേഹങ്ങളെല്ലാം നിമിഷാർദ്ധത്തിൽ അപ്രത്യക്ഷമായി. സൗഹൃദത്തിന്റെ സുഗന്ധം പ്രവഹിച്ച ഹസ്തദാനത്തിലെ ഊർജം പുതിയൊരു ബന്ധത്തിന്റെ ആഴത്തിലുള്ള വേരോട്ടമായി.

വിക്ടോറിയ ബസ്സ്റ്റേഷനും റെയിലും രാജവീഥിക്കിരുവശമാണ്. ലൂവിഷാമിൽ എനിക്കായി തയ്യാറാക്കിയ ബി ആൻഡ് ബി യിൽ എത്തുവാൻ മെട്രോ ട്രെയിൻ കയറണം. അടുത്തുതന്നെയാണെങ്കിലും ഒരേരീതിയും രൂപവുമുള്ള കെട്ടിടങ്ങൾക്ക് വലിയ വ്യത്യാസമൊന്നും കാണാനില്ലായിരുന്നെങ്കിലും ഒരു ഷോപ്പിങ്ങ് മാളിലൂടെ പോകുന്ന പ്രതീതിയാണ് തോന്നിയത്. ഉള്ളിലേയ്ക്ക് കടക്കും തോറും വിശാലമാകുന്ന സ്റ്റേഷനിൽ പല ഭാഗത്തേയ്ക്കും കൂടണയാനായി പായുന്നവരുടെ തിരക്കായിരുന്നു.

സീസൺ ടിക്കറ്റിനു ക്യൂനിൽക്കുന്നതുപോലയൊന്നും സമയം കളയാതെ വരും ദിവസങ്ങളിൽ സഞ്ചരിക്കാനുള്ള റെയിൽവേ ഓയിസ്റ്റർ കാർഡും സംഘടിപ്പിച്ചു. പ്രത്യേക ചിപ്പ് ഘടിപ്പിച്ച ഇലക്ട്രോണിക് കാർഡിൽ ടോപ്പ്അപ്പ് ചെയ്താൽ ബസിലും ട്രെയിനിലും ധാരാളം യാത്രചെയ്യാം. കാർഡ് പഞ്ച്ചെയ്യാതെ രക്ഷപ്പെട്ടാലും പ്രത്യേകിച്ച് പ്രയോജനം ഒന്നുമുണ്ടാകാറില്ല. രണ്ട് പഞ്ചിങ്ങ് സ്റ്റേഷനുകളുടെ ദൂരം കണക്കാക്കി ചാർജ്ജുകൾ ഏർപ്പെടുത്തുന്നതായിരുന്ന രീതി. പ്ലാറ്റ്ഫോമിൽ കിതച്ചുകൊണ്ടിരുന്ന ഒരു ട്രെയിനിലേയ്ക്ക് ഓടി ക്കയറാൻ കഴിഞ്ഞതിനാൽ കുറച്ചുസമയംകൊണ്ട് ലൂവിഷാം സ്റ്റേഷനിലെത്തി.

സന്ധ്യയുടെ ശോഭയെല്ലാം ഇരുളിന്റെ താരാട്ടിൽ ലയിച്ചുതുടങ്ങി. അവിടിവിടെ ചില ഒറ്റപ്പെട്ട ശബ്ദമൊഴിച്ചാൽ എങ്ങും നിശ്ശബ്ദത. ചുറ്റും ഇരുട്ട് പടരുന്ന തിരക്കൊഴിഞ്ഞ നഗരപ്രാന്തത്തിൽ പ്രകാശം ചൊരിഞ്ഞ വഴിവിളക്കുകൾ നടപ്പാതയെ സുന്ദരമാക്കി. കൈയിലെ നാലു ചക്രക്കാരൻ ആസ്തമ രോഗിയെപ്പോലെ വലിയുന്നതിന്റെ ശബ്ദം അരോചകമായപ്പോൾ രണ്ടുപേരുചേർന്ന് മൺകുട്ട തൂക്കിക്കൊണ്ടുപോകുന്ന പണിക്കാരെപ്പോലെ ബാഗും തൂക്കി നടന്നു തുടങ്ങി.

പാർശ്വങ്ങളിലെ വീടുകളിൽ തെളിഞ്ഞ വൈദ്യുതവിളക്കുകളുടെ പ്രകാശം മഞ്ഞിലൂടെ അരിച്ച് വഴികളിലേയ്ക്ക് പടരുന്നുണ്ട്. കല്ലുകൾ വിരിച്ച പാതയിലൂടെ കുറച്ച് നടന്നാൽ വീട്ടിലെത്താം. അതൊരു ഇടത്താവളം മാത്രം ആയിരിക്കും. അതിനടുത്ത് എവിടെയോ ആണ് എന്റെ താമസം ഉണ്ടാകുക. കോളിങ്ങ് ബെല്ലിനു കാത്തുനില്ക്കാതെ

തുറക്കപ്പെട്ട വാതിലിനു മുന്നിൽ ഷീബ ജയനും ഇരുവശങ്ങളി ലുമായി രണ്ട് പൂക്കളും വിരിഞ്ഞു. മക്കളായ കിച്ചുവും യദുകുട്ടനും ഞങ്ങളുടെ വരവും പ്രതീക്ഷിച്ച് കാത്തുനിൽക്കുകയായിരുന്നു. പുഞ്ചിരിയുമായി പ്രത്യക്ഷപ്പെട്ടവരിലെ അപരിചിതത്വമെല്ലാം നിമി ഷങ്ങൾക്കൊണ്ട് മാറിയതോടെ എന്റെ താമസം ഇവരോടൊപ്പം ആയിരുന്നെങ്കിലെന്ന് മനസ്സ് ആഗ്രഹിച്ചു. കഠിനമായ തണുപ്പിൽ നിന്നും വന്നതിനാലായിരിക്കണം സുഖകരമായ കാലാവസ്ഥയാണ് അനുഭവപ്പെട്ടത്. ഒന്നാം നിലയിൽ എനിക്കായി ഒരുക്കിയ മുറി കാട്ടി തരുമ്പോഴാണ് അവിടെയാണെന്റെ താമസം എന്ന് പൂർണ്ണമായും ഉറപ്പിച്ചത്. ലണ്ടനിലെ ആദ്യരാത്രിയുടെ പുതപ്പണിഞ്ഞപ്പോൾ ചൂടാക്കൽ സംവിധാനങ്ങളുടെ സഹായമില്ലാതെ ഉറക്കം കൺകളി ലേയ്ക്ക് പതിയെ ചേക്കേറിത്തുടങ്ങിയിരുന്നു.

ഹോപ്പ് ഓൺ ഹോപ്പ് ഓഫ്

സമ്പത്തിന്റേയും ധാരാളിത്തത്തിന്റേയും കേന്ദ്രമായ ലണ്ടൻ നഗരം സുഖജീവിതത്തിന്റെ ശീതളിമയാണ് തദ്ദേശവാസികൾക്ക് പകരുന്നത്. ചേരയെ തിന്നുന്ന നാട്ടിൽ ചെന്നാൽ ചേരയുടെ നടുമുറി തന്നെ തിന്നണമെന്നാണല്ലോ പറച്ചിൽ. പ്രഭാതഭക്ഷണം കത്തിയും മുള്ളും ഉപയോഗിച്ചുള്ള മൽപ്പിടുത്തമാകുമെന്നാണ് കണക്കാക്കിയത്. അറിയാത്ത കാര്യങ്ങൾ ചെയ്ത് കോമഡി ആകുമല്ലോ എന്നോർ ത്തപ്പോൾ സായിപ്പിന്റെ വീട്ടിലായിരുന്നെങ്കിൽ എന്തായിരിക്കും അവസ്ഥ എന്നാണാലോചിച്ചത്. കത്തിയും മുള്ളും ഉപയോഗിക്കുന്ന രംഗം ഭാവനയിൽ കണ്ട് ചില പരിശീലനങ്ങളൊക്കെ നടത്തി നോക്കി. വർഷങ്ങളായുള്ള പ്രവാസം പലരെയും വെള്ളക്കാരുടെ ശീലങ്ങളിലേക്കെത്തിച്ചതിൽ കുറ്റമൊന്നുമില്ലെങ്കിലും പ്രതീക്ഷയെ തകിടം മറിക്കുന്നതായിരുന്നു തീൻമേശയിലെ വിഭവങ്ങൾ.

സുന്ദരമായ പാതയോരങ്ങളിലെ സമാനമായ ആകൃതിയും പ്രകൃതിയും നിറവുമെല്ലാം കലർന്ന ഇരുനില വീടുകളെ കൂടുതൽ സുന്ദരമാക്കിയത് മുറ്റത്തു വിരിഞ്ഞുനിന്ന മഞ്ഞപ്പൂക്കളായിരുന്നു. തണുത്ത പ്രകൃതിക്ക് മഞ്ഞ പൂക്കളോട് കടുത്ത പ്രണയമാണെന്ന് തോന്നുന്നു. ഒച്ചയും ബഹളവുമില്ലാത്ത അന്തരീക്ഷത്തിലെ കാഴ്ചക ളിൽ ലയിച്ച് ലൂവിഷാം സ്റ്റേഷനിലേക്ക് നടക്കുമ്പോൾ കല്ലുകൾ പാകി മനോഹരമാക്കിയ നടപ്പാതയിലേയ്ക്ക് ആത്മാക്കൾ നഷ്ടപ്പെട്ട പൂക്കൾ വീണു കിടക്കുന്നുണ്ടായിരുന്നു. വീടിനോടു സാമ്യം തോന്നുന്ന കെട്ടിടത്തിന്റെ പരുക്കൻ കല്ലുകളാലുള്ള ഭിത്തിയിലേയ്ക്ക് വലിയ പച്ച ഇലകളോടുകൂടിയ വള്ളി പടർന്നു കയറിയിരുന്നത് കാണാൻ നല്ല ഭംഗിയാണ്.

ചെറിയ റെയിൽവേ സ്റ്റേഷന്റെ മുന്നിൽ യാത്രക്കാരുടെയോ വാഹന പാർക്കിങ്ങിന്റെയോ തിരക്കൊന്നുമുണ്ടായിരുന്നില്ല. അപരിചിതരായ ഏഷ്യൻ, ആഫ്രിക്കൻ വംശജരുടെ കൂട്ടമാണ് നടപ്പാതയിലും മറ്റും പ്രത്യക്ഷപ്പെടുന്നത്. പരിചിതനായ പ്രദേശവാസിയെപ്പോലെ ട്രെയിനിൽ കയറിപ്പറ്റിയെങ്കിലും ഇറങ്ങാനുള്ള സ്റ്റേഷനെക്കുറിച്ച് ഉള്ളിൽ പതഞ്ഞ വെപ്രാളം മറയ്ക്കുവാൻ അനൗൺസ്മെന്റുകൾ ശ്രദ്ധാപൂർവ്വം കേട്ടുകൊണ്ടിരുന്നു.

വാട്ടർലൂ സ്റ്റേഷനിൽ മെട്രോ ട്രെയിൻ ഇറങ്ങിയാൽ ഫുട്ബോൾ കഴിഞ്ഞ് മൈതാനത്തിൽനിന്ന് കാണികൾ പുറത്തേക്കൊഴുകുന്ന പോലെ മുന്നിൽ ഒരു ജനസഞ്ചയത്തെയാണ് കാണുക. കുറച്ചു നടന്നാൽ അടുത്തു തന്നെയുള്ള സെന്റ്തോമസ് ഹോസ്പിറ്റലിലെത്തും. അവിടെ അഡ്മിനാണ് എം. ബി. എ ക്കാരിയായ ഷീബ. ഓവർ ക്വാളിഫിക്കേഷൻ ഉള്ളതിനാണ് സ്ഥിരജോലി ലഭിക്കുവാൻ വൈകിയതെന്ന് പറഞ്ഞു. സുന്ദരവും കുലീനവുമായ പെരുമാറ്റം കൊണ്ട് എല്ലാവരുടേയും ഇഷ്ടം പിടിച്ചുപറ്റുന്നവർ ചിരപരിചിതനായ സുഹൃത്തിനെപ്പോലെയാണ് പെരുമാറിയിരുന്നത്. എം. എസ്. സിയും എം. സി. എ യും കരസ്ഥമാക്കിയത് ലണ്ടനിലെ യൂണിവേഴ്സിറ്റിയിൽനിന്നാണ്. പത്ത് വർഷങ്ങൾക്കുമുമ്പ് ഒറ്റയ്ക്കാണ് ഈ മഹാനഗരത്തിലെത്തിയതെന്ന് ഷീബ പറഞ്ഞു. അതോടൊപ്പം ഒരിക്കൽ നടക്കാനിറങ്ങി വഴിതെറ്റിയ അവരെ പോലീസുവണ്ടിയിൽ വീട്ടിലെത്തിച്ചുകൊടുത്ത കഥയും.

യാത്രക്കായി "ഹോപ്പ് ഓൺ ഹോപ്പ് ഓഫ്" ബസ്സ് കണ്ടുപിടിക്കണം അതിലാണ് നഗരം ചുറ്റലിനുള്ള ടിക്കറ്റ് ശരിയാക്കിയിരിക്കുന്നത്. സെന്റ് തോമസ് ഹോസ്പിറ്റലിന്റെ മുൻപിൽ ലണ്ടൻ ഐയുടെ അടയാളങ്ങൾ കാണുന്നതിനാൽ ബസ് ഇതുവഴി വന്നേക്കുമെന്ന് പറഞ്ഞാണ് ഞങ്ങൾ പിരിഞ്ഞത്. പൊതുഗതാഗതത്തിനും വിനോദയാത്രയ്ക്കുമുള്ള ബസുകളെല്ലാം പ്രത്യേകമായി സജ്ജീകരിച്ച അടുത്തടുത്ത സ്റ്റോപ്പുകളിലാണ് നിർത്തുന്നത്. നിറംകൊണ്ടുതന്നെ തിരിച്ചറിയാവുന്നതും പൂർണ്ണവിവരങ്ങൾ എഴുതിച്ചേർത്ത ബോർഡുകളുമുണ്ടായിരുന്നത് സഞ്ചാരികൾക്ക് സഹായകരമായിരുന്നു. ട്രാഫിക് ബ്ലോക്കുകൾ കുറവായതിനാൽ ബസുകൾക്ക് സമയ കൃത്യത പാലിക്കാൻ കഴിഞ്ഞിരുന്നു. ഭൂമി ഉരുണ്ടതാണെന്ന് ഒന്നുകൂടി തെളിയിച്ചുകൊണ്ട് കറക്കത്തിനുശേഷം ഹോസ്പിറ്റലിന്റെ മുന്നിൽ തന്നെ വീണ്ടും എത്തിച്ചേർന്നു. അവസാനം പിടിതന്ന ബസ്സിൽ ഒന്നിടിച്ചു കയറാൻ നോക്കിയ രീതി പരാജയമായെന്നു മാത്രമല്ല ഡ്രൈവറുടെ രൂക്ഷനോട്ടം ലേശം ഇളിഭ്യനാക്കി എന്നും പറയാം.

ഒന്നിടിച്ച് കയറാൻ ശ്രമിച്ച എന്ന നിസ്സാര കാര്യത്തിന് ഇങ്ങനെ മുഖം കറുപ്പിക്കേണ്ട കാര്യമൊന്നുമില്ലല്ലോ. പക്ഷേ, ആൺ-പെൺ വ്യത്യാസമില്ലാതെ എവിടെയും എന്തിനും സഹിഷ്ണുതയോടെ ക്യൂ പാലിക്കുന്ന ഏർപ്പാട് ജീവിതത്തിന്റെ ഭാഗമായി തീർന്നിട്ടുണ്ടായിരുന്ന അവർക്ക്. പതിയെ മറ്റുള്ളവരുടെ താല്പര്യങ്ങൾക്കും രീതികൾക്കും അനുസരിച്ച് പരുവപ്പെടുകയല്ലാതെ മാർഗ്ഗങ്ങളില്ലല്ലോ? ഇരുനില ബസിൽനിന്നും ഓരോരുത്തരായി പുറത്തുവരുവോളം ക്ഷമാപൂർവ്വം ഞാൻ കാത്തുനിന്നു.

നഗരത്തെ മഞ്ഞ, പച്ച, ചുവപ്പ്, എന്നിങ്ങനെ മൂന്ന് ലൈനുകളാക്കി തിരിച്ച് വിനോദയാത്ര നടത്തിയിരുന്ന ദി ഒറിജിനൽ ടൂർ കമ്പനിയുടെ ടിക്കറ്റാണ് എനിക്ക് ലഭിച്ചത്. ഇന്റർനെറ്റ് സംവിധാനമുപയോഗിച്ച് ബുക്ക് ചെയ്താൽ 48 മണിക്കൂർ തുടർച്ചയായി യാത്ര ചെയ്യാമെന്നതിനാൽ ഇടയ്ക്കിടെ ടിക്കറ്റെടുത്ത് ബുദ്ധിമുട്ടേണ്ടതില്ല. കൂടുതൽ സ്ഥലങ്ങളിലൂടെ കടന്നുപോകുന്നത് മഞ്ഞലൈനാണെന്ന് മുൻകൂട്ടി മനസ്സിലാക്കിയില്ലെങ്കിലും ഭാഗ്യവശാൽ കയറിപറ്റിയത് അതിൽതന്നെ.

1963 വരെ ലണ്ടനിലെ ഏറ്റവും ഉയരം കൂടിയ മന്ദിരം 1710 ൽ പണി തീർത്ത സെന്റ് പോൾ കത്തീഡ്രലിലായിരുന്നു ആദ്യമെത്തിപ്പെട്ടത്. അതിന്റെ ഗോപുരങ്ങൾക്ക് 365 അടി ഉയരമുണ്ട്. വാസ്തുശില്പിയും ജ്യോതിശാസ്ത്രജ്ഞനും ഗണിതശാസ്ത്രജ്ഞനുമൊക്കെയായിരുന്ന സർ ക്രിസ്റ്റഫർ റെൻ, ബ്രിട്ടീഷ് ഭരണത്തിന് നേതൃത്വം കൊടുത്തിട്ടുള്ള ഡ്യൂക്ക് ആർതർ വെല്ലസ്ലി തുടങ്ങിയ പല പ്രമുഖരുടെയും അന്ത്യവിശ്രമവും ഇവിടെ തന്നെയാണ്. 1981ൽ പ്രിൻസ് ചാൾസിന്റെയും പ്രിൻസസ് ഡയാനയുടെയും വിവാഹം ഇവിടെവെച്ചാണ് നടന്നത്. ബ്രിട്ടീഷ് സാമ്രാജ്യവുമായി ബന്ധമുള്ളവരുടെ വിവാഹങ്ങൾ മാത്രം നടക്കുന്ന ഇവിടെ മൂവ്വായിരം പൗണ്ടാണ് വാടക ഏർപ്പെടുത്തിയിരിക്കുന്നത്.

നല്ല ആരോഗ്യമുണ്ടെങ്കിൽ 257 ഒതുക്കുകല്ലുകൾ കയറി നിങ്ങൾക്ക് മുകളിലെത്താം. ഇനിയും അവശതയൊന്നുമില്ലെങ്കിൽ വീണ്ടും 271 പടികകളും കൂടി കയറിയാൽ മനം കുളിർപ്പിക്കുന്ന ലണ്ടൻ നഗരത്തിന്റെ ആകാശവീക്ഷണം ലഭ്യമാകും. ബസ് സ്റ്റോപ്പുകളെല്ലാം സഞ്ചാരി സൗഹൃദമായിരുന്നു. യാത്രക്കാരെ സഹായിക്കാൻ യൂണിഫോംധാരികളും ഉണ്ടായിരുന്നു. അതുവഴി വന്ന പുതിയ ബസിലെ പ്രവേശത്തെ എതിരേറ്റത് പൈലറ്റിനെപ്പോലെ തൊപ്പിയും നീളൻ കൈ യൂണിഫോമുമൊക്കെ ധരിച്ച ഒരു ഡ്രൈവർ മദാമ്മയുടെ പുഞ്ചിരിയായിരുന്നു. എല്ലാ സീറ്റുകളിലും ഇയർഫോൺ ഘടിപ്പിച്ചിരുന്നതിലൂടെ

പത്ത് ഭാഷകളിൽ വിവരണങ്ങളുടെ മാധുര്യം ചെവികളിലൂടെയും കാഴ്ചയുടെ കുളിർമ്മ കണ്ണുകളിലൂടെയും പ്രവഹിച്ചുതുടങ്ങി. ഇരുനില വാഹനം ഒഴുകുകയാണ്. കുണ്ടും കുഴിയുമില്ലാത്ത മനോഹരമായ പാതകളിലൂടെ.

തെയിംസ് നദിയുടെ വടക്കൻ കരയോട് ചേർന്നിരിക്കുന്ന അതി മനോഹരമായ ഒരു കൊട്ടാരം കാണാം. സന്ധ്യയിൽ അതിന്റെ നിറം സ്വർണ്ണംപോലെ തിളങ്ങുകയും ഉയർന്നു നില്ക്കുന്ന ഗോപുരങ്ങളിൽനി ന്നും പ്രത്യേകമായ പ്രഭ പരക്കുന്നതായി തോന്നുകയും ചെയ്യും. വളരെ പൗരാണികമായ ഈ വെസ്റ്റ് മിനിസ്റ്റർ കൊട്ടാരത്തിന്റെ രത്നത്തിള ക്കം പരിസരം മുഴുവൻ പ്രഭാപൂരിതമാക്കിയിട്ടുണ്ട്. ഇപ്പോൾ ബ്രിട്ടീഷ് പാർലമെന്റ് മന്ദിരമായാണ് നൂറ്റാണ്ടുകളുടെ ചരിത്രം പേറുന്ന ഈ കൊട്ടാരം അറിയപ്പെടുന്നത്. തെരഞ്ഞെടുക്കപ്പെട്ട പാർലമെന്റിന് ഹൗസ് ഓഫ് കോമൺസ്, ഹൗസ് ഓഫ് ലോർഡ്സ് എന്നീ രണ്ടു സഭകളുണ്ട്. ഈ മന്ദിരം മാത്രം സ്ഥിതിചെയ്യുന്ന സ്ഥലം അതിവി ശാലമായി വ്യാപിച്ചുകിടക്കുന്നതിൽ 1100-ലധികം മുറികളും മറ്റുമുണ്ട്. വിക്ടോറിയ ടവർ, ബിഗ് ബെൻ, ടവർ ബ്രിഡ്ജ് എല്ലാം അടുത്തു തന്നെയാണ്. ജൂലൈ, ആഗസ്റ്റ് മാസങ്ങളിലാണ് സന്ദർശകർക്കായി ഇതു തുറന്നുകൊടുക്കുക. രണ്ട് സഭകളുടെയും തലവൻമാർ ഇതി നുള്ളിൽ ഒരുക്കിയ അപ്പാർട്ട്മെന്റിലാണ് താമസം. സ്പീക്കറുടെ ഔദ്യോഗിക വസതിയും ഇവിടെ തന്നെ. വിക്ടോറിയ ഗാർഡനെന്ന ചുറ്റുമുള്ള പൂന്തോട്ടം കൊട്ടാരത്തെ കൂടുതൽ മനോഹരമാക്കുന്നു. ടി വി യിലും മറ്റും ബ്രിട്ടീഷ് പ്രധാനമന്ത്രിമാർ മുഖാമുഖങ്ങൾക്കായി പ്രത്യ ക്ഷപ്പെടുന്ന പച്ചപ്പരവതാനിപോലെ തോന്നുന്ന പുൽത്തകിടി ഈ ഹൗസ് ഓഫ് ലോർഡ്സിന് മുൻവശമാണ്. 1004 വർഷം പഴക്കമു ള്ള ഈ കൊട്ടാരത്തിന് 1834 ൽ ഉണ്ടായ തീപ്പിടുത്തത്തിൽ കുറച്ച് നാശം വന്നെങ്കിലും 1876 ൽ വീണ്ടുംപുതുക്കി പണിഞ്ഞു.

വെസ്റ്റ് മിനിസ്റ്റർ കൊട്ടാരം ചില രാത്രികളിൽ സ്വർണ്ണത്തിളക്ക ത്തിന്റെ പ്രഭാപൂരം ചൊരിയുന്ന അത്ഭുത കാഴ്ചയുണ്ട്. ഇളം നിലാവുള്ള, മഞ്ഞ് പൊഴിയുന്ന ഏതെങ്കിലും രാത്രിയിൽ തെയിംസ് നദിയുടെ തെക്കൻ കരയിലെ ചാരുബഞ്ചിൽ ഒറ്റക്കിരുന്ന് ആ കാഴ്ച കാണുക തന്നെ വേണം. നിശ്ശബ്ദത പടർന്ന ഏകാന്തത അതിന്റെ സൗന്ദര്യ ത്തിന് മാറ്റുകൂട്ടും. അവാച്യമായ അനുഭൂതിയിലേയ്ക്ക് നിങ്ങളെ ആനയി ച്ചുകൊണ്ടു പോകും. ചന്ദ്രപ്രഭയിൽ തിളങ്ങുന്ന താജ് മഹൽപോലെ മായ്ക്കാൻ കഴിയാത്ത മറ്റൊരു ശില്പമായി മനസ്സിൽ പതിയും.

പ്രണയക്കാപ്പി

പാതയോരത്തെ ഇറ്റാലിയൻ റസ്റ്റോറന്റിലേയ്ക്ക് അയാൾ ഇടയ്ക്കിടെ നോക്കുന്നുണ്ടായിരുന്നു. നിഷ്കളങ്കഭാവത്തിലെ നോട്ടമെറിയൽ ചില്ലുകൂടുകൾക്കപ്പുറമുള്ള എന്തിലോ തങ്ങിനിന്ന പ്പോൾ എന്റെ ആകാംക്ഷാപൂർവ്വമായ കണ്ണുകൾ അങ്ങോട്ട് തിരിഞ്ഞു.

മനോഹരമായി അലങ്കരിച്ച വാതായനങ്ങളും ചുവരിനെ പുണരാൻ വെമ്പുന്ന ഇളം വയലറ്റ് നിറത്തിലെ പുഷ്പിച്ച വള്ളിചെടികളും ആ ഭംഗിക്ക് മാറ്റുകൂട്ടുന്നുണ്ട്. പക്ഷേ, അയാളെ ആകർഷിച്ചത് മറ്റെന്തോ ആണെന്ന് തുടുത്തുവരുന്ന മുഖഭാവത്തിൽ കാണാം. ചില്ലുകൂടുകൾ കണ്ടാൽ ചെറു ചതുരംഗക്കളങ്ങൾ കൂട്ടിവെച്ചതുപോലെ തോന്നും. അകത്തളത്തിലെ അലങ്കാരസൗന്ദര്യം മഞ്ഞവെളിച്ചത്തിൽ പുറത്തേ യ്ക്ക് ഒഴുകി എത്തുന്നുണ്ട്. പ്രണയാദ്രമായി ഇഴുകിച്ചേരാൻ വൃഥാ ശ്രമിക്കു ന്ന മുന്തിരിവള്ളികൾ തളിരിട്ട സെന്റ് പോൾ കത്തീഡ്രൽ സ്റ്റോപ്പിലെ കാപ്പിക്കടയുടെ പൂമുഖരംഗങ്ങൾ പ്രണയസല്ലാപങ്ങളിലാണ്.

പ്രഭാതത്തിന്റെ കുളിരിൽ കൈകൾ പൂട്ടി പുണർന്ന് തണുപ്പിനെ പ്രതിരോധിക്കുമ്പോൾ ആരോ മാടിവിളിക്കുംപോലെ വാതിൽ തള്ളിത്തുറന്ന് അയാൾ ഉള്ളിലേയ്ക്ക് കടന്നുചെന്നു. മൃദുവായ ആ പാദസഞ്ചലനം തളിരിട്ടു തുടങ്ങിയ സ്വപ്നങ്ങളിലേയ്ക്കാണെന്ന് ലില്ലി ച്ചെടികളുടെ ചെറുചലനം കണ്ടാൽ തോന്നും. ആശംസകൾ അർപ്പിച്ച് മിഴിമുന തുറന്ന മഞ്ഞപ്പൂക്കൾ പുഞ്ചിരിയുമായി അടുത്ത സമാഗമത്തെ പ്രതീക്ഷിച്ച് പുറത്തേയ്ക്ക് നീണ്ടു.

പുറമേ നില്ക്കുന്നവരെ ആകർഷിക്കുന്നതാണ് ഉള്ളിലെ അലങ്കാര ങ്ങൾ. ഭിത്തിക്കും മേശകൾക്കുമെല്ലാം കാപ്പിപ്പൊടി നിറമാണെങ്കിലും എടുത്തുകാണിക്കുന്നത് ആ ബ്രിട്ടീഷ് സുന്ദരിയുടെ വെളുത്ത മുഖം

തന്നെയായിരുന്നു. രത്നങ്ങൾപോലെ തിളങ്ങുന്ന കണ്ണുകൾക്കൊരു പ്രത്യേക ഭാവമുണ്ടായിരുന്നു. മുട്ടറ്റംവരെയുള്ള കാപ്പിക്കളർ ഫ്രോക്കിന്റെ ഞൊറികൾക്ക് ഭംഗി കൂട്ടുന്നത് അവളുടെ ആ അരപ്പട്ടയാണ്. വെളുത്ത് നീണ്ട വിരലുകളിലെ നഖങ്ങൾക്ക് ഇളംചുവപ്പാർന്ന ക്യൂട്ടക്സ് നന്നായി ചേർന്നിട്ടുണ്ട്. നൂലുപോലുള്ള സ്വർണ്ണമാലയിൽ ചില കരിമണികൾ വിളക്കിച്ചേർത്തിരിക്കുന്നു. സ്വർണ്ണനൂലുകൾ ഇഴചേർത്ത് പിന്നിയെടുത്ത മുടിയിഴകൾ കലാപരമായി ചേർത്തു കെട്ടിവെച്ചിട്ടുണ്ട്. എയർ ഹോസ്റ്റസിനെപോലെപുഞ്ചിരി തൂകുന്ന ഭാവത്തിന് മാറ്റുകൂട്ടുന്നതാണ് വെള്ളവരയോടു കൂടിയ അവളുടെ തൊപ്പി. ഉൻമേഷം പ്രസരിക്കുന്ന മന്ദസ്മിതത്തോടെയാണ് ആ ബ്രിട്ടീഷ് സുന്ദരി അയാളെ സ്വാഗതം ചെയ്തത്.

പ്രഭാതത്തിലെ അതിഥികൾ എത്തിനോക്കി തുടങ്ങുന്നതേയുള്ളൂ. ചെറുപുഞ്ചിരിയോടെ അവൾ ലവാസ എന്നെഴുതിയ പാക്കറ്റ് പൊട്ടിക്കുമ്പോൾ ഒരു സുഗന്ധം അവിടെയെല്ലാം നിറഞ്ഞു. ജോലിയുടെ താളലയത്തിൽ അവരുടെ കണ്ണുകൾ ഇടയ്ക്ക് കൂട്ടിമുട്ടുന്നുണ്ടായിരുന്നു. മായാലോകത്തിൽ അകപ്പെട്ടപോലെയുള്ള താളാത്മകമായ അവളുടെ ചലനങ്ങൾ അയാൾ നോക്കി നില്ക്കുകയായിരുന്നു. തിളയ്ക്കുന്ന കാപ്പിയിൽനിന്ന് ഉയരുന്ന ചെറു നീരാവിക്കൂട്ടത്തിന്റെ സുഗന്ധം പുറത്തേക്ക് ഒഴുകിയൊഴുകി എന്നിലേക്കും എത്തികഴിഞ്ഞു. പ്രഭാതത്തിലെ അവളുടെ പ്രസന്നഭാവം ആരെയും ആകർഷിക്കുമെന്ന് തീർച്ചയാണ്. തിളങ്ങുന്ന കണ്ണുകളുടെ ആകർഷണം മാത്രമല്ല, നിറപുഞ്ചിരിയുടെ ലാസ്യഭാവവും അടുപ്പത്തിനു കാരണമാകുന്നത് കുശുമ്പിന്റെ ഒഥല്ലോ കഥാപാത്രം ടെസ്ഡിമോനിയെ കാണുന്ന ഭാവത്തോടെ നോക്കി

നിൽക്കാൻ പ്രേരിപ്പിച്ചു കൊണ്ടിരുന്നു. അവർ സുഹൃത്തുക്കളോ പരിചയക്കാരോ ആയിരിക്കും. ചിലപ്പോൾ നാമ്പിട്ടു തുടങ്ങിയ ആദ്യാനുരാഗത്തിന്റെ കുളിർ തെന്നലാകാം ഒരു പ്രണയഗാനമായി അവർക്കിടയിലൂടെ കടന്നു പോകുന്നത്. അവരുടെ ചേഷ്ടകൾ സൃഷ്ടിച്ച മായാവലയത്തിൽ മുംതാസിന്റെ തടവിലാക്കപ്പെട്ട ഷാജഹാനെപ്പോലെ ഞാൻ സവിസ്മയം നോക്കി നിന്നു. മനസ്സിൽ പ്രണപൂക്കൾ വിരിയുന്ന സൗരഭ്യം പരന്നു തുടങ്ങിയപ്പോൾ കുശുമ്പിന്റെ കഥാപാത്രം അകലേയ്ക്ക് നീങ്ങിത്തുടങ്ങിയിരുന്നു.

ലണ്ടൻ നഗരപ്രദിക്ഷണത്തിന്റെ ആദ്യ സ്റ്റോപ്പ് സെന്റ് പോൾ കത്തീഡ്രലിലായിരുന്നു. മറ്റുള്ളവരോടൊപ്പം ഞാനും ചാടി ഇറങ്ങിയെന്നല്ലാതെ കൈയിലുണ്ടായിരുന്ന ട്രാവൽ ഗൈഡ് മറിച്ചുനോക്കി തിട്ടപ്പെടുത്തിയിരുന്നില്ല. പതിനഞ്ച് നിമിഷംകൊണ്ട് സന്ദർശനം പൂർത്തിയാക്കിയാൽ അടുത്ത കാഴ്ചകൾക്കുള്ള ബസ് പിടിക്കാമെങ്കിലും ബസ് വരാൻ സമയമാകാത്തതിനാൽ അടുത്തു കണ്ട കടയിൽനിന്ന് ഒരു കാപ്പി കുടിക്കാമെന്ന് കരുതുമ്പോഴാണീ രംഗങ്ങൾ മുന്നിൽ അനാവരണംചെയ്യപ്പെടുന്നത്. ചായ, കാപ്പി ഇവയൊക്കെ ആവശ്യമില്ലെങ്കിലും ചിലപ്പോൾ കുടിക്കും. അത് അപ്രതീക്ഷിത സൗഹൃദത്തെയായിരിക്കും സൃഷ്ടിക്കുന്നതെന്ന് ഓർത്തുകൊണ്ടാകണമെന്നില്ല. അപരിചിതമായ സ്ഥലത്ത് ഒരാളെ അന്വേഷിച്ചുപോയ ഒരു സുഹൃത്ത് കാര്യങ്ങളന്വേഷിക്കാനായി കയറിയ പെട്ടിക്കടയിൽനിന്ന് ഒരു പുകവലിക്കാരന്റെ ഭാവത്തിൽ ഒരു സിഗരറ്റ് വാങ്ങി കത്തിച്ച കഥയുണ്ട്. എല്ലാ ഭാഗങ്ങളിലൂടെയും പുക പുറത്തുചാടിയ അയാളുടെ ചുമയും തള്ളിവന്ന കണ്ണുകളും ഒന്നടങ്ങാൻ മണിക്കൂറൊന്നെടുത്തു. ആദ്യത്തെയും അവസാനത്തേയുമായിരുന്നു ആ പുകവലി എന്നാണ് അയാൾ പിന്നീട് പറഞ്ഞത്.

കഥകളും നാട്ടുവർത്തമാനങ്ങളും നിറഞ്ഞ സംഭാഷണത്തോടൊപ്പം അവൾ രുചികരമായ കാപ്പിയുടെ കൂട്ട് തയ്യാറാക്കുകയായിരുന്നു. തിരക്ക് തുടങ്ങിയിട്ടില്ലാത്തതിനാൽ വിവിധ കോഫികൾ ഉണ്ടാക്കുന്ന രീതിയും ഉപയോഗിക്കുന്ന ചേരുവകളുമെല്ലാം പറയുന്നത് ആകാംക്ഷയോടെ അയാൾ കേട്ടിരുന്നു. കപ്പ് ചുണ്ടോടടുപ്പിക്കുമ്പോൾ പരക്കുന്ന സ്വാദിഷ്ടമായ മണം പ്രസരിപ്പായി അയാളുടെ മുഖത്തുപടരുന്നത് കാണാം.

ഇതിനോടകം പോകേണ്ട ബസൊക്കെ കടന്നുപോയതൊന്നും അയാളും ഞാനും അറിഞ്ഞതേയില്ല. രുചികരമായ കോഫിലാറ്റേയുടെ മധുരത്തോടൊപ്പം അവൾ ചാലിച്ച പ്രണയം എന്നെന്നും അയാൾ ഓർത്തിരിക്കുമെന്ന് തീർച്ചയാണ്. പരിധിവിട്ട ചിന്തകൾക്ക്

പ്രസക്തിയില്ലാത്ത കാലത്ത് ആശംസകൾ മനസ്സിലൊതുക്കി സ്വപ്നലോകത്തുനിന്ന് ആഗമന ഉദ്ദേശ്യത്തിലേയ്ക്ക് ഇറങ്ങിവന്നു. അവർ ഇനിയും കാണുമെന്ന പ്രതീക്ഷയിൽ പുഷ്പിക്കാനാഗ്രഹിക്കുന്ന പ്രണയവല്ലരിയിലേയ്ക്ക് പൂക്കൾ വാരിയെറിയുന്ന നിയോഗമായിരിക്കും തന്റേതെന്ന് ചിന്തിച്ചുകൊണ്ട് പതിയെ പുറത്തേയ്ക്ക് നടന്നു. എന്റെ ഓർമ്മകൾ കൗമാരത്തിന്റെ നഷ്ടപ്രണയങ്ങളിലേക്ക് വണ്ടികയറി, ഒപ്പം ഞാനും.

കടക്ക് പുറത്ത്

മലയാളത്തിലാകുമ്പോൾ 'പോയി പണിനോക്കെടാ' എന്ന് മയത്തിൽ പരിഭാഷപ്പെടുത്താവുന്ന തരം നല്ല ആംഗലേയ തെറിയാണ് അയാൾ മൊഴിഞ്ഞിരിക്കുന്നത്. 'ഗെറ്റ് ലോസ്റ്റ്' ആ സാഹിത്യപ്രയോഗം കേട്ട് ഞാനും ചെറുതായി ഞെട്ടി. പലവിധ അഭ്യാസങ്ങൾകൊണ്ടും ഭീഷണികൾക്കൊണ്ടും തഴമ്പിച്ച ചെവിയാണെങ്കിലും ക്രുദ്ധനായി നില്ക്കുന്ന ആജാനുബാഹുവിനെയും ചീത്ത കേട്ടവനെയും ഒന്ന് നോക്കി.

ഇംഗ്ലീഷാകുമ്പോഴും അതുപയോഗിക്കുന്ന ആളുടെ സ്വനനാളിയിലെ സമ്മർദവുമൊക്കെ പല താളത്തിലായിരിക്കും പുറത്തേയ്ക്ക് വരുന്നത്. അപ്പോൾ ശബ്ദതരംഗങ്ങൾക്കുണ്ടാകുന്ന കമ്പനംമൂലം ചിലപ്പോൾ ഇത്തിരി രൂക്ഷമായി തോന്നുമെന്ന് മാത്രം. പക്ഷേ ആ പ്രതികരണത്തോടൊപ്പം ലഭിക്കേണ്ട ശാരീരികപീഡനമേല്ക്കാതെ രക്ഷപ്പെട്ടെന്ന ആശ്വാസത്തിൽ ഒന്നുപതുങ്ങിയ അയാൾ ഭാവ വ്യത്യാസങ്ങൾ പുറത്തുകാണിക്കാതെ ചുറ്റുപാടും വീക്ഷിക്കുകയാണ് ചെയ്തത്.

ഇതിലും വലിയ കേസുകളൊക്കെ ധാരാളം ഡീലുചെയ്തിട്ടുള്ള രീതിയിലൊരു മുഖഭാവം ഉണ്ടാക്കിയെടുത്ത് ജാള്യം മറയ്ക്കാൻ നോക്കുന്നുണ്ട്. ഒരാൾ ചീത്ത വിളിക്കുന്നതിന്റെയും മറ്റൊരാൾ കേൾക്കുന്നതിന്റെയുമൊക്കെ ശബ്ദകമ്പനങ്ങളിലുണ്ടാകുന്ന സാഡിസ്റ്റിക് പ്ലഷറൊന്നുമാസ്വദിക്കാൻ യാതൊരു താല്പര്യമില്ലാത്ത മട്ടിൽ വാട്സ് ആപ്പിലേയ്ക്ക് കുനിഞ്ഞ വെള്ളക്കാരുടെ ശിരസ്സുകളായിരുന്ന

ച്ചറ്റിലുമെന്നത് അയാൾക്ക് ആശ്വാസം പകർന്നിട്ടുണ്ടെന്ന് തോന്നുന്നു. വേറൊരാളോട് സൗമ്യമായി സംസാരിച്ചിരുന്ന മഹാനുഭാവന്റെ ദ്രുതഗതിയിലെ മാറ്റത്തിന് വല്ല മലയാള സരസ്വതിയോ മണിപ്രവാളമോ ആയിരിക്കുമോ ഇയാൾ ഓതിക്കൊടുത്തത്.

ഭേദപ്പെട്ട ശബ്ദങ്ങളൊക്കെ ലയിച്ചു പോകുന്ന ശബ്ദമുഖരിതമായ ലണ്ടൻ മഹാനഗരത്തിലെ വിക്ടോറിയ റെയിൽവേ സ്റ്റേഷനിലെ തിങ്ങിനിറഞ്ഞ പ്ലാറ്റ്ഫോമാണ് സംഭവസ്ഥലം. സന്ധ്യാസമയമായതിനാൽ ചേക്കേറാൻ തിരക്കുകൂട്ടുന്നവർ ട്രെയിനുകളിലേയ്ക്ക് കയറിക്കൊണ്ടിരുന്നു. മദ്ധ്യലണ്ടനിൽ സ്ഥിതിചെയ്യുന്ന ഭൂഗർഭ റെയിലും ഉൾപ്പെടുന്ന ഈ സ്റ്റേഷനെ ലണ്ടൻ വിക്ടോറിയ എന്നും പറയും. റിവർ തെയിംസ് ന്റെ തെക്ക് ഭാഗത്ത് സ്ഥിതി ചെയ്യുന്ന 1860 ൽ പ്രവർത്തനമാരംഭിച്ച് ഇപ്പോൾ 19 പ്ലാറ്റ്ഫോമിലൂടെ വണ്ടികൾ തുരുതുരാ പായുമ്പോൾ തിരക്ക് നിസ്സാരമായിരിക്കില്ലല്ലോ.

കാഴ്ചകൾ കണ്ട് വൈകീട്ട് താമസസ്ഥലത്തെത്താനായി റെയിൽവേസ്റ്റേഷനിലെത്തിയതായിരുന്നു മൂപ്പർ എന്ന് തോന്നുന്നു. കുറച്ചു യരത്തിൽനിന്നു നോക്കിയാൽ ഒരേനിമിഷം നിരവധി ട്രെയിനുകൾ പലദിക്കുകളിലേക്കും പായുന്ന രസകരമായ കാഴ്ചയൊക്കെ ആസ്വദിച്ചു നില്ക്കുമ്പോൾ തനിക്കു പോകാനുള്ള പല വണ്ടികളും കടന്നു പോയതൊന്നും അയാളുടെ ശ്രദ്ധയിൽ പെട്ടിരുന്നില്ല.

പ്രധാന സ്റ്റേഷനിൽത്തന്നെ നിരവധി ദിക്കുകളിലേക്ക് പോകുന്ന അണ്ടർഗ്രൗണ്ട് സ്റ്റേഷൻ ഉൾപ്പെടെ ഉണ്ടായിരുന്നതിനാൽ ആകെയൊരു ബദ്ധപ്പാടിലായിരുന്നു അയാളെന്നു തോന്നുന്നു. നല്ല പരിചയമുള്ളവർക്ക് മാത്രമേ കൃത്യമായി ഫ്ളാറ്റ്ഫോം കണ്ടുപിടിച്ച് യാത്രചെയ്യാൻ കഴിയുമായിരുന്നിട്ടും പലരോടും ചോദിച്ചിട്ടാണെങ്കിലും ലൂവിഷാമിലേക്കുള്ള ട്രെയിൻ വരുന്ന ഫ്ളാറ്റ്ഫോമിൽതന്നെ എത്തിച്ചേർന്നിരുന്നു. വന്ന ട്രെയിനും എഴുതികാണിച്ച ട്രെയിനും ഒന്നുതന്നെയാണെന്നുറപ്പിച്ചാൽ യാത്രയിൽ ആശങ്ക വേണ്ടല്ലോയെന്നു കരുതിയായിരിക്കാം ആ പാവം തൊട്ടടുത്ത് കണ്ട യൂണിഫോം ധരിച്ച കാഴ്ചയിൽ ആഫ്രിക്കൻ വംശജനായിരുന്ന ആജാനുബാഹുവിനെ സമീപിച്ചത്. ക്ലീൻ ഷേവുചെയ്തു വൃത്തിയാക്കിയ മുഖം, ഇടയ്ക്കിടെ വെളുത്ത പല്ലുകാണിച്ചു ചിരിക്കുന്ന ടൈ കെട്ടിയ യൂണിഫോം ധാരിയുടെ കൈകളിൽ നീട്ടിപ്പിടിച്ച വയർലെസ് സെറ്റു പോലെന്തോ ഉണ്ടായിരുന്നു. ആരോടോ സംസാരിച്ചുനില്ക്കുന്ന ആൾ തന്നെ സഹായിക്കുമെന്ന് കരുതിയാണ് ഒന്നു കേറി മുട്ടിയതെങ്കിലും അത് അയാളെ പ്രകോപിപ്പിക്കുകയാണ് ചെയ്തത്.

'ഐ കാൺഡ് ഹെൽപ്പ്' ഹോ... അയാളുടെ കറുത്ത മുഖത്തിന് കൂടുതൽ ക്രൗര്യം ഉണ്ടാക്കുവാനായി മാത്രമാണ് വെളുത്ത പല്ലുകൾ പുറത്തേയ്ക്ക് വന്നതെന്ന് തോന്നുന്നു. ആറടിയിലധികം ഉയരമുള്ള ആ മനുഷ്യൻ കൈവീശുന്ന കാറ്റടിച്ചാൽ വീഴാനുള്ള ത്രാണിയേ ആ പാവത്തിനുള്ളൂ എങ്കിലും വളരെ വിനയാന്വിതനായി മറ്റൊരാളോട് പെരുമാറുന്നയാൾക്ക് ഇങ്ങനെ ക്ഷിപ്രകോപമുണ്ടാകാനുള്ള കാരണമാണ് ഞാൻ അന്വേഷിച്ചത്. ഇത്രമേൽ പ്രകോപിതനാകണമെങ്കിൽ തക്കതായ കാരണമെന്തെങ്കിലുമുണ്ടാകണമല്ലോ. രണ്ട് തവണയൊക്കെ തുടർച്ചയായി എസ്ക്യൂസ്മി പറഞ്ഞാൽ ചൂടാകാനല്ലല്ലോ, ക്ഷമിക്കണേന്നല്ലേ മറ്റെയാൾ നിലവിളിച്ചത്. ചില ആചാരവാക്കുകളൊന്നും ചില സമയങ്ങളിൽ ചേരില്ലെന്നു മനസ്സിലായി. ഒരു സംസാരത്തിനിടയിലെ ശല്യപ്പെടുത്തലായി അയാൾക്കു തോന്നിയതാണ് അയാളുടെ ക്ഷമ കൈമോശം വന്നു പോകാൻ കാരണമെന്ന് തോന്നുന്നു. മാത്രമല്ല രൂക്ഷമായി നോക്കിയ അയാളുടെ മുഖത്തെ മറുചോദ്യം 'ഇവൻ എവിടുന്ന് കെട്ടിയെടുത്തടെ' എന്നായി തോന്നുന്നുണ്ട്. ചോദ്യങ്ങൾ ഇഷ്ടപ്പെടാത്ത മുഖഭാവത്തോടുകൂടി മറ്റെയാൾക്ക് വേണ്ട സൗകര്യങ്ങൾ ചെയ്തുകൊടുക്കുന്ന തിരക്കിലായിരുന്നു യൂണിഫോം ധാരി. ഈ ട്രെയിൻ മിസ്സായാൽ ഉടനെ തന്നെ മറ്റൊന്ന് വരുമെങ്കിലും എന്തൊ ഒരുതരം ആശങ്കാകുലമായ മനോഭാവമായിരുന്നു ഉണ്ടായിരുന്നത്. യാത്രയ്ക്കിടയ്ക്ക് ഇങ്ങനെയുള്ള ആശങ്കകളെ ആസ്വദിക്കുന്ന ഒരു മനോഭാവമൊക്കെ ഉണ്ടെങ്കിലും ഒന്നുകൂടി ഉറപ്പിക്കാൻ ശ്രമിക്കുന്ന മാനസികാവസ്ഥ കൂടുതൽ അന്യനാട്ടുകളിലെ സഞ്ചാരത്തിലാണ് ഉണ്ടാകുന്നത്.

ആശങ്കകൾ ശരിയായി ഭവിച്ച ഒരനുഭവം എനിക്കുള്ളതിനാൽ അയാളുടെ ആകുലതകൾ എന്റേതുകൂടിയായി. ട്രെയിൻ മാറിക്കേറി എവിടെയെങ്കിലും ഇറങ്ങേണ്ട അനുഭവം ഉള്ളിലുള്ളതുകൊണ്ടാകാം അയാളുടെ ഈ ആശങ്കയുമായി എനിക്ക് താദാത്മ്യപ്പെടാനായത്.

അടുത്ത കാലത്ത് തിരൂർ വരെ പോകേണ്ട ആവശ്യത്തിനായി കോഴിക്കോട് സ്റ്റേഷനിലൊന്നു പോയി. പതിനൊന്നു മണിക്കൊത്തൊനായി എക്സ്പ്രസ് ട്രെയിനിനുതന്നെ ടിക്കറ്റെടുത്തു. കേവലം മുപ്പതു രൂപ ടിക്കറ്റിനു പകരം നൂറ്റിനാല്പത് രൂപ അവർ വാങ്ങിയപ്പോൾ വേഗത്തിലും സുഖത്തിലുമാകും യാത്രയെന്നാണ് എല്ലാവരെയും പോലെ ഞാനും കരുതിയിരുന്നത്. നമ്മുടെ റെയിൽവേ അല്ലെ, വണ്ടിവരേണ്ട സമയമടുത്തപ്പോൾ ഒരു മണിക്കൂർ താമസമുണ്ടാകുമെന്നും ക്ഷമിക്കണമെന്നും അറിയിപ്പ് വന്നു. അവരോട് കുറച്ച് നേരമായി അങ്ങനെ ക്ഷമിച്ച് ക്ഷമിച്ച് ക്ഷമകെട്ടുകൊണ്ടിരിക്കുമ്പോഴതാ നല്ല

ഒരു വണ്ടി ഒന്നാം പ്ലാറ്റ്ഫോമിലേയ്ക്ക് കയറുന്നു. ഒന്നു മാലോചിച്ചില്ല ഓടിപ്പോയി കയറിയ വണ്ടി ഉടൻ തന്നെ ചലിച്ചു തുടങ്ങി. ഹോ. ആശ്വാസമായി അടുത്ത ട്രെയിനിന് കാത്തുനിന്നിരുന്നെങ്കിൽ ഒരു മണിക്കൂർ വെറുതെ പോകുമായിരുന്നല്ലോ. സ്വന്തം സാമർത്ഥ്യത്തെ നല്ലപോലെ പുകഴ്ത്തിക്കൊണ്ട് ഏതു സീറ്റിലിരിക്കണമെന്നാലോചിച്ച പ്പോൾ ആകെയൊരു കൺഫ്യൂഷൻ. കാരണം ബോഗിയിൽ രണ്ട് മൂന്ന് പേർകൂടി മാത്രമേ ഉണ്ടായിരുന്നുള്ളൂ. ദീർഘദൂരയാത്രക്കാരായ അവർ ഒന്ന് ഇരുത്തി നോക്കുന്നതു കണ്ടപ്പോൾ എന്തോ തകരാറുണ്ടെ ന്ന് സന്ദേഹമുണർന്നപ്പോഴേയ്ക്കും വണ്ടി നല്ല വേഗത്തിലായിരുന്നു.

എനിക്ക് ഇറങ്ങേണ്ട സ്റ്റേഷൻ കഴിഞ്ഞ് വീണ്ടും 60 കിലോമീ റ്ററുകൂടി ഓടിയാൽ മാത്രമാണ് വണ്ടിയുടെ ആദ്യ സ്റ്റോപ്പ്. ആദ്യം പകച്ചെങ്കിലും പതിയെ അത് ചിരിയായി മാറി. സന്ദേഹത്തിന്റെ സൂക്കേട് മാറിക്കിട്ടിയതിൽ ഇനി ആരോട് പരിഭവിക്കാൻ. അങ്ങ നെയൊക്കെയാണെങ്കിലും അവിചാരിതമായി ചില സ്റ്റേഷനിലൊ ക്കെ നിർത്താറുണ്ടെന്ന് കേട്ടിട്ടുണ്ട്. എന്തെങ്കിലും ആവശ്യത്തിന് അത്തരത്തിലൊരു നിർത്തൽ പ്രതീക്ഷയിൽ കാത്തിരുന്നെങ്കിലും ഷൊർണ്ണൂരിൽ ഇറങ്ങിയാൽ എങ്ങനെ ഏറ്റവും വേഗത്തിൽ ലക്ഷ്യ സ്ഥാനത്തെത്തുന്നതിനെപ്പറ്റിയാണാലോചിച്ചത്. ആശങ്കയും സന്ദേ ഹവുമില്ലാത്ത സാഹചര്യം ബന്ധനസ്ഥനാക്കിയ യാത്ര. അവസാനം ഷൊർണ്ണൂരിൽ ഇറങ്ങി 1600 രൂപ ടാക്സി ചാർജ് കൊടുത്ത് ഒരു മണിക്കൂർ താമസിച്ചാണെങ്കിലും തിരൂരിലെത്തുമ്പോൾ ഒന്നു സന്ദേ ഹിച്ചതിന് മാത്രം 1710 രൂപയുടെ ചെലവുണ്ടാക്കിയെന്നാണ് കഥ.

ചില സാഹചര്യങ്ങളിൽ സ്വയം പഴിക്കാതെ ഇത്തരം രസാവ സ്ഥകളെ ആസ്വദിക്കുന്നതാണ് നല്ലതെന്ന പാഠമാണ് പഠിപ്പിച്ചത്. അത്തരമൊരു സംഭവം അപരിചിതമായ സ്ഥലത്ത് വീണ്ടുമാവർത്തി ച്ച് സമയവും പണവും കളഞ്ഞ് രസം ആസ്വദിക്കേണ്ടല്ലോയെന്നാ യിരുന്നു ചോദ്യത്തിന്റെ ഉദ്ദേശ്യമെന്ന് യൂണിഫോം ധാരി മനസ്സി ലാക്കാത്തതിന് ആരെങ്കിലും കുറ്റക്കാരനാണോ? ആവർത്തിച്ചുള്ള ചോദ്യം അരിശംകൊള്ളിച്ചതിൽ ആർക്കാണ് പിഴച്ചത്. ഒരാളോട് സംസാരിച്ചുകൊണ്ടിരിക്കുമ്പോൾ ഇടയ്ക്ക് കയറി തടസ്സമുണ്ടാക്കുന്ന പരിപാടി തന്റെ നാട്ടിൽവെച്ചാൽമതിയെന്നാണ് അയാൾ പറഞ്ഞ തെന്ന് തോന്നുന്നു. ഒന്നും ആലോചിച്ചില്ല എന്തും വരട്ടെയെന്നുക രുതി കിതച്ചുകൊണ്ടു കുതിക്കാൻ കാത്തുനിന്ന ട്രെയിനിലേക്ക് ഓടിക്കയറുമ്പോൾ യാത്രയിലെ അനുഭവങ്ങൾ ജീവിതത്തിന്റെ സർവകലാശാലകളാണെന്ന സാക്ഷ്യപ്പെടുത്തലുകൂടിയായിരുന്നു എനിക്ക് ആ സംഭവം.

ഒരു രാജ്യത്തിന്റെ നിയമങ്ങൾക്കും സംവിധാനങ്ങൾക്കും അനുസരിച്ച് ദിനചര്യകൾ മാറാൻ എത്ര എളുപ്പത്തിൽ കഴിയുന്നു എന്ന് അതിശയത്തോടെ തിരിച്ചറിഞ്ഞു. സാമൂഹിക ജീവിതത്തിൽ പാലിക്കേണ്ട പൗരബോധം സ്കൂളിൽ മുതൽ ഒരു തലമുറയെ ശീലിപ്പിക്കുന്നതിനാൽ മറ്റുള്ളവർക്കും അതിനോടൊപ്പം ചേർന്നു നടക്കാൻ എന്തെളുപ്പമാണ്.

തെയിംസ്, നീയൊരോർമ്മ

എട്ടാംതരത്തിൽ ഇംഗ്ലീഷ് പഠിപ്പിച്ച ജോസ് സാർ ആണ് റിവർ തെയിംസിനെ വർണ്ണിച്ചതെന്നാണ് ഓർമ്മ. എന്തായാലും ചെറുപ്പത്തിലേ മനസ്സിൽ കയറിക്കൂടിയതാണ് 'അറ്റ് ദി ബാങ്ക്സ് ഓഫ് റിവർ തെയിംസ്' എന്ന വാചകം, പിന്നെ അത് വിടാതെ പിൻതുടരുന്നുണ്ടായിരുന്നു. കുട്ടിക്കാലത്തെ ചില ഫീൽ അങ്ങനെയാണ് മനസ്സിൽ കയറിക്കൂടിയാൽ അത് പൂർത്തിയാകും വരെ അടിത്തട്ടിലങ്ങനെ കിടക്കും. അതുകൊണ്ട് തെയിംസ് നദിയും ലണ്ടൻ ബ്രിഡ്ജുമൊന്നും എത്ര കാലമായിട്ടും മാഞ്ഞിരുന്നില്ല.

കണ്ണെത്താ ദൂരത്തോളം പരന്നുകിടക്കുന്ന തെയിംസ് നദീതീരത്തുകൂടി നടക്കുമ്പോൾ ഗ്രാമത്തെ മനോഹരമാക്കിയ നദിയും പാലവുമൊക്കെയായിരുന്നു മനസ്സിൽ. മാങ്കുളം ഗ്രാമത്തിന് ചില പ്രത്യേകതകൾ ഒക്കെയുണ്ടെന്ന് പുറം ലോകത്തിനറിയില്ല. മലകളാൽ കോട്ട കെട്ടപ്പെട്ട ഈ സ്ഥലത്തുമാത്രം ഒരേസമയംതന്നെ വസന്തവും ഗ്രീഷ്മവും ഹേമന്തവുമൊക്കെ സംഗമിക്കാറുണ്ടെന്ന് പറഞ്ഞാൽ ആരും വിശ്വസിക്കില്ല. ഉപ്പുരസം മാത്രം മുളപൊട്ടിയ പുഴക്കടവിൽ കുളിക്കാനിറങ്ങുന്ന കാട്ടാനക്കൂട്ടമുണ്ടെന്നുമാത്രം ഇതിനോടകം പലരും മനസ്സിലാക്കി കഴിഞ്ഞിരിക്കുന്നു.

ചൂടും തണുപ്പും മിതോഷ്ണവും ഒന്നിച്ച് ഗ്രാമീണരെ എത്തിനോക്കുന്ന വ്യത്യസ്തമായ താപനിലയിലെ കാലാവസ്ഥകൾ അനുഭവവേദ്യമാകുന്ന ലോകത്തെ അപൂർവ്വ സ്ഥലങ്ങളിലൊന്നാണിത്. സമുദ്രനിരപ്പിൽനിന്നും വളരെ ഉയരത്തിലുള്ള ഇടുക്കി ജില്ലയുടെ ഭാഗമായ ഈ സ്ഥലത്താണ് കേരളത്തിലെ കൂടുതൽ മഴ

രേഖപ്പെടുത്തുന്നതെന്നപ്രത്യേകത കൂടിയുണ്ട്. കാട്ടാനകൾ കൂട്ടം കൂടി വന്ന് നാട്ടാനകളുമായി കിന്നാരം പറയുമെന്നല്ലാതെ അവർ തമ്മിലെ അനാക്രമണത്തിന്റെ അന്തർധാര വർഷങ്ങളായി സജീവമായിരുന്നു. കാടിന്റെ നിയമങ്ങൾ കർശനമായതോടെ കാട്ടുമൃഗങ്ങൾ നാട്ടിലിറങ്ങിയിരിക്കുന്നത് കർഷകർക്ക് അപായസൂചന നൽകി തുടങ്ങിയിട്ടുണ്ടിപ്പോൾ.

ആനമുടിയുടെ അടിവേരുകൾ പടർന്നിട്ടുള്ള പാർവ്വതീ മലയുടെ മടിത്തട്ടിലൂടെയാണ് ആ പുഴയൊഴുകുന്നതെങ്കിലും കല്ലുകൾ നിറഞ്ഞ തീരം കാഴ്ചയിൽ മനോഹരമാകുംപോലെ അത്ര മനോഹരമാകണമെന്നില്ല യാത്ര. ശിവശൈലത്തിലേയ്ക്കുള്ള പാർവ്വതിയുടെ യാത്രാപഥത്തിൽ കുറുക്കുവഴിയായി ഈ മലയിലൂടെ ധാരാളം കടന്നു പോയതിനാലാകാം പിതാമഹൻമാർ അങ്ങനെയൊരു വിളിപ്പേരവൾക്ക് നല്കാൻ കാരണമായതെന്ന് തോന്നുന്നു. ചിലപ്പോൾ ഏതെങ്കിലും ഗുഹാമുഖങ്ങൾ വിശ്രമത്തിനായി അവർ തെരഞ്ഞെടുത്തിട്ടുമുണ്ടാകും.

ചരിത്രങ്ങളെല്ലാം വിസ്മൃതിയിലാക്കിയെങ്കിലും ശ്വേതം പുതച്ച മലയിപ്പോഴും കൊച്ചരുവികളുടെ കൂട്ടംകൂടിയ വെള്ളച്ചാട്ടമായി മാറുന്നത് മഴക്കാല ഗ്രാമത്തിന്റെ ചാരുത വർദ്ധിപ്പിക്കുന്നുണ്ട്. ആ കുതിച്ചുചാട്ടത്തിൽ പൊങ്ങുന്ന മൂടൽമഞ്ഞിൻ പുതപ്പിൽ ചേർന്നിരിക്കാൻ കൊതിക്കാത്തവർ ഉണ്ടാകില്ല. അഗാധ ഗർത്തത്തിലേയ്ക്ക് അവൾ പതിക്കുമ്പോൾ പൊങ്ങുന്ന ഹിമബാഷ്പത്തിന്റെ പിന്നണിയിൽ വെള്ളപ്പുതപ്പണിഞ്ഞ കുന്നിൻ നിരകൾ കാർഗിൽ മലനിരകളെപ്പോലെ സുന്ദരമാകും. ചില ഭാഗങ്ങൾ ഹിമാലയത്തിൽ നിന്നൊഴുകിവരുന്ന ബിയാസ് നദിയോടു സാമ്യം തോന്നിപ്പോകും.

ചെങ്കുത്തായ മലനിരകളിൽനിന്നും അരുവിയായി കാടും മേടും താണ്ടി ആരവം മുഴക്കി ഒഴുകിയെത്തുന്ന ഇവൾ പലഭാഗത്തും വെള്ളച്ചാട്ടമായി നമ്മോട് സംവദിക്കുമ്പോൾ തെളിനീരിൽ തിളങ്ങുന്ന വെള്ളാരംകല്ലുകളും ഓടിക്കളിക്കുന്ന ചെറുമീനുകളാലും സമ്പന്നമായ ശാന്തഭാഗങ്ങൾ ഗ്രാമത്തിന് നീന്തിതുടിക്കുവാനായി വിട്ടുനല്കിയിട്ടുണ്ട്.

ആരവങ്ങൾ മുഴക്കി കുണുങ്ങിയൊഴുകുന്ന പുഴയുടെ കുഞ്ഞോളങ്ങളുമായി ഒരു നിമിഷം ആരുമൊന്ന് സല്ലപിച്ചു പോകും. മഞ്ഞ് പകരുന്ന ചില സായാഹ്നങ്ങളിൽ തിരയും തീരവും നാടിന്റെ പഴയ കഥകൾ പറഞ്ഞ് കിന്നരിക്കുന്നതു കണ്ടാൽ ലാസ്യഭാവമേ ഇവൾക്കു ചേരൂ എന്ന് തോന്നും. മാനമൊന്ന് കറുത്താൽ നിനച്ചിരിക്കാതെ ഉഗ്രരൂപം പൂണ്ട് കറുത്ത് കലിതുള്ളും. ആ ശിവതാണ്ഡവം കണ്ടാൽ പാർവ്വതി മലയല്ല ശരിയായ പേരെന്ന് തോന്നിപ്പോകുന്ന കാളിയമർദ്ദനത്തിൽ

പല മനുഷ്യജീവനുകൾ പൊലിഞ്ഞു പോയിരുന്നു. ഉയർന്നു നില്ക്കുന്ന കരിമ്പാറക്കെട്ടുകൾക്കിടയിലൂടെയുള്ള കുതിച്ചു ചാട്ടങ്ങൾ ആലിംഗനങ്ങൾപോലെ തോന്നും. ചെറുകല്ലുകളോട് സല്ലപിച്ച് ചില നല്ല നേരങ്ങളിൽ ഒഴുകുന്ന ആ സുന്ദരിതന്നെയാണ് സ്കൂളിനും വീടിനുമിടയിലെ പ്രത്യേക പേരൊന്നുമില്ലാത്ത ഓർമ്മകളിലെ സ്വന്തം തെയിംസ് നദി.

കുറുകെ കെട്ടിയ ചാഞ്ചാടുന്ന പാലത്തിന്റെ കരകളിൽ ഉറപ്പിച്ച മരക്കാലുകൾക്ക് ലണ്ടൻ ബ്രിഡ്ജിന്റെ ടവറുമായി സാദൃശ്യമുണ്ടായിരുന്നു. ഇപ്പോൾ ചരിത്രത്തിന്റെ സുഗന്ധമായിരിക്കുന്ന പാലത്തിൽ കൊരുത്തിട്ട ഇരുമ്പുവടങ്ങൾക്കും ചെറിയ മാറ്റങ്ങൾ മാത്രം. അതിലൂടെയുള്ള നടത്തത്തിനൊരു താളമുണ്ടായിരുന്നു, ഒരു താരാട്ടിന്റെ താളം. ഇരുകരകളിലും കുഴിച്ചിട്ട കമ്പക മരത്തിന്റെ കാഠിന്യമേറിയ മരക്കാലുകളിലേയ്ക്ക് വലിച്ചു കെട്ടിയ ഇരുമ്പുവടങ്ങളിൽ ഒരു തൊട്ടിൽപോലെ ചാഞ്ചാടുന്ന കലാസൃഷ്ടിക്ക് ലണ്ടൻ ബ്രിഡ്ജിന്റെ രണ്ട് ടവറുകളുമായി നല്ല സാമ്യമുണ്ടായിരുന്നു. വലുപ്പചെറുപ്പത്തിന്റെ വ്യത്യാസം മാത്രം പ്രകടമായി കാണാനാകുന്ന പ്രത്യേക പേരുകളോ പുരസ്കാരങ്ങളോ ലഭിക്കാത്ത ഓർമ്മകളുടെ സുഗന്ധമായി മാറിക്കഴിഞ്ഞ വിചാരങ്ങളിലെ ആദ്യത്തെ ലണ്ടൻ ബ്രിഡ്ജ്.

മനസ്സിന്റെ കൂട്ടിൽ കിളി മുട്ടയിട്ടു വിരിഞ്ഞ് കുഞ്ഞുങ്ങളെല്ലാം മാനത്തേയ്ക്ക് പറന്നുയർന്നിട്ടും കാതങ്ങൾ പലതു താണ്ടി മഹാനഗരത്തിൽ എത്തിയിരിക്കുകയാണ് മറ്റെന്തോ മനോഹരമാക്കിയ ലണ്ടൻ ബ്രിഡ്ജും തെയിംസ് നദിയും തേടി. നാട്ടിൻ പുറത്തെ പാലവും പുഴയുമായി ഇവർക്ക് ബന്ധമൊന്നുമില്ലെങ്കിലും മുൻ ജന്മബന്ധംപോലെ രണ്ട് പേരും ആടയാഭരണങ്ങളണിഞ്ഞ് പരമാവധി സുന്ദരമാകാൻ ശ്രമിച്ചാണ് സമ്പത്തിന്റെ ധാരാളിത്തം കാട്ടുന്ന ഈ പഴമയുടെ കൂട്ടുകാരുടെ നില്പ്.

തെയിംസ് തീരത്തിലൂടെയുള്ള നടത്തം ചെറുക്ഷീണം ഉണ്ടാക്കിയിട്ടുണ്ട്. പക്ഷേ, എന്തിനോവേണ്ടിയുള്ള തിരച്ചിലിലായിരുന്നു കണ്ണുകൾ. പബ്ലിക് ടോയ്ലറ്റ് സൗകര്യം നദിക്കരയിലെങ്ങും കാണാതിരുന്നപ്പോൾ അതുവഴി കടന്നു പോയ യൂണിഫോംധാരിയെ സമീപിച്ചു. കുറെ ദൂരേക്ക് ചൂണ്ടിക്കാണിച്ച സ്ഥലമെത്തുമ്പോഴേക്കും എല്ലാകഥയും കഴിഞ്ഞിട്ടുണ്ടാകുമെന്നതിനാൽ സാഹസത്തിന് തുനിഞ്ഞില്ല. നാട്ടിലാണെങ്കിൽ ഒരു പോസ്റ്റർ എഴുതി ഒട്ടിച്ചെങ്കിലും പ്രതിഷേധിക്കാമായിരുന്നു. നഗരങ്ങൾ മോടിപിടിപ്പിക്കുമ്പോൾ പ്രകൃതിയുടെ വിളികൾ കേൾക്കാനുള്ള സ്ഥലങ്ങൾ മനുഷ്യർക്കന്യമാക്കുന്നതെന്തിനാണെന്ന് എത്രയാലോചിച്ചിട്ടും മനസ്സിലാകുന്നില്ല.

പൊതു വഴിയും ഓവുചാലും കനാലുമൊക്കെ മലിനമാക്കുന്നവരെ പിഴയടയ്ക്കാൻ വിധിച്ചിട്ടു മാത്രമെന്ത് കാര്യം.

എന്തും വരട്ടെയെന്ന് കരുതി തൊട്ടടുത്ത കോഫി ഷോപ്പിലേക്ക് ഓടി കയറി. ചിലർ തിന്നുകയും കുടിക്കുകയുമൊക്കെ ചെയ്യുന്നുണ്ടെങ്കിലും മൂലയ്ക്ക് മൂന്നു പേർ ക്യൂനിൽക്കുന്നതിൽ ഞാനും കണ്ണിയായി. കാപ്പിയുടെ വില ചുണ്ടിനെക്കാൾ പൊള്ളിയിരുന്നത് കീശയ്ക്കായിരുന്നതിനാൽ കാര്യം സാധിച്ചാൽ കാപ്പി കുടിക്കാതെ മുങ്ങുന്നതിനെപ്പറ്റിയാണ് അപ്പോൾ ചിന്തിച്ചത്. ഭക്ഷണപദാർത്ഥങ്ങൾ ഇരുന്നു കഴിക്കാൻ സൗകര്യമുള്ള എല്ലാ സ്ഥാപനങ്ങളിലും ടോയ്‌ലറ്റ് സൗകര്യം നിർബന്ധമാണെന്ന് മനസ്സിലാക്കിയത് പിന്നീട് ഉപകാരമായിത്തീർന്നു.

ലണ്ടൻനഗരത്തെ രണ്ടായി പകുത്ത് 261 മൈലിലധികം ഒഴുകിയെത്തിയിരിക്കുകയാണ് മനോഹരിയായ കോമളാംഗിയെപ്പോലെ തെയിംസ് നദി. ഇനി വിശ്രമത്തിന് സമയമായപോലെ കടലിലേയ്ക്ക് ലയിക്കാൻ തയ്യാറെടുക്കുകയാണവൾ. കെൽട്ടിക് പ്രാദേശിക ഭാഷയിൽ തെയിംസ് എന്നാൽ കറുത്തതെന്നാണ് അർത്ഥമാക്കുന്നത്. അതുപോലെ ഒഴുകിപ്പോകുന്ന വെള്ളവും കറുത്തനിറമായിരുന്നു. ശുദ്ധജലമാണെന്നൊക്കെ കേൾക്കുന്നുണ്ടെങ്കിലും അമ്പത് കൊല്ലം മുമ്പ് ജൈവികമായി കാലം ചെയ്തതായി കണക്കാക്കിയ അവസ്ഥയിൽനിന്നും മാറിയിട്ടുണ്ടെന്ന് തോന്നുന്നു. നദികളും

» ലണ്ടൻ ബ്രിഡ്ജ്,

ജലസ്രോതസ്സുകളും മലിനീകരിക്കാതെ സംരക്ഷിക്കേണ്ടത് പൗര ബോധത്തിന്റെ ഭാഗമായി തീരേണ്ടിയിരിക്കുന്നു.

215 മൈലോളം നീളമുള്ള ജലപാതയാണ് ഒരു പ്രത്യേകത. മറുകരയെത്താൻ നിരവധി പാലങ്ങൾ ഉണ്ട്. നഗരത്തിൽ തന്നെ ലണ്ടൻ ബ്രിഡ്ജ്, ടവർ ബ്രിഡ്ജ്, വെസ്റ്റ് മിനിസ്റ്റർ ബ്രിഡ്ജ് അങ്ങനെ പലതും. നഗര മലിനീകരണത്താൽ പീഡിതയായി ഒരു കാലത്ത് പേരിനെ അന്വർത്ഥമാക്കി കറുത്ത നദിയായി ഒഴുകിയിരുന്നത് ഇപ്പോൾ ശുദ്ധജലനദിയായി മാറിയിരിക്കുന്നു. നൂറ്റിഇരുപത്തിയഞ്ചോളം ഇനം മത്സ്യങ്ങളും ജീവികളുമുണ്ടെന്നാണ് കണക്ക്. നദീതീരത്തെ മനോഹരമായി കെട്ടിയുണ്ടാക്കിയ ചാരു ബെഞ്ചിലേക്കൊന്ന് അമർന്നിരുന്നുകൊണ്ട് നടത്തത്തിന്റെ ക്ഷീണം മാറ്റാനായി കാലൊന്നു നീട്ടി നിവർത്തി നോക്കി. ദൂരക്കാഴ്ചയിൽ ഒരു ഭാഗത്ത് ലണ്ടൻ ബ്രിഡ്ജും ബിഗ് ബെന്നും മറുഭാഗത്ത് വെസ്റ്റ് മിനിസ്റ്ററും തെക്കൻ കരയിൽ പതിയെ കറങ്ങിക്കൊണ്ടിരിക്കുന്ന ലണ്ടൻ ഐയുടെയും ദൃശ്യങ്ങളും കാണാം. പണ്ടേ മോഹമായി മനസ്സിൽ കൂടിയ സുന്ദരിയുടെ തീരങ്ങളിൽനിന്നും കുഞ്ഞോളങ്ങളെ തഴുകി പ്രവഹിച്ച ഒരു തണുത്ത കാറ്റ് എന്നിലേക്ക് വീശി.

ലണ്ടൻബ്രിഡ്ജ് ലക്ഷ്യമാക്കി നടന്നാൽ മനസ്സിൽപതിഞ്ഞു പോയ പാലത്തിലെത്തിച്ചേരില്ല. ടവർബ്രിഡ്ജ് അന്വേഷിച്ചോളു, അത് നിങ്ങളുടെ കണ്ണിനെ കുളിരണിയിക്കുകതന്നെ ചെയ്യും.

244 മീറ്റർ നീളവും 213 അടി ഉയരവുമുള്ള ആയിരത്തിഎണ്ണൂറ്റിതൊണ്ണൂറ്റിനാലിലെ നിർമ്മിതി പരിശോധിച്ചാൽ പഴക്കം കൂടിയതിന്റെ വീര്യം പെട്ടെന്ന് തിരിച്ചറിയാൻ കഴിയും. കരയോടടുത്ത് രണ്ട് ഭാഗങ്ങളിലായി ഉയർന്നു നില്ക്കുന്ന ടവറുകൾ തമ്മിൽ ഇരുമ്പുവടങ്ങളാൽ

ബന്ധിച്ചിട്ടുണ്ട്. നടുഭാഗം കപ്പലുകളും മറ്റും കടന്നു പോകാനായി ഉയരുന്നുണ്ടെന്ന് മനസ്സിലാകാത്ത തരത്തിലാണ് നിർമ്മാണം. റോഡ് ഗതാഗതത്തോടൊപ്പം ജലഗതാഗതത്തിനും പ്രാധാന്യമുള്ള പ്രത്യേക രീതിയിൽ രൂപകല്പന ചെയ്തിരിക്കുന്നു. ഉയരമുള്ള കപ്പലുകൾ കടന്നു പോകാൻ വർഷത്തിൽ ആയിരം തവണ മാത്രമാണ് പാലം ഉയരുന്നത്. ഇരുപത്തിനാല് മണിക്കൂർ മുൻകൂട്ടി അനുവാദം വാങ്ങിയാൽ നിങ്ങളുടെ വള്ളത്തിനും ടവർബ്രിഡ്ജിനടിയിലൂടെ തെയിംസ് നദിയിലെ ഓളങ്ങളിൽ താളംതല്ലാം. വനങ്ങളും നദികളുമെല്ലാം ആധുനിക കാലത്തിന്റെ വലിച്ചെറിയലുകളുടെ തിരുശേഷിപ്പുകളാകുമ്പോൾ തെയിംസ് നദിയും ഗംഗയും മാത്രമല്ല ലോകത്തിലെ ജലസ്രോതസ്സുകളെല്ലാം പ്രകൃതിയുടെ ചാഞ്ചല്യത്തിൽ അനിവാര്യമായ മാറ്റങ്ങൾക്കായി കാത്തിരിക്കുന്നപോലെ തോന്നുന്നുണ്ട്.

ലണ്ടൻ നഗരത്തിൽ തെയിംസ് നദിക്കു കുറുകെ ആദ്യത്തെ മരപ്പാലം ഏ.ഡി 50ൽ റോമാക്കാരാണ് നിർമ്മിച്ചത്. അവരുടെ ചരക്കുകടത്തലിനും മറ്റും കേന്ദ്രമായ തുറമുഖത്തോട് അടുത്ത് തന്നെയാണ് ഇന്ന് അറിയപ്പെടുന്ന ലണ്ടൻബ്രിഡ്ജ് സ്ഥിതി ചെയ്യുന്നത്. റോമാക്കാർ തമ്പടിച്ചതോടുകൂടി ഈ പ്രദേശത്തിന് ലണ്ടെനിയം എന്ന് പേരുനൽകുകയും അവരുടെ കച്ചവടകേന്ദ്രത്തിന്റെ പ്രധാനഭാഗമായിത്തീരുകയും ചെയ്തു. തെയിംസ് നദിയിലൂടെ അവരുടെ കപ്പലുകൾ ധാന്യങ്ങളും വീഞ്ഞുമായി മറ്റു രാജ്യങ്ങളിലേക്ക് സഞ്ചരിച്ചു. താത്പര്യമുള്ളവർക്ക് തെയിംസ് നദിയിലൂടെ സഞ്ചരിക്കാൻ അവസരമുണ്ട്. വെസ്റ്റ് മിനിസ്റ്റർ മുതൽ ഗ്രീൻവിച്ച് വരെ ഒരു മണിക്കൂർ അങ്ങോട്ടും ഇങ്ങോട്ടും ക്രൂയിസ് യാത്ര ഉൾപ്പെടുന്ന ടിക്കറ്റ് ഒന്നിച്ചെടുത്താൽ മതി.

ലണ്ടൻ ബ്രിഡ്ജിന്റെ ഇരുഭാഗങ്ങളിലുമായി രണ്ട് ടവറുകൾ ഉള്ളതിലൂടെ ഇറങ്ങി അണ്ടർഗ്രൗണ്ടിലൂടെ നടന്ന് പാലം കുറുകെ കടക്കുവാൻ ഒരു വഴിയുണ്ട്. അല്ലെങ്കിൽ കുറച്ച് ഏറെ ദൂരം നടന്ന് ബസ് സ്റ്റോപ്പിനടുത്തുള്ള സീബ്ര ക്രോസു വഴിയും കടക്കാം. വാഹനങ്ങൾക്കിടയിലൂടെ ഓടി റോഡ് കുറുകെ കടക്കുന്ന സാഹസികയജ്ഞങ്ങളൊന്നും ചെയ്യാൻ ആർക്കും താത്പര്യം കാണാത്തതിനാൽ അവരുടെ രീതി തന്നെ പിൻതുടരുന്നതാണ് ആരോഗ്യത്തിന് ഗുണകരം. തെക്കുഭാഗത്തുള്ള ടവറിനടിയിലാണ് പാലം ഉയർത്താൻ വേണ്ട കാര്യങ്ങൾ സജ്ജീകരിച്ചിരിക്കുന്നത്. താത്പര്യമുള്ളവർക്ക് ടിക്കറ്റെടുത്താൽ അതും വീക്ഷിക്കാം. ഉള്ളിൽ ഇറങ്ങിപ്പോകാനായുള്ള നിരവധി നടക്കല്ലുകൾ ഉണ്ട്. വശങ്ങളിൽ തുറന്നിട്ട ജാലകങ്ങളിലൂടെ വീശുന്ന ചെറിയ കാറ്റിനൊപ്പം തെയിംസ് നദിയുടെ തിരയിളക്കവും കേൾക്കാം.

കൈവരികളിലൂടെ മുട്ടിയുരുമ്മി താഴേക്കുനീങ്ങുമ്പോഴാണ് കൂനിക്കൂടി മൂലക്കിരിക്കുന്ന മനുഷ്യജീവിയെ ശ്രദ്ധിച്ചത്. മുന്നിൽ ചില നാണയത്തുട്ടുകൾ ചിതറി വീണു കിടന്നിരുന്നു. പുറമേ കാണുന്ന പകിട്ടിനുള്ളിലെ കറ പിടിപ്പിച്ച സത്യത്തിന്റെ മുഖം ഒരു നിമിഷം എന്നെ പിടിച്ചു നിർത്തി.

സമ്പത്തിന്റെ പറുദീസയിൽ ദാരിദ്ര്യത്തിന്റെ ദൈന്യത ഹോംലസ്സ് എന്ന ആ കുറിപ്പിന് പിന്നിൽ ചാഞ്ഞിരിക്കുന്നുണ്ട്. ആ മനുഷ്യൻ മാത്രമല്ല ഇത്തരം നിരവധി മുഖമില്ലാത്തവർ ചുറ്റിനും പെരുകി വരുന്നതുപോലെ തോന്നി. തന്നെ ആരെങ്കിലും തിരിച്ചറിഞ്ഞേക്കുമോ എന്ന സങ്കോചഭാവമാകാം അയാളുടെ മുഖം വ്യക്തമാക്കാതിരുന്നത്. ദാരിദ്ര്യം സാമ്പത്തിക ഘടനയുടെ ഉപോത്പന്നമാണെന്നു തിരിച്ചറിയാതെ മനുഷ്യനെ കഴിവില്ലാത്തവനായി ചിത്രീകരിച്ചിട്ടിനിയെന്ത് കാര്യം.

ഒരു പൗണ്ടിന്റെ കോയിൻ ഇട്ടുകൊടുത്ത് തലയുയർത്തുമ്പോൾ, കണ്ണുടക്കിയത് കിളിവാതിലിലൂടെ ദൂരെ തെളിഞ്ഞുവന്ന വെസ്റ്റ്മിനിസ്റ്റർ കൊട്ടാരത്തിന്റെ ഗോപുരങ്ങളുടെ സ്വർണ്ണത്തിളക്കമായിരുന്നു. ഒപ്പം സൂര്യനസ്തമിക്കാത്ത രാജ്യത്തെ ജനാധിപത്യത്തിന്റെ ചെങ്കോലും.

കിലുക്കിക്കുത്ത്

വിശാലമായ വെസ്റ്റ്മിനിസ്റ്റർ പാലം കടന്ന് റിവർ തെയിംസിന്റെ തെക്കൻ തീരത്തുകൂടി സ്വല്പം നടന്നാലേ അവിടെ എത്തൂ. ദൂരെ ചക്രവാളത്തിൽ പതുക്കെ കറങ്ങുന്ന ഒരു സൈക്കിൾ ചക്രം കാണാം. മുന്നിൽ ദൃശ്യമാകുന്ന ആ തിരിയുന്ന ചക്രമാണ് ലണ്ടൻ ഐ. അങ്ങോട്ട് നടക്കുമ്പോഴാണ് കുറച്ച് ദൂരെയായി ചെറുക്കൻമാരുടെ ഒരു കൂട്ടം കണ്ടത്. ഒപ്പം ഒഴുകിവരുന്ന പരിചിതമായ ഒരു കിലുക്കവും. പെട്ടെന്ന് ഓർത്തെടുക്കാൻ കഴിയുന്നില്ലെങ്കിലും സ്വാദിഷ്ടമായ ഭക്ഷണത്തിന്റെ മാസ്മരികഗന്ധംപോലെ ത്രസിക്കുന്ന നാസാരന്ധ്രങ്ങൾക്ക് പകരം ആ ശബ്ദത്തെ തിരിച്ചറിയാൻ ചെവി വട്ടംപിടിച്ചു. തെരുവ് സർക്കസ്സോ മറ്റോ ആയിരിക്കുമെന്നാണ് ആദ്യം കരുതിയത്. പാലത്തിന്റെ ഒരു ഭാഗത്ത് നിരവധി ആൾക്കാർ പെരുവിരൽ കുത്തി ആകാംഷാപൂർവ്വം എത്തിനോക്കുന്നുണ്ടായിരുന്നു. പരിചിതമായ ആ ശബ്ദത്തെ കേൾക്കാൻ എന്റെ ശ്രദ്ധയും അങ്ങോട്ട് പോയി. അന്യംനിന്നുപോയ ആ കലാരൂപത്തിന്റെ താളവിന്യാസങ്ങളാണ് ചെവികളിലേയ്ക്ക് അടിച്ചുകയറിയതെന്ന് ഒരു ഞെട്ടലോടെ തിരിച്ചറിഞ്ഞു.

വളരെ കാലത്തെ കാത്തിരിപ്പിനുശേഷമുള്ള കൂട്ടിമുട്ടലിന്റെ വികാരവിചാരങ്ങളായിരുന്നു കുറച്ചുനേരം മനസ്സിൽ. കലാകാരനൊന്നുമല്ലെങ്കിലും ഉത്സവപ്പറമ്പിൽനിന്നും കയറിക്കൂടിയ ആ താളത്തോട് സംവേദിക്കുവാൻ ഒരു വിദേശ രാജ്യത്തുവെച്ച് കഴിഞ്ഞതിൽ അത്യന്തം സന്തോഷവാനായി. രൂപഭാവാദികളിൽ അല്പം ആധുനികവത്കരണം ഏറ്റിട്ടുണ്ടെന്നല്ലാതെ കാര്യമായ വ്യത്യാസങ്ങളൊന്നും കാഴ്ചയിൽ തോന്നുന്നില്ല.

ഒന്നു വെച്ചാൽ രണ്ട്, വെയ് രാജാവെയ് എന്ന വിളി ആസ്വദിക്കാത്തവരോ കേൾക്കാത്തവരോ ആയി ആരുമുണ്ടാകില്ല എന്നാണ് തോന്നുന്നത്. ഇപ്പോ ഈ ദ്രൂപം സ്വല്പം വംശനാശ ഭീഷണിയിലാണെങ്കിലും ഒരിക്കൽ ആഘോഷങ്ങളിൽ അരങ്ങ് തകർത്തിട്ടുണ്ട് അവൻ. ഒരു തകരപ്പാട്ടയിൽ മൂന്ന് കട്ടകൾ ഇട്ട് കുലുക്കുന്നതിന്റെ ശബ്ദതരംഗങ്ങളാണ് പലരെയും ഉത്സവപ്പറമ്പിലെ ആഘോഷങ്ങളിലേയ്ക്ക് ക്ഷണിക്കുക. ഇതിൽ ഒരു കൈ നോക്കാതെ ആരും കടന്ന് പോകാറില്ലെന്നതാണ് വാസ്തവം. കുട്ടികളിൽ ചിലരൊക്കെ ഈ ഭാഗ്യക്കേട് പരീക്ഷിച്ച് സങ്കടപ്പെട്ട് എണീറ്റ് പോകുക ആഘോഷങ്ങളിലെ ഒരിനമാണ്. വർഷത്തിലൊന്ന് എത്തിനോക്കുന്ന ഈ ആഘോഷരാവിൽ പങ്കാളിയാകാൻ കൈയിൽ കിട്ടുന്ന ചില്ലിക്കാശൊക്കെ മൺ കുടുക്കയിൽ കൂട്ടിവെയ്ക്കുന്ന രീതിയാണ് കുട്ടിക്കാലത്ത്. സ്വരുക്കൂട്ടിയ ചെറിയ തുട്ടുകൾ ഈ കലയിലേർപ്പെട്ടു കളയുന്നതിന്റെ സുഖം അനുഭവിച്ചാൽമാത്രം ലഭ്യമാകുന്ന ഒരു പ്രത്യേക ലഹരിയാണ്. മറ്റൊന്നുമല്ല. നല്ല ഒന്നാംതരം കിലുക്കിക്കുത്ത് കലാപരിപാടി വെസ്റ്റ് മിനിസ്റ്റർ പാലത്തിലെ ആ കൂട്ടത്തിനുള്ളിൽ നടക്കുന്നതു കണ്ട് ഞാൻ അത്ഭുതപ്പെട്ടു പോയി.

ഒരു ഫോട്ടോ എടുക്കാമെന്ന് വിചാരിച്ചപ്പോൾ ഒരു താടിക്കാരൻ വന്ന് ചിരിച്ചുകൊണ്ട് കേറി വട്ടംനിന്നു. സ്വതവേ പതഞ്ഞ് പൊങ്ങുന്ന ധാർമ്മികരോഷത്തിന് കടിഞ്ഞാൺ വീണിട്ട് കുറച്ചു ദിവസമായിരുന്നതിനാൽ ശരീരത്തിന് നല്ല സുഖമാണ് തോന്നിയത്. അല്ലെങ്കിൽ അന്യനാട്ടിൽ പോയി അടിയുണ്ടാക്കിയിട്ട് പ്രത്യേകിച്ച് പ്രയോജനമൊന്നും ഉണ്ടാകില്ലല്ലോ. എളുപ്പത്തിൽ കാശുണ്ടാക്കാവുന്ന സൂത്രവിദ്യകളുമായി ഇറങ്ങിയിരിക്കുകയാണ് കുറെ വിരുതൻമാർ. പഴയ പറ്റിക്കലൊന്നും എന്റെടുത്തു ചെലവാകില്ലെന്ന മട്ടിൽ ഞാനിട്ട നാണയത്തെയും എന്നെയും അവർ മാറിമാറി നോക്കി. സംഘടിതരായ അവർ തന്നെ പണം വെക്കുകയും അവർക്കുതന്നെ കിട്ടുകയും ചെയ്യുന്ന സൈക്കോളജിക്കൽ മൂവാണ് കസ്റ്റമേഴ്സിനെ പിടിക്കാൻ പയറ്റുന്നത്. കണ്ടുപിടിത്തങ്ങൾ അങ്ങനെയാണ് എത്ര ഒളിച്ചുവെച്ചാലും ആരുമറിയാതെ താഴ്‌വാരങ്ങൾ തേടി അത് സഞ്ചരിച്ചുകൊണ്ടിരിക്കും.

ലണ്ടൻ ഐ പ്രധാന കാഴ്ചകളിലൊന്നാണ്. നഗരത്തിന്റെ ഒരു വിഹഗവീക്ഷണം ലഭിക്കുന്നതിനാൽ സഞ്ചാരികൾ ഇവിടെ എത്താതെ പോകാറില്ല. തെയിംസ് നദിയുടെ തെക്കൻ തീരത്തുകൂടെ കുറച്ച് നടന്നു വേണം അവിടേയ്ക്കെത്തുവാൻ. തണുപ്പിനെ ആവുംവിധം തടയാൻ ഒളിച്ചിരിക്കുന്ന സൂര്യന്റെ ഗറില്ലാ ആക്രമണംപോലെ ചില

രശ്മികൾ ശ്രമിക്കുന്നുണ്ടെങ്കിലും പോക്കറ്റിലേയ്ക്ക് കൈകൾ തിരുകി കറങ്ങുന്ന ചക്രം ലക്ഷ്യമാക്കി ഞാൻ വേഗം നടന്നു. ലണ്ടൻനഗരം മിക്കവാറും മുഴുവനായി കണ്ണിലാകുന്ന വിശാലമായ കറക്കത്തിൽ ബ്രിട്ടീഷ് പാർലമെന്റ്, ബിഗ്ബെൻ, ലണ്ടൻബ്രിഡ്ജ്, തുടങ്ങിയവ ഉൾപ്പെടുന്ന കാഴ്ചകളോടൊപ്പം ശാന്തമായൊഴുകുന്ന തെയിംസ് നദിയുമെല്ലാം ഒറ്റ നോട്ടത്തിൽ ദൃശ്യമാകുന്നുണ്ട്.

റിവർ തെയിംസ് കടക്കുന്നവരുടെ ശ്രദ്ധ പിടിച്ചെടുക്കുന്നതാണ് ഭീമാകാരമായ ഈ ജയിന്റ് വീൽ. നിർത്താതെ കറങ്ങികൊണ്ടിരിക്കുന്ന നിരവധി കാബിനുകൾ ഘടിപ്പിച്ച ഓരോന്നിലും മുപ്പത് ആൾക്കാർക്ക് കയറാം. നിരവധി ക്യാബിനുകളാണ് ഈ വീലിൽ ഒരുങ്ങിയിരിക്കുന്നത്. ഒരേ സമയം ഏകദേശം 800ൽ അധികം ആൾക്കാർ കയറുന്നുണ്ടെന്നാണ് കണക്ക്. നദിയുടെ തീരത്തുള്ള ഇതിലേക്ക് പ്രവേശന ടിക്കറ്റ് മുപ്പത്പൗണ്ട് ആണെങ്കിലും പത്തുകൂടെ കൊടുത്താൽ പ്രത്യേക പരിഗണന ലഭിക്കുന്ന ഫാസ്റ്റ്ട്രാക്കിൽ കയറാം. ചെല്ലുന്നവരെ നല്ലൊരു പോസിൽ നിർത്തി ഫോട്ടോ എടുക്കും, കഴിഞ്ഞാൽ ഒരു രശീതിയും നൽകും. ഫോട്ടോ ഫ്രീയാണെന്നാണ് കരുതിയതെമെങ്കിലും തിരിച്ചിറങ്ങുമ്പോഴാണ് പിഴിച്ചിലിന്റെ ശക്തി പിടികിട്ടിയത്. വീണ്ടും 20 പൗണ്ടുംകൂടെ കൊടുത്തു ഫോട്ടോ വാങ്ങി, എന്തായാലും വന്നതിന്റെ ഓരോർമ്മയ്ക്ക് ഇരിക്കട്ടെ. ദൂരെ കാഴ്ചയിൽ സൈക്കിൾ ചക്രംപോലെ തോന്നും. പൂർണ്ണമായും സ്റ്റീലിൽ നിർമ്മിച്ച 133 മീറ്റർ ഉയരവും 120 മീറ്റർ വ്യാസവുമുള്ള ഈ ഭീമാകാരന്റെ പിന്നിലെ കരവിരുത് ഭാര്യാഭർത്താക്കൻമാരായ രണ്ട് എഞ്ചിനീയർമാരാണ്.

മഞ്ഞ ലൈൻ ബസിലായിരുന്നു കറക്കം. 48 മണിക്കൂർ ഒരേ കമ്പനി ബസിൽ യാത്ര ചെയ്യാനുള്ള ടിക്കറ്റ് രാവിലെത്തന്നെ ബുക്ക് ചെയ്തതതിനാൽ മാറി മാറി കയറുന്നതിനു തടസമില്ല. ബസ്സിറങ്ങുമ്പോൾ ദൂരെ സെന്റ് തോമസ് ആശുപത്രി കാണാം. ദൂരക്കാഴ്ചയുണ്ടെന്നല്ലാതെ അവിടെ എത്തിപ്പെടാൻ കുറച്ചു നടക്കുകതന്നെ വേണം. രാവിലെ യാത്ര പറഞ്ഞ് പിരിഞ്ഞ സ്ഥലത്തേക്കെത്തിയാൽ ഷീബാജയൻ തിരിച്ചുപോകാൻ ഉണ്ടാവുമെന്ന് അറിയാവുന്നതുകൊണ്ട് അവരുടെ ഡ്യൂട്ടികഴിയുന്ന സമയത്തുതന്നെ എത്തിച്ചേരാനായി ആഞ്ഞു നടന്നു. ചെറിയ ചാറ്റൽ മഴയും കാറ്റും തണുപ്പിനാക്കം കൂട്ടിയപ്പോൾ കോട്ടിനോടൊപ്പമുള്ള തൊപ്പിയാൽ തലമൂടിക്കൊണ്ട് പതുക്കെ നടന്ന് പാതയോരത്തെ കാപ്പിക്കടയിലേക്ക് കയറി. കനത്ത മഴയിൽനിന്ന് രക്ഷപ്പെടാനായി നനഞ്ഞ കുറെ കോട്ടുധാരികൾ അവിടെ കയറി നിൽക്കുന്നുണ്ടായിരുന്നു. തലയ്ക്ക്

തീപിടിച്ചപോലെ ഒരാളിൽ നിന്നുയരുന്ന പുക കണ്ടാൽ ആദ്യമൊന്നു പകച്ചു പോകുമെങ്കിലും കൈകൾ ചുണ്ടോടടുപ്പിക്കുന്നതു കണ്ടാൽ കാര്യം പിടികിട്ടും. വിവിധ രുചിയും മണവുമുള്ള, പുകയില ഇല്ലാത്ത ഇലക്ട്രോണിക് സിഗരറ്റു വലിക്കുന്നതിന്റെ പുക മനോഹരമാണെങ്കിലും ഉപയോഗിക്കുന്നവർക്ക് അപകടം തന്നെയാണ്.

മനോഹരമായി കല്ല് പാകിയ നടപ്പാതയുടെ ഓരത്ത് ചേർന്ന് നിരത്തിയ മരക്കസേരകളിലും മേശയിലുമെല്ലാം മഴതുള്ളികൾ വീണ നനവുണ്ടായിരുന്നു. ദൂരക്കാഴ്ച ലഭ്യമായ മൂലയിലെ ഒരു ഇരിപ്പിടത്തിന്റെ മഴവെള്ളം നീക്കി ഞാൻ സ്ഥാനംപിടിച്ചു. മനസ്സ് സ്വതന്ത്രവും ശാന്തവുമായിരുന്നതിനാൽ പുതുമകൾ ധാരാളമുണ്ടായിരുന്ന യാത്രയിൽ വിശപ്പും ദാഹവുമൊന്നുമറിയാത്ത മണിക്കൂറുകളാണ് കടന്നുപോയത്.

ലൂവിഷാം സ്റ്റേഷനിലെത്തിയപ്പോഴേയ്ക്കും തളർച്ച പതുക്കെ ശരീരത്തെ ബാധിച്ചു തുടങ്ങിയിരുന്നു. മുഖഭാവത്തിൽനിന്നും ശാരീരികാവസ്ഥ വായിച്ചെടുത്ത വീട്ടുകാർ വിവിധ വിഭവങ്ങൾ ഒരുക്കിയ തീൻമേശയിലേയ്ക്കാണ് കൂട്ടിക്കൊണ്ടുപോയത്. അടുത്തകാലത്തൊന്നും ഭക്ഷണം കാണാത്തവനെപ്പോലെയുള്ള പെരുമാറ്റം ഒളികണ്ണാൽ ജയനും ഷീബയും നോക്കിനിന്നിട്ടുണ്ടാകും. ഇത്ര പരിഗണനയും സ്നേഹവും പകരാൻ ഞാൻ അവർക്കാരാണ്. ഇന്നലത്തെ മഴയിൽ പൊട്ടി മുളച്ച വെറുമൊരു സൗഹൃദം അടുത്ത മഴയിലോ കാറ്റിലോ ഒലിച്ചുപോകേണ്ടത് പെട്ടെന്ന് വൃക്ഷമായി ധാരാളം ഇലകളും പൂക്കളും നിറഞ്ഞു കഴിഞ്ഞെന്ന് തിരിച്ചറിഞ്ഞിരിക്കുന്നു. നാളെ സൗരഭ്യം പരക്കുന്ന ഓർമ്മയാകുമെന്ന് തീർച്ചയാണ്. കൂടെ ഇളങ്കാറ്റിലാടുന്ന വിടരുന്ന മൊട്ടുകളായി യദുകുട്ടനും കിച്ചുവും.

ഇനി പോകേണ്ടത് ലണ്ടൻ ഹൈഗേററ് സെമിത്തേരിയിലേക്കാണ്. കമ്യൂണിസ്റ്റ് ചിന്തയുടെ നാട്ടിൽനിന്നും വന്നിട്ടും ഈ സ്ഥലത്തെക്കുറിച്ച് ചോദിച്ചതിൽ ജയൻചേട്ടന് അത്ര നിശ്ചയമില്ലായിരുന്നെങ്കിലും വിശദമായി അന്വേഷിച്ച് എല്ലാം പറഞ്ഞു തന്നാണ് യാത്രയയച്ചത്.

ചാറിങ്ങ് ക്രോസ് സ്റ്റേഷൻ എത്തിയാൽ അവിടെ ഇറങ്ങി അണ്ടർ ഗ്രൗണ്ടിലൂടെ കടന്ന് ആർച്ച് വേ സ്റ്റേഷനിലേക്ക് പോകണം. യാത്രയ്ക്കുള്ള ഓയിസ്റ്റർ കാർഡിൽ പൈസയുണ്ടെങ്കിലും അടുത്ത ദിവസവും ആവശ്യം വരുമെന്നതിനാൽ യന്ത്രത്തിൽ വെച്ച് ടോപ്പ് അപ്പ് ചെയ്യാനൊന്ന് ശ്രമിച്ചു നോക്കിയെങ്കിലും പത്ത് പൗണ്ടിന്റെ കാര്യം കട്ടപ്പൊകയായി. അതിലെ നിർദ്ദേശങ്ങൾ ശ്രദ്ധാപൂർവ്വം വായിച്ചിരുന്നെങ്കിൽ ഇതു സംഭവിക്കില്ലായിരുന്നു. യന്ത്രങ്ങൾ

മനുഷ്യനിർമ്മിതിയായതിനാൽ നിർദ്ദേശങ്ങൾ കൃത്യമായി കൊടു ത്തില്ലെങ്കിൽ അവർ പണി തരുമെന്നുറപ്പാണ്. കൗണ്ടറിൽ പരാതി പറഞ്ഞെങ്കിലും എഴുതിക്കൊടുത്താൽ പരിശോധിച്ച് പത്ത് ദിവസ ത്തിനുള്ളിൽ പണം തിരിച്ചുതരാമെന്ന് പറഞ്ഞെങ്കിലും അടുത്ത സന്ദ ർശനം എക്സിറ്റർ, ബ്രിസ്റ്റോൾ തുടങ്ങിയ സ്ഥലങ്ങളിലായതിനാൽ അതങ്ങ് പോട്ടെന്നുവെച്ചു. അണ്ടർ ഗ്രൗണ്ടിൽ പോയി ആർച്ച് വേ സ്റ്റേഷനിലേക്ക് വണ്ടികയറി. പൗണ്ടിനേക്കാൾ വലുതായ പല കാഴ്ചകളും കാണാനിരിക്കുന്നതല്ലേയുള്ളൂ. ഹൈ ഗേറ്റ് സെമിത്തേരി ക്ക് ചില ചരിത്രപ്രാധാന്യമുള്ളതിനാൽ അടുത്ത അദ്ധ്യായത്തിൽ കൂടുതൽ വിശദമാക്കാൻ ശ്രമിക്കുന്നുണ്ട്.

നഗരത്തിലെത്തുന്ന ആരെയും ആകർഷിക്കുന്നതും ചരിത്ര രാഷ്ട്രീയ പ്രാധാന്യമുള്ള പല വിവാദങ്ങൾക്കും പേരുകേട്ടതുമാണ് ബക്കിംങ്ഹാം പാലസ്. ഏഷ്യയുടെയും യൂറോപ്പിന്റെയും പല ഭാഗങ്ങളും നിയന്ത്രിച്ചിരുന്നതും ഒരു കാലഘട്ടത്തിന്റെ ചരിത്ര നിർ മ്മിതിയിൽ വളരെയേറെ പ്രാധാന്യം വഹിച്ചതുമാണ് ഈ കൊട്ടാരം. 1700 ൽ അന്നത്തെ ഡ്യൂക്ക് ഓഫ് ബെക്കിംങ്ഹാം ആണ് ഇത് നിർമ്മിച്ചത്. പല രാഷ്ട്രീയമാറ്റങ്ങളിലൂടെ കടന്നുപോകുകയും വിക്ടോറിയൻ കാലഘട്ടത്തിൽ ബ്രിട്ടീഷ് രാജവംശത്തിന്റെ കേന്ദ്ര മായിത്തീരുകയും ചെയ്തു. ബെക്കിംങ്ഹാം കൊട്ടാരത്തിന്റെ എട്ട് ലക്ഷത്തോളം സ്ക്വയർഫീറ്റ് വിസ്താരത്തിലുള്ള കെട്ടിടത്തിൽ 700 ലധികം മുറികൾ ഉണ്ടത്രെ. എലിസബത്ത് രാജ്ഞിയും ഭർത്താവ് പ്രിൻസ് ഫിലിപ്പും ഇവിടെ താമസിക്കുന്നു. കുടുംബപ്രശ്നങ്ങളുടെ തീരാത്ത വിവാദങ്ങൾക്കും ഈ കൊട്ടാരം സാക്ഷ്യംവഹിച്ചിട്ടുണ്ട്. ബക്കിങ്ഹാം കൊട്ടാരത്തിനു ചുറ്റുമായി കറങ്ങിനടക്കുമ്പോഴാണ് അതിന്റെ മതിലോട് ചേർന്നിരിക്കുന്ന ക്യൂൻസ് ഗ്യാലറി ശ്രദ്ധയി ൽപ്പെട്ടത്. ലോകത്തെ അമൂല്യമായ സാധനങ്ങളെല്ലാം ശേഖരിച്ച് സ്വന്തംരാജ്യത്ത് സൂക്ഷിക്കുന്നതിൽ അഭിമാനിക്കുന്നവരാണ് ബ്രിട്ടീ ഷുകാർ. അതൊക്കെ എങ്ങനെയാണവിടെ എത്തിയതെന്നൊന്നും ചോദിക്കരുത്. വ്യക്തികൾ അതിസമ്പന്നർ ആകുന്നതിന്റെ ചരിത്രം പോലെ രാജ്യങ്ങൾ സമ്പന്നമാകുന്നതിനും ഒരു ചരിത്രമൊക്കെയു ണ്ട്. ശ്രദ്ധിച്ചു നോക്കിയാൽ അവയിൽ പലതിലും താജ്മഹലിന്റെ ഭിത്തിയിലെ പഴയ സുർക്കയുടെയും കുമ്മായത്തിന്റെയും അംശം കാണാനാകും. അക്കൂട്ടത്തിൽ നമ്മുടെ കോഹിനൂർ രത്നത്തോടൊപ്പം മറ്റു രാജ്യങ്ങളിൽനിന്ന് കൊണ്ടുവന്ന സാധനങ്ങളും മ്യൂസിയത്തിൽ പ്രദർശിപ്പിച്ചിട്ടുണ്ട്.

» ബെക്കിംങ്ങ്ഹാം കൊട്ടാരം

ലാസ്റ്റ് സപ്പർ, മോണോലിസ, ഡാവിഞ്ചി കോഡ് തുടങ്ങിയ പേരുകളും വാക്കുകളുമൊക്കെ ലോകപ്രശസ്തമാണ്. ആദ്യ രണ്ടെണ്ണം ചിത്രമെന്ന നിലയിലും രണ്ടാമത്തേത് പുസ്തകമെന്ന നിലയിലും പ്രശസ്തമാണ്. രണ്ടും തമ്മിൽ അഞ്ച് നൂറ്റാണ്ടുകളുടെ ഇടവേളയുള്ളപ്പോൾ ചരിത്രത്തിൽ രണ്ടിന്റെയും സ്ഥാനം രണ്ടായിരം വർഷങ്ങളുടെ വ്യത്യാസത്തിലാണെന്ന് മാത്രം.

ലോക ചരിത്രത്തിലെ വഞ്ചനയുടെ ഒരു കഥയാണ് യേശുക്രിസ്തുവിന്റെ അന്ത്യത്താഴമെന്നത് ഏവരും കേട്ടുപഴകിയതാണ്. ഒന്നു കൂടി വിളമ്പാൻ താൻ ജീവിച്ചിരിക്കില്ലെന്ന് അറിയുന്നവന്റെ അവസാനത്തെ തുടിപ്പ്. ആ രാത്രിയിൽ സംഭവിക്കാൻ പോകുന്നതെന്തെന്ന് അറിയാമായിരുന്നത് രണ്ടു പേർക്കുമാത്രം, ചതിക്കപ്പെടുന്നവനും ചതിക്കുന്നവനും. മരണത്തെ നേരിട്ട് ദർശിക്കുന്ന ഒരുവന്റെ മാനസികവിഭ്രമങ്ങളും രോദനങ്ങളും സുഹൃത്തും ശിഷ്യനും സഹയാത്രികനുമായ ഒറ്റുകാരന്റെ മനോവ്യാപാരങ്ങളും വ്യക്തമാക്കുന്ന ഭാവങ്ങൾ. ഇത് ഒരു മാസ്റ്റർ പീസായി നമുക്കു മുന്നിൽ അനാവരണം ചെയ്യപ്പെട്ടത് ആ സംഭവം കഴിഞ്ഞ് 1490 വർഷങ്ങൾക്ക് ശേഷമാണ്.

ഇറ്റലിയിലെ ഫ്ലോറൻസിൽ കർഷകരായ കത്രീനയുടെയും പിയറോ ഡാവിഞ്ചിയുടെയും മകനായി 1452 ൽ ജനിച്ചു. ഡാവിഞ്ചിയെ പ്രശസ്തനാക്കിയ ആദ്യ ചിത്രം ലാസ്റ്റ് സപ്പർ പൂർത്തിയായത് 1490 ലും ലോകപ്രശസ്തമായ മോണോലിസയുടെ ചിരി പിന്നീടുമാണ്. രണ്ടാം ലോകമഹായുദ്ധകാലത്ത് ലാസ്റ്റ് സപ്പർ പ്രദർശിപ്പിച്ചിരുന്ന ഇററലിയിലെ മിലാനിലെ പള്ളി ആക്രമിക്കപ്പെട്ടെന്നും ചിത്രത്തിന് നാശമുണ്ടായെന്നും കേൾക്കുന്നുണ്ട്. എന്തായാലും ഗ്യാലറിയിൽ പ്രദർശിപ്പിച്ചത് ലിയാനാർഡോ ഡാവിഞ്ചിയുടെ ഈ കാണാതെ പോയ

ചിത്രമാകട്ടെ എന്ന് ആഗ്രഹിച്ചുപോയി. ഡാവിഞ്ചിയുടെ ചിത്രങ്ങൾ പല കോഡുകളും നിറഞ്ഞതാണെന്നും അതിൽ ലോകാവസാനത്തിന്റെ കാര്യങ്ങളാണ് രേഖപ്പെടുത്തിയിരിക്കുന്നതെന്നും വാദിക്കുന്ന ഡാവിഞ്ചി കോഡ് എന്ന പുസ്തകം പുറത്തുവന്നത് 500 വർഷങ്ങൾക്കു ശേഷമാണ്. താൻ ജീവിച്ച കാലത്തിനും 1500 വർഷങ്ങൾക്കു മുമ്പെ ഉണ്ടായതായി കരുതപ്പെട്ട ഭാവങ്ങൾക്ക് നിറം നൽകിയിട്ട് അഞ്ച് നൂറ്റാണ്ടിലധികമായി. നൂറ്റാണ്ടുകൾ പകർന്ന ചർച്ചയുടെ മാസ്മരിക തലമാണ് ചിത്രകലയെന്ന് ഇത് വ്യക്തമാക്കുന്നു.

നമുക്കു ലഭിക്കുന്നത് കേവലമായ നയനഭാഗ്യം മാത്രമാണ്. കലാകാരനെ സൃഷ്ടിയിലേയ്ക്ക് നയിക്കുന്ന വേദനയും അറിവും പഠനവും ഗവേഷണമുമെല്ലാം നാം അന്വേഷിക്കാറില്ലെന്നതാണ് സത്യം. ഇന്ദ്രിയങ്ങളെ ഉദ്ദീപിപ്പിക്കുന്ന ആവിപറക്കുന്ന വിഭവങ്ങൾ ഭക്ഷിക്കുന്ന ലാഘവത്തോടെ ആസ്വദിച്ചോ കുറ്റം പറഞ്ഞോ പോകുമെന്നല്ലാതെ അതിലേയ്ക്കെത്തിപ്പെട്ട മാനസിക സമ്മർദ്ദവും അതിന്റെ ലയവും താളവും മനസ്സിലാക്കുന്നുണ്ടാവില്ല.

ഡാവിഞ്ചിയുടെ ഈ ചിത്രപ്പുര കലാകാരൻമാർക്ക് നന്നേ ബോധിക്കുന്നതാണ്. ചിത്രത്തിന്റെ രൂപീകരണത്തിന് മുമ്പായി ഉണ്ടാക്കിയ കോഡുകൾ, ഡ്രോയിങ്ങുകൾ പ്രധാനപ്പെട്ടവയാണ്. അത്തരത്തിലൊന്നായ രവിവർമ്മയുടെ സ്കെച്ചുകൾ പുതിയ തലമുറയിൽ പെട്ട പഴയ കൂട്ടുകാരനിൽ നിന്നു നേരിട്ടു കണ്ട അനുഭവവുമുണ്ട്. ഒരു ചിത്രം പിറവിയെടുക്കുന്നതിന് മുമ്പായി ഒരു ചിത്രകാരനുണ്ടാകുന്ന മാനസികഭാവങ്ങളാണ് കോറിയിട്ടിരിക്കുന്ന ഡ്രോയിങ്ങുകൾ. ലോകത്തിന്റെ വിവിധ ഭാഗങ്ങളിൽനിന്നുവന്ന ധാരാളം ചിത്രകാരൻമാർ ഓരോചിത്രവും അരിച്ചുപെറുക്കുന്നുണ്ടായിരുന്നു. മൂന്ന് പേരുള്ള ഒരു ചിത്രത്തിന്റെ

ഡ്രോയിങ്ങിൽ കേവലം ഒരു രേഖ മാറ്റിവരയ്ക്കുന്നതിലൂടെ ബാലനും യുവാവും വൃദ്ധനും പ്രത്യക്ഷമാകുന്നതും സ്കെച്ചിൽ കാണാമായിരുന്നു. കഴുത്തിൽ തൂക്കിയിട്ടിരുന്ന ആധുനിക ഓഡിയോഗൈഡ് ചിത്രങ്ങളുടെ വിശദാംശങ്ങളെക്കുറിച്ച് പറയുന്നുണ്ടെങ്കിലും പുറത്ത് പുതിയ കാഴ്ചകളുടെ സുഗന്ധം പരന്നുതുടങ്ങിയിരുന്നു.

കാത്തിരുപ്പുകേന്ദ്രത്തിൽ ഏതാനും സഞ്ചാരികളുടെ കൂട്ടമുണ്ട്. തൊട്ടടുത്ത് കാര മലൈസ്ഡ് പീനട് &ആൽമണ്ട്സ് എന്ന് ബോർഡെഴുതിയ ചെറിയ ഉന്തുവണ്ടി കാണാം. വെള്ള ടീഷർട്ടും ട്രൗസറും ഷൂവുമിട്ട സുന്ദരനായ ചെറുപ്പക്കാരൻ മുന്നിലെ ചട്ടിയിൽ താളത്തിൽ ഇളക്കിക്കൊണ്ടിരിക്കുകയാണ്. ശ്രദ്ധിച്ചു നോക്കിയാൽ നമ്മുടെ റോഡു വക്കിലെ പാനിപുരിക്കാരനെ അനുസ്മരിപ്പിക്കുന്ന ചൂടാക്കിയ മസാലക്കടലകച്ചവടംതന്നെ. പക്ഷേ, ചട്ടുകംകൊണ്ട് ചട്ടിയിൽ തട്ടി ശബ്ദ കോലാഹലമുണ്ടാക്കുന്നില്ലെന്ന് മാത്രം. കാറ്റിൽ ഒഴുകിയെത്തുന്ന പ്രത്യേക ഗന്ധം നാസാരന്ധ്രങ്ങളെ ത്രസിപ്പിക്കുന്നുണ്ട്. വഴിയോരകച്ചവടം വയറുകേടാക്കിയ അനുഭവമുണ്ടെന്നതിനാൽ അയാളുടെ രീതികൾ വീക്ഷിക്കുന്നതിലായി ശ്രദ്ധ. ബസ്സുകളിൽ കയറുകയും ഇറങ്ങുകയും ചെയ്തുകൊണ്ടിരിക്കുന്നവരിൽനിന്ന് കുറച്ചു ദൂരെയായി വഴിയരികിലെ ബഞ്ചിൽ ചാഞ്ഞിരുന്നു.

ലണ്ടൻ നഗരത്തെ സുന്ദരമാക്കുന്ന നിരവധി ഇനം വൃക്ഷങ്ങൾ എനിക്കു ചുറ്റും തലയുയർത്തി നില്ക്കുന്നുണ്ട്. കാലാവസ്ഥയ്ക്കനുസരിച്ച് അവ പുഷ്പിക്കുകയും ഇലപൊഴിക്കുകയും ചെയ്യുന്നത് നഗരസൗന്ദര്യത്തിന് മാറ്റ് കൂട്ടുന്നു. ഒരാൾ തൊട്ടടുത്ത് ഉയർന്നു നില്ക്കുന്ന പ്രതിമയ്ക്കു ചുറ്റും നടന്ന് സസൂക്ഷമം വീക്ഷിച്ച് തലയിലെ തൊപ്പിയൂരി ഒരഭിവാദ്യം ചെയ്യുന്നപോലെ തോന്നി. ഒരു തൊഴിലാളിയുടെ കൂറ്റൻ പ്രതിമയായിരുന്നു 'ദി ബിൽഡിംങ്ങ് വർക്കർ' എന്ന് നാമകരണംചെയ്ത ഫലകത്തിൽ നഗരനിർമ്മാണത്തിൽ ജീവൻപൊലിഞ്ഞവരുടെ സ്മരണയ്ക്കു മുന്നിൽ എന്നെഴുതി ചേർത്തിട്ടുണ്ടായിരുന്നു.

വസന്തകാലത്തിന്റെ പുഷ്പങ്ങൾ കൊഴിഞ്ഞുതീരാറയ മദ്ധ്യാഹ്നം. വസന്തവും കടന്ന് ശിശിരത്തെ സ്വീകരിക്കാനായി അണിഞ്ഞൊരുങ്ങുകയാണ് നിരത്തും കൊട്ടാരവും രാജവീഥിയുമെല്ലാം. മരങ്ങളും ചെടികളുമെല്ലാം ശൈത്യം വന്ന് മൂടുന്ന സുന്ദരമായ ശ്വേത സായാഹ്നങ്ങളാണ് വരും മണിക്കൂറുകളിലെ നഗരകാഴ്ചകൾ. ശ്വേതത്തിൽ മൂടിയ നഗരം സൂര്യനെ കാണാനായി തപസ്സു തുടങ്ങുമ്പോൾ പൂക്കളും ഇലകളുമെല്ലാം കൊഴിച്ച് യൗവനത്തെ വീണ്ടെടുക്കാനായി മരച്ചില്ലകൾ തയ്യാറെടുക്കുകയായിരിക്കും.

ശിശിരത്തെ സ്വാഗതം ചെയ്ത് മഞ്ഞിൻകണങ്ങൾ ചില്ലകളിൽ കുട്ടുകൂട്ടുമ്പോൾ ഇളം കാറ്റിന്റെ താരാട്ടിൽ പാറി പറന്നുവന്ന ഒരു മഞ്ഞപ്പൂ കാൽപ്പാദത്തിലേയ്ക്ക് വീണു. മരച്ചില്ലകളിലെ ഇളംകാറ്റിൻ സ്പർശമേറ്റ് പുളകിതമായ ഒരു ചെമ്പക ദളം എവിടെനിന്നോ പാറിവന്ന് ആ പൂവിനെ പുണർന്നു.

കാൾ മാക്സ്

മാനവരാശിയുടെ ചിന്താമണ്ഡലത്തെ സുന്ദരമാക്കിയ മനോഹര വാക്യം ഏതാണെന്ന് ചോദിച്ചാൽ 'പണിയെടുക്കുന്നവരേ നിങ്ങൾ ഒന്നിക്കുവിൻ' എന്നതാണെന്ന് നിസ്സംശയം പറയാം. ചരിത്രത്തെ ഇത്രമേൽ സുന്ദരമാക്കിയ മറ്റൊരു ആഖ്യാനം മുമ്പും ശേഷവും മാനവരാശിയെ സ്പർശിച്ചിട്ടുണ്ടാവില്ല. മത, ജാതി, വർഗ്ഗ, വർണ, ലിംഗവ്യത്യാസങ്ങൾക്ക് അതീതമായി ഒന്നിക്കുവാനുള്ള ആഹ്വാനത്തിന്റെ മന്ദമാരുതനായുള്ള തഴുകൽ ലോകത്തെ പിടിച്ചുകുലുക്കിയ കൊടുങ്കാറ്റായി മാറി. സുന്ദരമായ വാക്യങ്ങൾക്ക് പിറവി നല്കിയ കാൾമാർക്സിന്റെ ശവകുടീരം കാണുക എന്നത് സ്വതന്ത്ര ചിന്താവീക്ഷണമുള്ള ആരുടെയും ഉത്തരവാദിത്വമാണെന്ന നിലയ്ക്കാണ് ലണ്ടനിലെ ഹൈഗേറ്റ് സെമിത്തേരിയിലേയ്ക്ക് യാത്രതിരിച്ചത്.

അദ്ധ്വാനിക്കുന്നവരും ഭാരം ചുമക്കുന്നവരും എന്റെ അടുക്കൽ വരുവിൻ ഞാൻ നിങ്ങളെ ആശ്വസിപ്പിക്കാം- ഈ മനോഹര വാക്യം യവനികയ്ക്കു പിന്നിൽ മറഞ്ഞിട്ട് 1800 വർഷങ്ങൾ കഴിയുമ്പോൾ മറ്റൊരു സുന്ദര ആഖ്യാനവുമായി ചരിത്രത്തിന്റെ ഒഴുക്കിൽ കാൾ മാക്സ് തന്റെ കയ്യൊപ്പു പതിപ്പിച്ചു.

കഴിഞ്ഞ ദിവസത്തെ അനുഭവം കേട്ടിട്ടാകും ഷീബ ആവശ്യമുള്ള ഭക്ഷണപദാർത്ഥങ്ങൾ തയ്യാറാക്കി ബാഗിൽവെച്ചിരുന്നു. മറ്റുള്ളവരോട് കരുതൽ ഉണ്ടാകുക ഒരുഭാവംതന്നെയാണ് അതിനു രക്തബന്ധത്തിനൊന്നും പ്രാധാന്യമില്ലെന്ന് തെളിയിക്കുകയായിരുന്നു അവർ. സുപരിചിതനായ സുഹൃത്തിനോ അടുത്ത ബന്ധുവിനോ

ലഭിക്കുന്ന ഊഷ്മള പരിഗണനയും സ്നേഹവും നല്കുവാൻ തിരക്കിട്ട ജീവിതത്തിലും ബദ്ധശ്രദ്ധരായിരുന്നത് പുതിയ പാഠങ്ങളാണ് പകർന്നത്, വീണ്ടും കണ്ടുമുട്ടാനുള്ള സാധ്യത കുറവായിരുന്നിട്ടും ഒന്നും തിരികെ പ്രതീക്ഷിക്കാത്ത പാഠങ്ങൾ.

» ഹൈഗേറ്റ്

ലേഡി വെൽസ്റ്റേഷനിൽനിന്നും രാവിലെതന്നെ പുറപ്പെട്ട് ഹൈഗേറ്റ് സെമിത്തേരി തുറക്കുന്നസമയം തന്നെ അവിടെ എത്തുക എന്നതായിരുന്നു ഉദ്ദേശ്യം. ഒമ്പതരയോടെ ആർച്ച് വെൽ സ്റ്റേഷനിലിറങ്ങി, ഇതിനിടയിൽ ധാരാളം ചോദ്യങ്ങളും ഉത്തരങ്ങളുമൊക്കെ കഴിഞ്ഞിട്ടാണ് കൃത്യമായി സ്ഥലത്തെത്തിയത്. വേണമെങ്കിൽ ഹൈഗേറ്റ് സ്റ്റേഷനിലും ഇറങ്ങാവുന്നതാണ്. ഹൈഗേറ്റ്ഹിൽ എല്ലാവർക്കുമറിയാം. അതിന്റെ ഏതോ ഭാഗത്താണ് പോകേണ്ടത്. കാൾമാക്സിനെ അവിടെ ആർക്കുമറിയില്ലെന്നും അങ്ങനെ ചോദിച്ചാൽ കണ്ടുപിടിക്കാൻ കഴിയില്ലെന്നു മുമ്പേ മനസ്സിലാക്കിയിരുന്നു. വ്യക്തികളെയും സംഭവങ്ങളെയും ദിനംപ്രതി മറക്കുന്ന സമൂഹത്തിൽ മരണാനന്തര ചടങ്ങിൽ ഏഴ് പേർ മാത്രമുണ്ടായിരുന്ന കാൾമാക്സിനെ നൂറ്റിമുപ്പത് വർഷങ്ങൾക്കുശേഷം എങ്ങനെ ഓർക്കാനാണ്. ഇന്ധിരാഗാന്ധി ഇപ്പോഴും പ്രധാനമന്ത്രിയാണെന്ന് വിശ്വസിക്കുന്ന ആൾക്കാർ വടക്കെ ഇൻഡ്യയുടെ ഗ്രാമങ്ങളിലുണ്ടെന്ന് കേട്ടതിന്റെ അത്രയൊന്നും വരില്ല ഇത്. കയറ്റം കഠിനമൊന്നുമല്ലെങ്കിലും ഇടയ്ക്ക്നിന്ന് അൽപം ശ്വാസമെടുക്കുമ്പോൾ വഴിയിൽ കണ്ട ചേട്ടനോട് കാര്യം ചോദിച്ചു. കുറച്ചു ദൂരേയ്ക്ക് കൈ ചൂണ്ടിക്കാണിച്ചുകൊണ്ട് കുന്നിന്റെ മുകൾഭാഗത്ത് വാട്ടർ ലൂ എന്ന പൊതുപാർക്കുണ്ടെന്നും ഗേറ്റ് കടന്നാൽ ഒരു ലൊക്കേഷൻ മാപ്പുണ്ടെന്നും പറഞ്ഞുതന്നു.

കുറുക്കുവഴി എളുപ്പവഴിയാക്കി എത്തുമ്പോൾ പാർക്കിലേയ്ക്കുള്ള കവാടം ഒരു പുഷ്പവൃഷ്ടി നടത്തിയതുപോലെ നിറയെ പൂക്കൾ വീണു കിടക്കുന്നുണ്ടായിരുന്നു. ചുവന്ന പൂക്കളാൽ അലങ്കരിച്ച പാതയിൽ

പറ്റിക്കിടന്ന മഞ്ഞുകണങ്ങളിൽ പ്രഭാത രശ്മികൾ തിളക്കം സൃഷ്ടിച്ചിരുന്നു. പൂത്ത് നില്ക്കുന്ന മനോഹരമായ ചെറു വൃക്ഷങ്ങൾക്കിടയിലൂടെ പാർക്കിലേയ്ക്ക് പ്രവേശിക്കുമ്പോൾ മഞ്ഞ് മാറ്റി കടന്നെത്തുന്ന സൂര്യകിരണങ്ങൾ മുഖത്തേയ്ക്ക് വീണു. പട്ടുകമ്പളംപോലെ വിരിഞ്ഞ പച്ചപുൽത്തകിടിയിൽ ചില മഞ്ഞപ്പൂക്കൾ വിതറി വീണിരിക്കുന്നത് ചിത്രകാരന്റെ ചായക്കൂട്ട് മറിഞ്ഞപോലെ തോന്നും. ഓക്കുമരങ്ങൾക്കിടയിൽ പൂത്തുലഞ്ഞുനിൽക്കുന്ന ചെടികളെല്ലാം സൂര്യകാന്തിപ്പാടത്തുകൂടി സഞ്ചരിക്കുന്ന പ്രതീതിയുണ്ടാക്കുന്നുണ്ട്. കാറ്റിലെ ഇലമർമ്മരങ്ങൾ ഒരു വിപ്ലവഗാനത്തിന്റെ താളംപോലെ തോന്നുന്നുണ്ട്. നേർത്ത വീചികൾ അലകളായി ഇന്ദ്രിയങ്ങളിലേയ്ക്ക് പടരുന്നുണ്ട്. ഒറ്റയടിപ്പാതകളിലൂടെ സവാരിക്കിറങ്ങുന്നവരുടെ നടത്തത്തിന്റെ ചടുലതയ്ക്ക് ഈ പശ്ചാത്തലസംഗീതത്തിന്റെ താളമുണ്ടെന്ന് തോന്നും.

സ്ഥലം കണ്ടുപിടിച്ച് മാപ്പിൽ നോക്കി തെക്കും വടക്കും വേർതിരിച്ചെടുക്കുമ്പോഴാണ് കാൽനടക്കാരി സഹായിയായി അവതരിച്ചത്. പാർക്കിന്റെ മനോഹാരിതയിൽ പ്രസന്നമായ അവരുടെ മുഖഭാവത്തിന് ജെന്നിയുടെ ആത്മാവ് സന്നിവേശിച്ച തിളക്കമുണ്ടായിരുന്നോ? മനസ്സ് മനസ്സിനോട് മന്ത്രിക്കുംപോലെ പുഞ്ചിരിയാൽ പൊതിഞ്ഞ ആവശ്യം എത്രവേഗമാണവർ മനസ്സിലാക്കിയത്. നോർത്ത് ഗേറ്റിലെത്തിയാൽ സ്ഥലം കാണിച്ചുതരാമെന്നു പറഞ്ഞത് നാട്ടുവർത്തമാനങ്ങൾ പറഞ്ഞു ഞങ്ങൾ നടന്നുതുടങ്ങി. നിശ്ശബ്ദതയിൽ കടന്നുവന്ന അവരുടെ മൂളിപ്പാട്ടിന്റെ താളം എവിടെയോ കേട്ട് മറന്നതുപോലെ, 'arise the prisoners of starvation'. ഐറിഷ് കാരിയായ അവർ ആ പ്രദേശത്ത് സെറ്റിൽ ചെയ്തിരിക്കുന്നു. യാത്രയുടെ മാസ്മരികത അനുഭവിക്കാൻ ഇന്ദ്രിയങ്ങളുടെ സ്പന്ദനമറിയുന്ന ഇത്തരം കൂട്ടുകാർ ഉണ്ടായിരിക്കുന്നത് നല്ലതാണ്. സമയം പോയതറിഞ്ഞതേയില്ല ചെറിയ കുന്നിറങ്ങി വന്ന ഞങ്ങൾ വേഗം തന്നെ ഹൈഗേറ്റ് സെമിത്തേരിക്കുമുമ്പിൽ എത്തി. ലക്ഷ്യത്തിൽ എത്തിച്ചതിൽ പുഞ്ചിരിയുമായി ഞാൻ അവരെ അന്വേഷിച്ചെങ്കിലും ഒരു നന്ദിവാക്കിനുപോലും കാത്തുനില്ക്കാതെ അവർ നടന്നു മറഞ്ഞിരുന്നു.

ഗേറ്റിൽ നാല് പൗണ്ടിന്റെ ചെറിയൊരു ടിക്കറ്റ് സംവിധാനമുണ്ടായിരുന്നതിൽനിന്നും ലഭിക്കുന്ന തുച്ഛവരുമാനമുപയോഗിച്ചാണ് സെമിത്തേരിയുടെ മെയിന്റനൻസ് നടത്തിയിരുന്നത്. എണ്ണൂറ്റി അമ്പതിൽപരം പ്രധാനികളുടെ ആത്മാക്കൾ അലയുന്ന മണ്ണിൽ പതിനെട്ടിലധികം പണ്ഡിതൻമാരും ബുദ്ധിജീവികളും അന്ത്യവിശ്രമം കൊള്ളുന്നുണ്ട്. എഡ്വേർഡ് ഹോഡ്ജസ് ബെയിലിയെപ്പോലെ

പ്രശസ്തനായ ശില്പി, നോവലിസ്റ്റ് ജോർജ് ഇലിയട്ട്, മൈക്കൾ ഫാരഡെ തുടങ്ങിയവരും ഇതിൽപ്പെട്ടുമെങ്കിലും ഏറ്റവും പ്രമുഖൻ കാൾ മാക്സായിരുന്നു. കേട്ടുകേൾവി പോലുമില്ലാത്ത ഒരു ലക്ഷത്തി എഴുപതിനായിരം ധനാഢ്യരുടെ ആത്മാക്കളുടെ ബോധമണ്ഡലം പടർത്തിയ മന്ദസ്മിതങ്ങൾക്കിടയിലൂടെ പതിയെ മുന്നോട്ടു പോകുമ്പോഴും ചെവികളിൽ ആ വിപ്ലവഗാനത്തിന്റെ നനുത്ത ധ്വനികൾ അലയടിക്കുന്നുണ്ടായിരുന്നു.

ആത്മാക്കൾക്ക് മഞ്ഞപ്പൂക്കളെയാണ് ഏറെ ഇഷ്ടമെന്ന് തോന്നുന്നു. ഉള്ളിലേക്ക് നീണ്ട നടപ്പാതയ്ക്ക് ഇരുവശവുമുള്ള മരങ്ങൾ മഞ്ഞപ്പൂക്കളുടെ വൃഷ്ടി നടത്തി സുന്ദരമാക്കിയിരിക്കുന്നത് കണ്ടാൽ അങ്ങനെയാണ് തോന്നുക. കുറച്ചു മുന്നോട്ടുപോയാൽ വലതുഭാഗ ത്തായി കാൾമാർക്സിന്റെ ശവകുടീരം കാണാം. പാതയ്ക്ക് വലതുവശത്ത് പ്രതിഷ്ഠിച്ചിരിക്കുന്നതിന് എന്തെങ്കിലും രാഷ്ട്രീയമുണ്ടോയെന്നറിയി ല്ല. വലതുപക്ഷ ചിന്തയ്ക്ക് പ്രാമുഖ്യമുള്ള സ്ഥലത്ത് ബോധപൂർവ്വമാ യിരിക്കില്ല ഇങ്ങനെ സംഭവിച്ചിട്ടുണ്ടാവുക. പിന്നീട് പരിചയപ്പെട്ട മലേഷ്യക്കാരൻ ഫോട്ടോ എടുക്കുന്നുണ്ടായിരുന്നു. ഇടതു ചിന്താഗ തിക്കാരനായ അയാൾക്ക് ഞാനും കമ്മ്യൂണിസ്റ്റാണോ എന്നാണ് അറിയേണ്ടിയിരുന്നത്. താനും ഈ പ്രത്യയശാസ്ത്രത്തിന്റെ അനുഭാ വിയാണെന്നും മറ്റും ഒരു രഹസ്യം പറയുംപോലെ അയാൾ എന്റെ ചെവിയിൽ മന്ത്രിച്ചു പോയി. പ്രത്യേകതയൊന്നുമില്ലാത്ത ദിവസമാ യിട്ടും കാൾമാക്സിന്റെ കുടീരത്തിന് മുൻപിൽ മാത്രം രാവിലെത്തന്നെ ആരോ പൂക്കൾ വെച്ചിട്ടുണ്ടായിരുന്നു. മഹത്തായ ചിന്തയോടുള്ള ആദരവ് പ്രകടിപ്പിക്കുന്നവർ ധാരാളമുള്ള നാടുതന്നെയാണിതെന്ന് ആ വ്യത്യാസം കാണിക്കുന്നുണ്ട്. ടൂറിസ്റ്റ് മാപ്പും മാക്സിന്റെ പ്രതിമയും കണ്ട് സംശയിച്ച് നിൽക്കുന്ന വേറേതോ രാജ്യക്കാർ ഇതുതന്നെ യാണ് കാൾ മാക്സ് എന്ന് ഉറപ്പാക്കാൻ പാടുപെടുന്നുണ്ടായിരുന്നു.

പാരീസിൽനിന്ന് രാഷ്ട്രീയ കാരണങ്ങളാൽ പുറത്താക്കപ്പെട്ട പ്പോളാണ് കാൾ മാക്സ് ആദ്യമായി 1849 ൽ ലണ്ടനിൽ എത്തുന്നത്. 1856 മുതൽ 1864 വരെ വാടക വീടുകൾ മാറിമാറി താമസിച്ച് ലണ്ടൻവാസം തുടർന്നു. വാടകക്കുടിശ്ശിക വീട്ടാൻ കഴിയാതിരുന്ന തിനാൽ സോഹൂ, ഡീൻ തെരുവിലെ 28-ാം നമ്പർ വീട്ടിൽനിന്നും പുറത്താക്കപ്പെട്ടുമ്പോൾ തന്റെ കോട്ടും കട്ടിലുംമറ്റും ജന്മി പിടിച്ചുവെച്ച അവസ്ഥവരെ മാക്സിനുണ്ടായിട്ടുണ്ട്. സോഹുവിലായിരുന്ന രാഷ്ട്രീയ അഭയാർത്ഥികളുടെ കേന്ദ്രം. അദ്ദേഹം കമ്യൂണിസ്റ്റ് ലീഗ് ഓഫ് ലണ്ടനിൽ ചേർന്ന് പ്രവൃത്തിച്ചു. രോഗം ബാധിച്ച കാൾ മാക്സിനെയും ജെന്നിയെയും സന്ദർശിക്കാൻ കേരളത്തിൽനിന്ന് ഒഴിവുകാലത്ത്

വില്യം ലോഗന്റെ ഭാര്യയും കൂട്ടുകാരുമെത്തിയിരുന്നു. അദ്ദേഹത്തിന്റെ അന്ത്യനാൾ വരെ 64ാം നമ്പർ ഡീൻ തെരുവിലെ രണ്ടുമുറി വാടകവീടായിരുന്നു താമസം.

ജർമ്മനിയിലെ ട്രയറിൽ രണ്ട് നൂറ്റാണ്ട് മുൻപ് ജനിച്ച കാൾമാക്സിന്റെ ദാസ് ക്യാപിറ്റലിന് പകരം വെക്കുവാൻ ഇന്നും പുതിയ സാമ്പത്തികസിദ്ധാന്തങ്ങളൊന്നുമില്ല. ഒരു കാലഘട്ടത്തിൽ കത്തിപ്പടർന്ന അദ്ദേഹത്തിന്റെ ചിന്ത ലോകത്തിന്റെ ഭൂരിഭാഗവും കീഴടക്കിയിരുന്നു. പല ഭരണകൂടങ്ങളും ഇടറിവീണെങ്കിലും മാർക്സിന്റെ ചിന്തകൾ ലോകമെമ്പാടും ഇപ്പോഴും ചർച്ചചെയ്യപ്പെടുന്നുണ്ടെന്ന വസ്തുത തള്ളിക്കളയാനാവില്ല.

ജീവിതത്തിന്റെ ഒരു പതിറ്റാണ്ടോളം തള്ളിനീക്കിയ ലണ്ടൻ നഗരത്തിലെ മാക്സിന്റെ വാസസ്ഥലം കണ്ടുപിടിക്കാനായില്ലെന്നത്

നഷ്ടംതന്നെയാണ്. പഴയ സോഷ്യലിസ്റ്റ് രാജ്യങ്ങളെല്ലാം ആചാര്യൻമാരുടെ പ്രതിമകളും ഫോട്ടോകളും നിരസിക്കുമ്പോൾ മുതലാളിത്ത സമ്പദ് വ്യവസ്ഥയുടെ ഈറ്റില്ലത്തുതന്നെ മാർക്സ് അന്ത്യവിശ്രമം കൊള്ളുന്നതും അദ്ദേഹത്തിന്റെ ശവകുടീരവും പ്രതിമയും കേടുകൂടാതെ സംരക്ഷിക്കപ്പെടുന്നതും ചരിത്രത്തിന്റെ വൈപരീത്യം തന്നെ.

മാർക്സിനെ വിലയിരുത്തുന്നത് മാറ്റത്തിന്റെ ചിന്ത എന്നാണെങ്കിലും പടർന്ന് പന്തലിച്ച ചിന്താരീതിശാസ്ത്രം ഭാവനാത്മകം മാത്രമാണെന്ന് അന്നും ഇന്നും വാദിക്കുന്നവർ ധാരാളമാണ്. പട്ടിണിയും പരിവട്ടവും നിറഞ്ഞ തന്റെ ജീവിത പലായനങ്ങളിൽ ഏറിയ പങ്കും ലോകത്തെ മാറ്റിത്തീർക്കുന്ന വ്യാഖ്യാനങ്ങൾക്കായി വായനശാലകളിലാണ് അദ്ദേഹം ചെലവഴിച്ചത്. സ്വതന്ത്രമായി ചിന്തിക്കുന്നവർക്ക് അവഗണിക്കാൻ കഴിയാതെ തിളങ്ങിനിൽക്കുന്നുണ്ട് ആ ചിന്തകൾ. തത്ത്വചിന്തകൻ, സാമ്പത്തിക ശാസ്ത്രജ്ഞൻ, ചരിത്രകാരൻ എന്നതിലുപരി പ്രായോഗിക പ്രവർത്തനങ്ങളിൽ നേരിട്ട് പങ്കെടുത്തുകൊണ്ടാണ് കേവലം 71 ദിവസം നീണ്ടുനിന്ന പാരീസ് കമ്മ്യൂണിന് അദ്ദേഹം വിത്തുപാകിയത്. ഭരണകർത്താക്കൾ ശത്രുക്കളായപ്പോൾ പലായനങ്ങൾ അനിവാര്യമായിത്തീർന്നു.

മനുഷ്യനെ പിടിക്കുവാൻ തന്നെ അനുഗമിക്കുവാൻ ആഹ്വാനം ചെയ്ത ക്രിസ്തുവിന്റെ വിളി ആയിരിക്കും കാൾ മാക്സിനെ സൃഷ്ടിച്ചത്. അദ്ധ്വാനിക്കുന്നവരും ഭാരം ചുമക്കുന്നവർക്കും ആശ്വാസം നൽകാമെന്നദ്ദേഹം പറഞ്ഞില്ല, അതിലും പ്രകോപനം കൊള്ളിച്ച സുന്ദരമായ വാക്യങ്ങളായിരുന്നു ആ ഫലകത്തിലെഴുതിച്ചേർത്തിരുന്നത്, അതുവരെ ആരും പറയാത്ത മനോഹരവാക്യം - workers of all nations unite.

മാഡം ടുസാഡ്സ് മ്യൂസിയം

ഡയാനയെ അറിയാത്തവർ ആരെങ്കിലും ഉണ്ടാകുമോ? സൗന്ദര്യസങ്കല്പത്തിന്റെ ഭാവമായി ഒരു കാലഘട്ടത്തിൽ ലോകത്തെ പുണർന്നവൾ. ചുറ്റും പരക്കുന്ന പ്രസരിപ്പിന്റെ സുഗന്ധം പേറി സഞ്ചാരികളെ അതിശയിപ്പിച്ചുകൊണ്ട് മന്ദസ്മിതം തൂകി നില്ക്കുകയാണ് അവിടെ.

ഇളം കാറ്റിൽ പാറിപ്പോകുന്ന വസ്ത്രത്തെ ചേർത്തു പിടിക്കുന്ന അതിസുന്ദരിയായ ഡയാനാ രാജകുമാരിയാണ് അങ്ങോട്ടുകടക്കുന്ന നിങ്ങളെ സ്വാഗതം ചെയ്യാനായി നിൽക്കുന്നത്. കണ്ടും കേട്ടും മറന്ന പഴയതും പുതിയതുമായ ധാരാളം മുഖങ്ങൾ അതിശയമുണ്ടാക്കുന്ന മായാപ്രപഞ്ചത്തിലേയ്ക്കാണ് ഇപ്പോൾ കാലെടുത്തുവെച്ചിരിക്കുന്നത്. കാൾ മാക്സ്, ഹോച്ച്മിൻ മുതൽ മണ്ടേലയും ഒബാമയുമൊക്കെ ജീവൻ തുളുമ്പി നില്ക്കുകയാണ്. അമ്പരപ്പുകളുടെ ഘോഷയാത്രയായി ജീവിച്ചിരിക്കുന്നവരും മൺമറഞ്ഞവരുമായ വിശ്വപൗരൻമാർ നിരന്നിരിക്കുകയാണിവിടെ.

മാഡം ടുസാഡ്സ് വാക്സ് മ്യൂസിയത്തിൽ ചെന്നുകയറുന്നവരുടെ അമ്പരപ്പ് തുടർന്നുകൊണ്ടേയിരിക്കും. ഓരോ സൃഷ്ടിക്കും ചെലവായ തുക കേട്ടാൽ അമ്പരപ്പിനൊപ്പം ചെറിയ തളർച്ചയും തോന്നും.

നഗരം ചുറ്റലിനിടയിൽ മാഡം ടുസാഡ്സ് മ്യൂസിയത്തിൽവെച്ച് റോയൽ ഫാമിലിയെ ഒന്നുകണ്ടു, ഫോട്ടോയുമെടുത്തെങ്കിലും വാങ്ങുവാൻ കീശക്ക ബലം കുറവായതിനാൽ അവരുടെ ആൽബത്തിൽ വിശ്രമിക്കുന്നത് അടുത്ത തവണ വാങ്ങണം. ഇത്ര ദൂരം യാത്ര

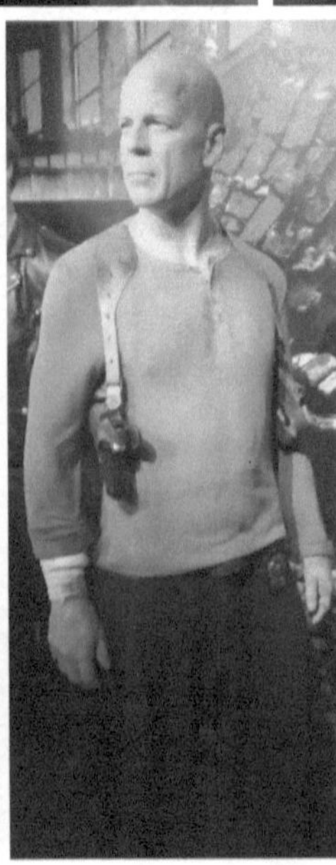

ചെയ്ത് അതിഥിയായി എത്തിയവന്റെ കൂടെനിന്ന് ഫോട്ടോ എടുത്ത തിന് കാശിങ്ങോട്ടാണ് തരേണ്ടതെന്ന വിചാരമൊന്നും അവർക്കില്ല. സമ്പന്നതയുടെ പറുദീസയായതിനാൽ കാഴ്ചക്കാരെല്ലാവരും നിറഞ്ഞ കീശയുമായി എത്തിയവരാണെന്ന് തെറ്റിദ്ധരിച്ചിരിക്കുന്നു.

റോയൽ എന്നു വെച്ചാൽ എലിസബത്ത് രാജ്ഞിയും ഭർത്താവ് പ്രിൻസ് ഫിലിപ്പ് മക്കളായ ചാൾസ്, ആൻഡ്രൂ എന്നിവർ ചേർന്നതാണ്. റോയൽ എന്നൊക്കെ പണ്ടത്തെ കാശുകാരെയും മറ്റും വിളിച്ചുപോന്നത് ഇപ്പോഴും തുടരുന്നുണ്ടെന്ന് മാത്രം. ബക്കിങ്ങ്ഹാം പാലസിൽ പോയപ്പോൾ കാണാതിരുന്നതിന്റെ പരിഭവം കാണിക്കുവാൻ മെഴുകിൽ തീർത്തവർക്കാവില്ലല്ലോ.

പ്രിൻസ് ചാൾസിന്റെ ഭാര്യയായ പ്രിൻസസ് ഓഫ് വെയിൽസ് ഡയാന വന്നതോടെയാണ് കൊട്ടാരമൊന്ന് കീർത്തി കേൾപ്പിച്ചു തുടങ്ങിയത്. ശരിക്കും അവരാണ് എലിസബത്ത് രാജ്ഞിയെക്കാൾ പ്രശസ്ത എന്ന് തോന്നുന്നു. എപ്പോഴും വിവാദങ്ങൾ അവർക്കൊരു ഹരമായിരുന്നു. ഒരു പതിറ്റാണ്ടിലധികം പാപ്പരാസികൾ അവരുടെ ജീവിതത്തെ ലോകത്തിന് കാണിച്ചുകൊടുത്തു കൊണ്ടിരുന്നു. എലിസബത്ത് രാജ്ഞിയുടെ മൂത്തമകൻ ഡയാനയെ വിവാഹം കഴിക്കുന്നതോടുകൂടിയാണ് പ്രിൻസസ് ഓഫ് വെയിൽസ് പട്ടം അവർക്ക് ലഭിക്കുന്നതും അതുവഴി ബ്രിട്ടീഷ് രാജകുടുംബമാകുന്നതും.

കാമുകനുമായുള്ള ഡയാനയുടെ സല്ലാപങ്ങൾ ലോകത്തെ ഒരിക്കൽ ധാരാളം ഇക്കിളിപ്പെടുത്തിയിട്ടുണ്ട്. 1997 ൽ പാരീസിൽവെച്ച് കാർ അപകടത്തിൽ കൊല്ലപ്പെടുമ്പോൾ കൂടെയുണ്ടായിരുന്നത് കാമുകനായ ഈജിപ്തുകാരൻ ഡോഡിഫെയ്ടായിരുന്നു. അപകടം ഉണ്ടായതല്ലെന്നും ഉണ്ടാക്കിയതാണെന്നുമുള്ള പല സംശയങ്ങളും അന്നും ഇന്നും നിലനിൽക്കുന്നുണ്ട്. മുൻപ് കമീലയുമായി ചാൾസിന് ബന്ധമുണ്ടായിരുന്നെന്നും ആരോപണമുണ്ടായിരുന്നത് ശരിവെയ്ക്കുന്നതാണ് ഡയാന കൊല്ലപ്പെട്ടശേഷം അവരുടെ വിവാഹം. സ്വന്തം ഇഷ്ടപ്രകാരം ജീവിച്ചതിൽ വളരെയധികം എതിർപ്പും നേരിട്ടിരുന്ന അവർ അരമനരഹസ്യങ്ങൾ അങ്ങാടിപ്പാട്ടാക്കിയതിലൂടെ പഴയ പ്രതാപങ്ങൾക്ക് കുറച്ച് മങ്ങലേറ്റിട്ടുണ്ട്. തമ്പുരാക്കൻമാരുടെ ദുഷിപ്പും പരദൂഷണവുമൊക്കെ സാധാരണക്കാർക്ക് വിഷയമല്ലാതായിരിക്കുന്നു.

നിസ്സംഗമായ ഒരു മുഖഭാവമാണ് മ്യൂസിയത്തിന്റെ മൂലയിലേക്ക് ആകർഷിച്ചത്. ചിലരങ്ങനെയാണ് സാമൂഹികപ്രശ്നങ്ങളുടെ കനലുകൾ ഉള്ളിലെരിയുമ്പോഴും ഭാവം നിസ്സംഗമായിരിക്കും. അത്തരത്തിലൊരാൾക്ക് കാൽനൂറ്റാണ്ടുകാലത്തെ

ജയിൽവാസമായിരുന്നു സമ്മാനമായി ലഭിച്ചത്. മറ്റാരുമല്ല വർണ്ണ വെറിക്കെതിരായി ജീവിതം പോരാട്ടമാക്കിയ നെൽസൺമണ്ടേല തന്നെ. പിന്നീട് ആ രാജ്യത്തിന്റെ പ്രസിഡന്റായി ചരിത്രം സൃഷ്ടി ച്ചെങ്കിലും നിയമംകൊണ്ട് നിർമ്മാർജനം ചെയ്യപ്പെട്ട വർണ്ണവെറി പല രൂപത്തിലും ഭാവത്തിലും രൂഢമൂലമാണ് ലോകത്തിൽ.

ചില ദുരന്തങ്ങൾ ജീവിതത്തിന്റെ അനുഭവങ്ങളും മറ്റുചില അനുഭ വങ്ങൾ ദുരന്തങ്ങളുമാണ്. അനുഭവിച്ചാൽ മാത്രം മനസ്സിലാകുന്ന ഒരു മാനസിക വിക്ഷോഭമാണ് നിറം അടിസ്ഥാനമാക്കിയ വേർതിരിവ്. അത്തരം മാനസികസമ്മർദ്ദങ്ങൾക്ക് വിധേയരാകുന്നവരുടെ ചിരികളിൽ ഒളിഞ്ഞിരിക്കുന്നത് ആർത്തിരമ്പുന്ന കടലുപോലുള്ള പ്രതിഷേധത്തിന്റെ നിശ്ശബ്ദതയാണെന്ന് ലോകം മനസ്സിലാക്കുന്ന ഒരു കാലമുണ്ടാകുമായിരിക്കും. മാഡം ടുസാഡ്സ് മ്യൂസിയത്തിൽ നിരവധിപ്രമുഖരാൽ അലംകൃതമായ സദസ്സിൽ തികച്ചും ഒറ്റപ്പെട്ട് പോയവൻ. മറ്റുള്ളവരോടൊപ്പം സെൽഫിയെടുക്കാൻ ആൾക്കാൾ തിരക്കുകൂട്ടുമ്പോൾ ആരാലും ശ്രദ്ധിക്കപ്പെടാതെ പോകുന്നവരിൽ ഈ സമരജീവിതവുമുണ്ടായിരുന്നു.

ഇന്ത്യക്കാരായ ഷാരുഖ് ഖാൻ, ഐശ്വര്യ റായ്, അമിതാഭ് ബച്ചൻ, അനിൽ കപൂർ തുടങ്ങിയവരും എബ്രഹാം ലിങ്കൺ, ക്ലിന്റൻ, തുടങ്ങി ട്രംപ് വരെ മെഴുകിൽ പൊതിഞ്ഞ ചിരിയുമായി നില്ക്കുന്നുണ്ട്.

രാജാധികാരം പരമ്പരയായി ലഭിക്കുന്നതായിരുന്നു രീതി. എലി സബത്ത് രാജ്ഞിക്ക് ശേഷം മകൻ ചാൾസിനാണ് അധികാരം ലഭിക്കുക. ലിംഗാവകാശത്തെ മാത്രം അടിസ്ഥാനമാക്കിയുള്ള പിൻതു ടർച്ച അവസാനിപ്പിക്കുന്ന നിയമം സക്സഷൻ ടു ക്രൗൺ ആക്ട് 2013 പാസാക്കിയശേഷം ആണിനോ പെണ്ണിനോ വ്യത്യാസമില്ലാതെ രാജാധികാരം ലഭിക്കും. 1952 ൽ എലിസബത്ത് രാജ്ഞി അധികാ രത്തിൽ എത്തുന്നത് അവരുടെ പിതാവായ കിങ്ങ് ജോർജ്ജിന്റെ മരണത്തോടെയാണ്. ഏറ്റവും കൂടുതൽ കാലം ബ്രിട്ടീഷ് സിംഹാസ നംവാണ ആളും എലിസബത്ത്തന്നെ. ഇവർക്ക് സഹോദരൻമാർ ഇല്ലായിരുന്നു എന്നതാണ് പ്രധാനകാരണം. യുദ്ധപ്രഖ്യാപനത്തിന് മാത്രമാണ് പൂർണ്ണമായ അധികാരം ബ്രിട്ടീഷ് രാജ്ഞിയിലും ഇന്ത്യൻപ്രസിഡണ്ടിലും നിലനിൽക്കുന്നത്. 530 മില്ല്യൻ ഡോളർ ആസ്തിയാണ് ഈ ഒറ്റ വ്യക്തിമാത്രം കൈവശം വെച്ചിരിക്കുന്നത്.

ഒരിക്കലും ചിരിക്കാതെ ലോകത്തെ ചിരിപ്പിച്ച, സിനിമ സംവദി ക്കാൻ ഭാഷയുടെ ആവശ്യമില്ലെന്ന് തെളിയിച്ച മോഡേൺ ടൈംസ്, ഗ്രേറ്റ് ഡിക്റ്റേറ്റർ തുടങ്ങി ഒട്ടേറെ സൃഷ്ടികളിലൂടെ ജനപക്ഷത്തോ ടൊപ്പംനിന്ന മഹാനായ ചാർളിചാപ്ലിൻ തുടങ്ങിയപലരെയും

ഒന്നിച്ചുകാണുവാനുള്ള സ്ഥലം കൂടിയാണിത്. ഇനിയുള്ളകാലത്ത് ചെഗുവേരയും ഫിഡൽകാസ്ട്രോയും സ്ഥാനംപിടിക്കുമായിരിക്കും, ചിലപ്പോൾ അവരൊക്കെ എന്റെ ശ്രദ്ധയിൽ പെടാത പോയതായിരിക്കും. കലാസൃഷ്ടികളുടെ കാര്യത്തിൽ അങ്ങനെ ചിന്തിക്കുന്നതിൽ കാര്യമില്ലെങ്കിലും ഓരോ സൃഷ്ടിക്കും മൂന്ന് ലക്ഷം ഡോളറിലധികം ചെലവായ നിരവധിപ്രതിമകളുടെ മൊത്തം സംഖ്യ കൂട്ടിയാൽ ഒരു പക്ഷേ ലോകത്തിന്റെ പട്ടിണി മാറ്റാമെന്ന് തോന്നുന്നു.

പതിനേഴാം വയസ്സിൽ വോൾട്ടയറുടെ പ്രതിമ നിർമ്മിച്ചു കൊണ്ടാണ് ഫ്രാൻസുകാരിയായ മേരി ടുസാഡ്സ്സിന്റെ തുടക്കം. പിന്നീട് 1835ൽ ലണ്ടനിലെ മേരി ബോൺ റോഡിൽ ഈ മ്യൂസിയം സ്ഥാപിച്ചത്. ഫ്രഞ്ച് വിപ്ലവത്തിലെ ഇരകളായവരുടെ പ്രതിമ നിർമ്മിച്ചതിന് ജയിൽ ശിക്ഷയും കിട്ടിയിട്ടുണ്ടവർക്ക്.

ബിഗ് ബെൻ

വെസ്റ്റ് മിനിസ്റ്റർ കൊട്ടാരം കഴിഞ്ഞ് കുറച്ചു കൂടി വടക്കോട്ടു നടന്നാൽ ഇംഗ്ലീഷുകാർക്ക് കൃത്യനിഷ്ഠയുണ്ടാക്കുന്ന ബിഗ്ബെൻ കാണാം. ലണ്ടനിലെ പ്രശസ്തമായ ഘടികാരത്തെ വേണമെങ്കിൽ ലോകത്തിലെ ഏറ്റവും വലുതെന്നു കൂടിപറയാം. പതിനഞ്ച് മിനിട്ടുകൂടുമ്പോൾ മുഴങ്ങുന്ന ക്ലോക്കിലെ മണിക്കാണ് ശരിക്കും ബിഗ് ബെൻ എന്ന് പറയുന്നത്. ഔദ്യോഗികമായി ഗ്രേറ്റ് വെസ്റ്റ് മിനിസ്റ്റേഴ്സ് ക്ലോക്കെന്നാണ് അറിയപ്പെടുന്നത്. അഗസ്റ്റസ് പ്യൂഗിൻ നാണ് നൂറ്റി അറുപതിലധികം വർഷം പഴക്കമുള്ള ഈ ഘടിഘാരത്തിന്റെ ശില്പി. പത്തൊമ്പതാം നൂററാണ്ടിൽ വിക്ടോറിയ രാജ്ഞിയുടെ ബഹുമാനാർത്ഥം ഉണ്ടാക്കിയ ലണ്ടനിലെ ഏറ്റവും ജനപ്രീതിയാർജിച്ച ഈ നാഴിക മണിക്ക് ലണ്ടന്റെ നാഴികക്കല്ലെന്നും വിശേഷണമുണ്ട്. ലണ്ടൻ നിവാസികൾക്ക് കൃത്യനിഷ്ഠയുടെ മാതൃകയായി ഇവൻ തലയുയർത്തി നില്ക്കുന്നു.

ഗോർഡൻ ബ്രോക്ക് പ്രൈമറി സ്കൂൾ

ലണ്ടൻ നഗരത്തിലെ അവസാന ദിവസത്തിന്റെ ആരംഭംതന്നെ ആഘോഷത്തോടെ ആയിരുന്നു. മേളങ്ങൾ ഒന്നുമില്ലാത്ത ആശംസകളുടെ പങ്കുവെയ്ക്കൽ മാത്രം. ജയൻഷീബമാരുടെ ഇളയമകൻ മലയാളിയായ ബ്രിട്ടീഷ് പൗരൻ യദുക്കുട്ടന്റെ രണ്ടാംപിറന്നാളായിരുന്നു. മലയാളികളായ ധാരാളം ബ്രിട്ടീഷ് പൗരൻമാർ ഉള്ള സ്ഥലം കൂടിയാണിത്. സ്കോട്ട്ലാൻഡിൽനിന്നും ഡെയ്സിയും കുടുംബവും തന്നയച്ചിരുന്ന സ്നേഹസമ്മാനം കൊടുക്കാൻ പ്രത്യേകം ഉത്തരവാദിത്വപ്പെടുത്തിയിരുന്നു. പരിചയമില്ലെങ്കിലും അന്നേ ആ കൊച്ചുകുട്ടുകാരൻ എന്റെ മനസ്സിലും സ്ഥാനം പിടിച്ചിരുന്നു. സമ്മാനമെന്ന് വച്ചാൽ ഒരു കാർഡിലെ ഇലക്ട്രോണിക്ക് ചിപ്പ് ഉപയോഗിച്ച് നിങ്ങൾക്കാവശ്യമുള്ള സമ്മാനം വാങ്ങാവുന്ന പ്രത്യേകയുണ്ടതിന്. കാർഡിന്റെ വിലയനുസരിച്ച് അതിൽ പറഞ്ഞിരിക്കുന്ന സ്ഥാപനങ്ങളിൽനിന്നും ഇഷ്ടാനുസരണം എന്തും വാങ്ങാവുന്നതാണ്. ആധുനികരീതിയിലെ ആശംസാ കാർഡ് പണവും അനാവശ്യ സമ്മാനങ്ങളും ഒഴിവാക്കുവാൻ സഹായിക്കുന്നു.

സ്കൂളിൽ പോകാൻ പ്രായമാകാത്ത ഈ ചങ്ങാതിയെ സംരക്ഷിക്കാൻ ഇടയ്ക്ക് ശ്രീലങ്കൻ വംശജയായ അക്കവരും. രണ്ടു പേരും ജോലിക്കാരായതിനാൽ അവർക്ക് അത് ഒരു ആശ്വാസമായിരുന്നു. ജൻമംകൊണ്ട് വംശം അതണെന്നല്ലാതെ മറ്റു ബന്ധങ്ങളില്ലാതെ ബ്രിട്ടീഷ് കാരിയായിരിക്കുന്നു അവരും. കർമ്മമാണല്ലോ പൗരത്വധർമ്മത്തിന്റെ അടിസ്ഥാനം. സ്ഥിരജോലിയില്ലാത്തതിനാൽ ദിവസവേതനത്തിന് ജോലി ചെയ്യുന്ന അവരും ആ കുടുംബത്തിലെ

അംഗത്തെപ്പോലെയായിരുന്നു. കുട്ടികളെ ഒറ്റയ്ക്കാക്കി ജോലിക്കു പോകാൻ നിയമം അനുവദിക്കാത്തതിനാൽ ജോലിക്കാരായ മാതാപിതാക്കളിൽ ഒരാൾ രാത്രിജോലി തിരഞ്ഞെടുക്കുന്ന രീതി സാർവ്വത്രികമാണിവിടെ.

ലൂവിഷാമിലെ ഗോർഡൻ ബ്രോക്ക് പ്രൈമറി സ്കൂളിൽ ഗ്രേറ്റ് ഫോറിൽ പഠിക്കുകയാണ് മൂത്തവൾ കിച്ചു. അവൾ അന്നു പതിവിലധികം തിരക്കിലായിരുന്നു. സ്കൂളിലേയ്ക്ക് കൊണ്ടുപോകാനായി എന്തോ തയ്യാറാക്കുന്നപോലെ തോന്നി. മൊബൈൽ, ലാപ്പ്ടോപ്പ് എന്നിവയോടൊന്നും വലിയ അടുപ്പമൊന്നും കാണിക്കാതെ എന്തൊക്കെയോ വരയ്ക്കുകയും കുറിയ്ക്കുകയുമെല്ലാം തകൃതിയായി ചെയ്യുന്നുണ്ട്. ഇടയിലൊന്ന് തലയുയർത്തി പുഞ്ചരിച്ച ശേഷം വീണ്ടും ജോലിയിൽ വ്യാപൃതയായി. ഇതിനിടയിൽ സ്കൂളിലേയ്ക്ക്, വരാൻ എനിക്കൊരു ക്ഷണവും വന്നു കൂടാതെ പ്രധാന അധ്യാപിക മിസ്സ്. മരിയാഗിൽ മോർ നെ പരിചയപ്പെടുത്താമെന്നു കൂടി ഇടയ്ക്കൊന്ന് പറഞ്ഞു. സ്കൂൾ എങ്ങനെയാണെന്ന് കാണണമെന്ന് ഞാനും തീരുമാനിച്ചു. അവളുടെ സഹപാഠിയും അടുത്ത കൂട്ടുകാരിയുമായ ലില്ലിയും ഞാനും സൗഹൃദത്തിലായിരുന്നു ഇതിനോടകം. അങ്ങനെ സ്കൂളിൽ എനിക്കുള്ള സ്വാധീനം കുറച്ച് കൂടിയിട്ടുണ്ട്.

യൂണിഫോം ധരിച്ച് ചെറുപുഞ്ചിരിയുമായി എന്നെ സമീപിച്ച അവളുടെ കണ്ണുകൾക്ക് എന്തൊക്കയോ പറയുവാനുണ്ടായിരുന്ന പോലെ തോന്നി. പിന്നിലൊളിച്ചുവെച്ച ഒന്നിലേക്ക് അവളുടെ ശ്രദ്ധ ഇടയ്ക്കിടെ പാളി വീഴുന്നുണ്ടായിരുന്നു. അടുക്കളയിൽ തിരക്കിട്ട് എന്തൊക്കയോ പണിയിലായിരുന്നു അവളുടെ അമ്മ. അവർ അറിയാതെ വിലപിടിച്ചതെന്തെങ്കിലും എനിക്ക് നൽകുവാനായി എടുത്തിട്ടുണ്ടോയെന്ന് ചെറുതായൊന്നു സന്ദേഹിച്ചു. ബാല്യം അങ്ങനെയൊക്കെയാണല്ലോ!

പെട്ടെന്നുണ്ടാകുന്ന ഇഷ്ടങ്ങളിൽ വിടപറയൽ അവൾക്കൊരു വിങ്ങലായി മുഖത്തു പ്രകടമാകുന്നുണ്ട്. ചേച്ചിയുടെ ശോകഭാവമൊന്നും മനസ്സിലാക്കാതെ യദുക്കുട്ടൻ മടിയിലിരുന്ന് കളിക്കുന്നുണ്ടായിരുന്നു. അങ്കിൾ ഇനിയെന്നാണ് വരികയെന്ന് ചോദിക്കുമ്പോൾ അവളുടെ വെളുത്ത മുഖത്ത് ചുവപ്പ് പടർന്നിരുന്നു. സങ്കടത്തിരയുടെ ഒരുപാട് ഓളങ്ങൾ താളമിടുമ്പോൾ നീട്ടിയ കുഞ്ഞിക്കൈകളിൽ ഒരു കൊച്ചു സമ്മാനമുണ്ടായിരുന്നു, എനിക്കായി പണിപ്പെട്ടുണ്ടാക്കിയ കടലാസിൽ തീർത്ത അമൂല്യസമ്മാനം. അവളുടെ മിഴിമുത്തുകൾ തിളങ്ങിയ സ്നേഹത്തിൽ പൊതിഞ്ഞ വിശിഷ്ടസമ്മാനം.

അവളെ ചേർത്തു പിടിക്കുമ്പോൾ യാത്രയുടെ ഓർമ്മച്ചെപ്പിലേയ്ക്ക് ഒരു അസുലഭചിത്രംകൂടി നിറം ചാർത്തപ്പെടുകയായിരുന്നു. വിടപറയലിന്റെ വേദനയുടെ ചായത്തിൽ ചാലിച്ച അമൂല്യമായ ചിത്രം. പുതിയ രൂപഭാവാദികൾക്കായികൊതിച്ച് ആ ചിത്രം ഹൃദയത്തിന്റെ കോണിൽ എവിടെയോ വേർപെടുത്താനാവാത്ത വിധം പറ്റിച്ചേർന്നിരിക്കുന്നു.

ലൂവിഷാമിൽ പല സ്കൂളുമുണ്ട്. ഗോർഡൻ ബ്രോക്ക് പ്രൈമറി സ്കൂളിലേയ്ക്ക് നടന്നുപോകാനുള്ള ദൂരമേ ഉണ്ടായിരുന്നുള്ളൂ. യദുക്കുട്ടനെ വണ്ടിയിലിരുത്തി തള്ളി ഞങ്ങൾക്ക് പിന്നാലെ ഷീബ വരുന്നുണ്ടായിരുന്നു. തോളിൽ തൂക്കിയ പിങ്കുകളർ ബാഗിൽ ചേർന്നിരുന്ന ടോം ആന്റ് ജെറിയുടെ ഗോഷ്ടികൾ കണ്ട് യദുകുട്ടൻ കൈകൊട്ടിചിരിച്ചുകൊണ്ട് എന്തൊക്കയോ മറു ചേഷ്ടകാണിക്കുന്നുണ്ട്. പാടവരമ്പത്തുകൂടി ചെറുമഴ നനഞ്ഞ് കുടയും ചൂടി സ്കൂളിലയ്ക്ക് പോകുന്നപോലെ എന്റെ ഇടതുകൈയിൽ തൂങ്ങിയാടി അവൾ ആസ്വദിച്ച നടക്കുകയായിരുന്നു.

തുള്ളിച്ചാടാൻ മാത്രമറിയാവുന്ന ബാല്യങ്ങളാണ് ചുറ്റിലുമെങ്കിലും ആരും തന്നെ മാതാപിതാക്കളുടെ കൈ പിടിച്ചിട്ടുണ്ടായിരുന്നില്ലെന്നത് പ്രത്യേകം ശ്രദ്ധിക്കപ്പെട്ടു. റോയൽ ഫാമിലിയെ നേരിട്ടു കണ്ടയാൾ എന്ന ബഹുമതി എനിക്കിതിനോടകം കിച്ചു നേടിത്തന്നിരുന്നതിനാൽ അവളുടെ കൂട്ടുകാരൊക്കെ എന്നേ നോക്കി പരിചയം കാണിക്കുന്നുണ്ടായിരുന്നു. തമാശ പറഞ്ഞതൊക്കെ മാറ്റി പ്രതിമകളെയാണ് കണ്ടതെന്ന് അവരെ പിന്നീട് പറഞ്ഞ് മനസ്സിലാക്കണം.

എന്നെ വിലക്കിക്കൊണ്ട് 'ആർ യു ഓൾ റൈറ്റ്' എന്ന് ചോദിക്കുന്നതു കേട്ട് ഞാൻ ഞെട്ടി. മുന്നിൽ പോകുന്ന കുസൃതിക്കാരി ഇടയ്ക്കൊന്നു വീണെങ്കിലും യാതൊരു ഭാവഭേദവുമില്ലാതെ നിൽക്കുകയായിരുന്നു ഒരമ്മ. കുട്ടിയെ എടുക്കാനായി ശ്രമിക്കുമ്പോഴാണ് വിലക്ക്. നാട്ടിൽ ആയിരുന്നെങ്കിൽ ആ കാഴ്ച കാണുന്നവർ ആരെങ്കിലും ഓടി പോയി ആ കുഞ്ഞിനെ വാരിയെടുക്കും. മാത്രവുമല്ല മനുഷ്യപ്പറ്റില്ലാത്ത ആ സ്ത്രീയെ ചീത്തയും പറഞ്ഞ് മാതൃത്വത്തിന്റെ കടമകളെ കുറിച്ച് വാചാലമാകുമായിരുന്നു. അമ്മയുടെ കൈയിൽ തൂങ്ങി നടക്കുന്ന കുട്ടികൾ കുറവായിരുന്നു എന്ന് അപ്പോഴാണ് ശ്രദ്ധിച്ചത്. സ്വതഃസിദ്ധമായ രീതിയിൽ കുഞ്ഞിനെ എഴുന്നേല്പിക്കാൻ ശ്രമിച്ച എന്നെ തടഞ്ഞത് ഒരു സംരക്ഷണം കൂടിയായിരുന്നെന്ന് പീന്നീട് മനസ്സിലായി.

കുട്ടികളുടെ പീഡനം തടയാനുള്ള നിയമസംവിധാനം സ്വന്തം കുഞ്ഞിനെപ്പോലും മാറോടണയ്ക്കാൻ തടസ്സമായി തീരുന്ന സാഹചര്യമാണ് ലോകത്ത്. സ്നേഹലാളനകളുടെ സത്യവും മിഥ്യയും

തിരിച്ചറിയാൻ കഴിയാതായിരിക്കുകയാണ് ബാല്യത്തിന്. വഴിയിൽ വീണ കുട്ടിയെ സഹായിക്കാൻ അറച്ചു നില്ക്കുന്ന നിയമം, അതിനായി മാതാപിതാക്കൾ തന്നെ വേണമെന്നുള്ള രീതി, എല്ലാം എളുപ്പം ദഹിക്കുന്നുണ്ടായിരുന്നില്ല. എന്റെ സേവനം വിലക്കിയില്ലായിരുന്നെങ്കിൽ പോലീസ് സ്റ്റേഷനിലെ വെള്ളക്കാരനായ ഇടിയൻ കുട്ടൻ പിള്ളയുടെ കൈത്തരിപ്പ് അറിയേണ്ടി വരുമായിരുന്നു എന്ന് മാത്രം.

ഒമ്പതു വയസ്സിൽ താഴെയുള്ള കുട്ടികളെ ഒറ്റയ്ക്ക് വീട്ടിലാക്കിയാലും മാതാപിതാക്കൾക്ക് പണി കിട്ടും. രക്ഷിതാക്കൾക്ക് നോക്കാൻ കഴിയില്ലെങ്കിൽ കുട്ടികളെ നോക്കാൻ സർക്കാർ തയ്യാറാണെന്നത് കർശന വ്യവസ്ഥകളോടെ നടപ്പാക്കുന്നുണ്ട്. പതിനെട്ട് വയസ്സു വരെ കുട്ടികളെ സർക്കാർ വളർത്തുകയും പത്ത് വയസ്സു കഴിഞ്ഞാൽ വീടുകളിലേയ്ക്ക് പോകാൻ താല്പര്യമുള്ള കുട്ടികളെ വിട്ട് നല്കുകയും ചെയ്യും. ബാല്യത്തിൽ ലഭിക്കേണ്ട പരിലാളനകൾ നല്കാൻ കഴിയാത്തവരുടെ കുട്ടികളെ സർക്കാർ ഏറ്റെടുത്ത സംഭവങ്ങൾ പലതുമുണ്ടായിട്ടുണ്ട്. പുറത്തുപറയാൻ കഴിയില്ലെന്നേയുള്ളൂ, അതിൽ നമ്മുടെ ചില ആൾക്കാരുമുണ്ടത്രെ! നിയമങ്ങൾ കർശനമായി നടപ്പാകുകതന്നെ വേണം. പക്ഷേ, അതിന് മനുഷ്യമുഖം അത്യന്താപേക്ഷിതമാണെന്നു മാത്രം.

ഗ്രീൻവിച്ച്

അടുത്തത് ഗ്രീൻവിച്ച് മീൻ ടൈമിലേയ്ക്കാണ് യാത്ര. വടക്കിനെ തെക്കിൽനിന്നു വേർതിരിക്കുന്ന ഭൂമധ്യരേഖപോലെ കിഴക്കിനെ പടിഞ്ഞാറിൽനിന്ന് വേർതിരിക്കുന്ന സങ്കീർണ്ണമായ പ്രൈം മെറിഡിയൻ ഇതുവഴി കടന്നുപോകുന്നതിനാൽ മെറീഡിയൻ റോയൽ ഒബ്സർവേറ്ററി ലോകപ്രശസ്തമാണ്. സമയം കണക്കാക്കുകയും അളക്കുകയും ചെയ്യുന്ന ഈ രേഖ ഇംഗ്ലണ്ട്, ഫ്രാൻസ്, സ്പെയിൻ, അൾജീരിയ തുടങ്ങിയ രാജ്യങ്ങളിലൂടെയാണ് കടന്ന് പോകുന്നത്. സമയവുമായി ബന്ധപ്പെട്ട ശാസ്ത്രീയ പഠനങ്ങളാണെന്നതിനാൽ അവരുടെ സമയം മാത്രമേ ശരിയുള്ളൂ എന്നൊന്നും ധരിക്കരുത്. ഇതിനെ നമ്മുടെ ടൈം സോണുകളുടെ കേന്ദ്രമായി കണക്കാക്കുന്നതിനാൽ ആർക്കും പ്രശ്നമൊന്നുമുണ്ടാകേണ്ടതില്ല. അവനങ്ങനെ സംഭവിച്ചത് അവന്റെ സമയദോഷമാണെന്നൊക്കെ ചിലർ പറയാറുണ്ടല്ലോ ആ സമയം അസമയമാണ്. ഇത് വേറെ സമയവും.

ലുവീഷാം എന്ന സ്ഥലത്തേക്കുള്ള 284 നമ്പർ ബസ് പിടിച്ച് അവിടെ ഇറങ്ങി വേണം ഗ്രീൻവിച്ചിലേക്ക് പോകുവാൻ. ഇതിനോടകംതന്നെ പൗണ്ടും പെൻസും തുടങ്ങിയ സകല നാണയങ്ങളുടേയും

ഒരു ശേഖരം തന്നെ ബാഗിലുണ്ടായിരുന്നു. ബസിന് കൊടുക്കുവാനുള്ള ചില്ലറ തപ്പിയപ്പോൾ കൈവശമുള്ള ഓയിസ്റ്റർ കാർഡ് ബസ്സിലും ട്രയിനിലും ഉപയോഗിക്കാമെന്ന് ഷീബ പറഞ്ഞു. ലണ്ടനിലെത്തിയ അന്നുതന്നെ അത്തരത്തിലൊരു കാർഡ് സംഘടിപ്പിച്ചത് യാത്രകളിൽ ഉപകാരമായി. സ്റ്റോപ്പിലല്ലാതെ ഒറ്റബസും നിർത്തിക്കണ്ടില്ല. എങ്കിലും പാഞ്ഞു വരുന്ന സൂപ്പർഫാസ്റ്റിന് കൈ കാണിക്കുന്നതുപോലെ ഞാനും നീട്ടി. മുഖത്തെ ദൈന്യഭാവമോ ട്രാഫിക് ജാമായതുകൊണ്ടോ ഒരുമഹാനാണ് കൈ കാണിക്കുന്നതെന്ന് തെറ്റിദ്ധരിച്ചോ ബസ് സ്റ്റോപ്പിലല്ലാതെ നിർത്തിയതിനാൽ അധികം കാത്തു നിൽക്കേണ്ടിവന്നില്ല. ഇവിടെയും കൈ കാണിക്കൽ ബസ് നിർത്താനുള്ള അടയാളമായത് നന്നായി. അല്ലെങ്കിൽ കുടുങ്ങിപോയേനെ! ഇത്തരത്തിലൊരു ചെറിയ ഒരു ഇളവ് ഇന്നലെയും ലഭിച്ചിരുന്നു. ഇളവുകൾ സംഘടിപ്പിക്കാൻ മിടുക്കൻമാരാണല്ലോ നമ്മൾ. ഡ്രൈവറുടെ സീറ്റിനു സമീപമുള്ള മെഷീനിൽ കാർഡ് ഉരച്ച് ഇരിപ്പിടത്തിലേക്ക് നടന്നു. കൃത്യമായ ചില്ലറയിട്ട് ടിക്കറ്റെടുക്കുന്ന സംവിധാനവും മെഷിനിലുണ്ടായിരുന്നതിനാൽ എല്ലാതരം ആൾക്കാരെയും ഉൾക്കൊള്ളാൻകഴിഞ്ഞു.

ബസ്സിറങ്ങി കുറച്ചുമുന്നോട്ട് നടന്ന് ഒരു വലിയ കുന്നു കയറിവേണം മെറീഡിയൻ റോയൽ ഒബ്സർവേറ്ററിയിലേക്ക് എത്തിച്ചേരാൻ. കുന്നിന്റെ കാഠിന്യമൊന്നും തോന്നാത്ത പച്ചപ്പുൽ വിരിച്ച മൈതാനം പോലയാണവിടം. ആപ്പിൾ ചെടികൾപോലെ തോന്നുന്ന ഉയരമില്ലാത്ത മരങ്ങളുടെ ചില്ലകൾ ചാഞ്ഞ് നിന്നതിൽ കൈ എത്തിപ്പിടിക്കാം. പച്ചയിൽ അവിടിടെ ഇളം ചുകപ്പോടുകൂടിയ തളിരിലകൾ കണ്ടാൽ കശുമാവിൻ തോട്ടംപോലെ തോന്നും.

നടപ്പാതകളിൽ വിവിധ രാജ്യങ്ങളിൽ നിന്നുവന്ന അദ്ധ്യാപകരും വിദ്യാർത്ഥികളുമായിരുന്നു എന്നോടൊപ്പം. ഒരു സുഹൃത്ത് അവിടെ കാത്ത് നിൽക്കാമെന്ന് പറഞ്ഞതിലെ പ്രത്യേകത ഒന്നു മാത്രമാണ് ഭൂമിശാസ്ത്രത്തിൽ മിനിമം മാർക്ക് മാത്രമുള്ള എന്നെ അവിടേക്ക് ആകർഷിച്ചത്. വൈകുന്നേരമാണ് പോകാനുള്ള ബസ് എന്നതിനാലാണ് ഉച്ചവരെ സമയം വെറുതെ കളയാതെ ഉത്തരധ്രുവവും ദക്ഷിണധ്രുവവും വേർതിരിക്കുന്ന രേഖയെ കണ്ടുകളയാമെന്ന് തീരുമാനിച്ചത്. കടന്നുപോകുന്ന രേഖയുടെ ഇരുഭാഗങ്ങളും നന്നായി പരിശോധിച്ചു. പക്ഷേ, എത്തിച്ചേരാമെന്ന് പറഞ്ഞ സുഹൃത്തിന്റെ പൊടിപോലും കണ്ടില്ല. എന്റെ സമയം അത്ര ശരിയല്ലെന്ന് മനസ്സിലായ സ്ഥിതിക്ക് സ്ഥലം കാലിയാക്കുന്നതാണ് നല്ലതെന്ന് തോന്നി.

ഇതിനിടയിൽ രണ്ട് പയ്യൻമാർ ഒരു ചോദ്യക്കടലാസുമായി സമീപിച്ച് ആസ്ത്രിയ എന്ന രാജ്യത്തെക്കുറിച്ച് അഭിപ്രായം ചോദിച്ചു. മലയാളം പരീക്ഷയ്ക്ക് കല്പവൃക്ഷത്തെക്കുറിച്ച് ഉപന്യസിച്ച് അവസാനം തെങ്ങിൽ പശുവിനെ കെട്ടി പാൽ കറന്ന കഥപോലെ ആസ്സ്ട്രിയയിൽനിന്നും ആസ്ട്രേലിയയിൽ എത്തി സംഭാഷണം അവസാനിക്കുമ്പോഴേയ്ക്കും അവർ ഓടി രക്ഷപ്പെട്ടിരുന്നു.

പ്രൈം മെറിഡിയനിൽനിന്ന് സ്വന്തം സമയമൊന്നു ശരിയാക്കിയപ്പോൾ കാപ്പികുടിക്കാനൊരു മോഹം. ഇനി ലണ്ടനിൽനിന്നും കാപ്പി കുടിയില്ലെന്ന് തീരുമാനവുമായി ഒരു മൂളിപ്പാട്ടുമായി പെട്ടികടയിലേയ്ക്ക് കയറി. ഒരു ചെറുപ്പക്കാരനോടൊപ്പം നായയും കടയിലേക്ക് കയറിവന്നത് എന്റെ കാപ്പികുടിയെ തെല്ല് താമസിപ്പിച്ചു. കുടിക്കാനുള്ള വെള്ളം ചോദിച്ചത് അവനുവേണ്ടിയായിരുന്നില്ല. വളർത്തു മൃഗങ്ങൾക്ക് വളരെയധികം ശ്രദ്ധ നൽകുന്നുണ്ട് എല്ലായിടത്തുമെങ്കിലും മനുഷ്യർക്ക് പ്രാധാന്യമെത്രയുണ്ടെന്ന കാര്യമാണ് ചിന്തനീയം.

തെരുവുകളും ബസ്സുകളുമെല്ലാം കുട്ടികൾക്കും പ്രായമായവർക്കും കൂടി ഉപയോഗിക്കാവുന്ന തരത്തിൽ ശാസ്ത്രീയമായി സജ്ജമാക്കിയിരിക്കുന്നു. ഒക്കത്തിരുത്തി കുഞ്ഞുങ്ങളുമായി യാത്ര ചെയ്യുന്ന അച്ഛനമ്മമാരെയൊന്നും കണ്ടില്ല. ഒരു പക്ഷേ അങ്ങനെയൊരു രീതി അവർക്കറിയില്ലായിരിക്കും. കുഞ്ഞുങ്ങളുമായുള്ള മാനസിക ബന്ധത്തെ വളർത്താൻ കുട്ടികളായിരിക്കുമ്പോൾ അവരെ എടുക്കുന്നതും മാറോടണയ്ക്കുന്നതുമെല്ലാം ഇവർക്ക് അന്യമായി പോയിരിക്കുന്നു. കുട്ടികളെ ചങ്ങലയ്ക്കിട്ട ഉന്തുവണ്ടികൾ തള്ളിയ യാത്രകളാണ് ആൾക്കാർ ഇഷ്ടപ്പെടുന്നതെന്ന് തോന്നുന്ന തരത്തിലാണ് കാഴ്ചകൾ. നായയുമായി നടക്കാനിറങ്ങുന്നവരുടെ എണ്ണം നമുക്കിടയിൽ കൂടി വരുന്നുണ്ടെങ്കിലും ഇവർ കുറച്ചുകൂടി മുന്നോട്ട് പോയി ഷോപ്പിങ്ങ് മാളിലും ബസിലുമെല്ലാം എത്തിക്കഴിഞ്ഞിരിക്കുന്നു. ട്രെയിനിലും ബസിലും നായകൾക്കും പ്രവേശനമുണ്ടെന്ന് ബോർഡുവെച്ച സ്ഥലങ്ങളും കാണാമായിരുന്നു.

വ്യക്തിസ്വാതന്ത്ര്യത്തെക്കുറിച്ച് കൂടുതൽ ബോധവാൻമാരായിരുന്നവർ മാതാപിതാക്കളോടെല്ലാം ഒരേ നിലപാടുകളായിരുന്നു. ചെറുതാകുമ്പോൾ തന്നെ സ്വന്തം കാര്യങ്ങൾ ചെയ്ത് ഒറ്റക്കുറങ്ങി വളരാൻ കുട്ടികളെ പ്രേരിപ്പിക്കുന്നത് നല്ലതാണെന്ന് തോന്നുന്നു. വഴക്ക് പറയുന്നതും പീഡനങ്ങളും കുട്ടികളുടെ നിലവിളികളുമെല്ലാം പരിശോധിക്കപ്പെടുന്നുണ്ടെങ്കിലും ഒന്നിനും കുറവില്ലെന്നതാണ് വസ്തുത. പഠനരീതിയിൽ അവലംബിക്കുന്ന വ്യത്യസ്തമായ ശൈലി കുട്ടികൾക്ക് ഗുണം ചെയ്യില്ലെന്നാണ് രക്ഷിതാക്കൾ പറയുന്നത്.

ശാസിക്കാനും ശിക്ഷിക്കാനും അദ്ധ്യാപകനും രക്ഷിതാവിനും അവകാശമില്ലാതായിരിക്കുന്നു. സ്വന്തം കുഞ്ഞിനെ ശാസിച്ചതിനാൽ ഇരുമ്പഴിക്കുള്ളിലാവാതെ കഷ്ടിച്ച് രക്ഷപ്പെട്ട ഒരമ്മയേയും ഞാൻ കണ്ടു. കുട്ടികളെ വഴക്കുപറയാനും ശാസിക്കാനുമുള്ള അവകാശം പോലും ഇല്ലാത്ത മാതാപിതാക്കളിൽ നിസ്സാരമായ ഒരു ശാസന ജയിലിന്റെ വക്കുവരെ എത്തിച്ചതിൽ നൊമ്പരപ്പെടുന്ന ഒരമ്മയുടെ ചിത്രം ഒന്നു മാത്രമായിരിക്കില്ലെന്നാണ് തോന്നുന്നത്.

പല വീടുകളുടെയും നിർമ്മിതി 1930ൽ ആണെന്ന് പറയുന്നുണ്ടെങ്കിലും പുതുപുത്തനായി നിലനിൽക്കുന്നത് കാലാവസ്ഥയുടെ മാത്രം പ്രത്യേകത ആയിരിക്കുമോ? ഒരു കെട്ടിടത്തിന്റെ രണ്ടു ഭാഗങ്ങൾ സ്വകാര്യത നഷ്ടപ്പെടാത്ത നിലയിൽ ഉണ്ടാക്കിയ റ്റ്വിൻ ഹൗസുകളായിരുന്നു കൂടുതലും. ഓരോ വ്യക്തിയുടെയും ആവശ്യം മനസ്സിലാക്കുന്നതരത്തിലൊരു പാർപ്പിടനിയമം ഇവിടെ ഉണ്ടായിരിക്കുമെന്നാണ് തോന്നുന്നത്. മാലിന്യസംസ്കരണത്തിലും പൊതു ഇടങ്ങൾ വൃത്തിയായി സൂക്ഷിക്കുന്നതിലും ബദ്ധശ്രദ്ധ പുലർത്തുന്നുണ്ട്. ടാക്സ് വാങ്ങുന്നതിന്റെ ഒരംശം സർവ്വീസായി ജനങ്ങൾക്ക് ലഭിക്കുവാൻ സർക്കാരും ഉദ്യോഗസ്ഥരും പ്രവർത്തിക്കുന്നതുപോലെ.

വീട് നിർമ്മാണങ്ങൾക്ക് ഒരേ ശൈലി പിൻതുടരുന്നത് ശ്രദ്ധയിൽപ്പെടുകതന്നെ ചെയ്യും. കാലാവസ്ഥ പ്രധാനഘടകം ആയതിനാലാകാം ഇത്തരം രീതി അനുവർത്തിക്കുന്നതെങ്കിലും പഴയതിനോട് വിരക്തിയുണ്ടാക്കി തച്ചുടച്ച് പുതിയതിനെ സൃഷ്ടിച്ച് പ്രകൃതിയുടെ സംതുലിതാവസ്ഥ തകർക്കുന്ന ശൈലി പൂർണ്ണമായും തിരസ്കരിച്ചിരിക്കുന്നു. സന്തോഷകരവും ആസ്വാദ്യകരവുമാക്കുന്ന ഇന്നിന്റെ ജീവിതങ്ങളെയാണ് ഓരോ മുഖത്തും ദർശിക്കാൻ കഴിയുക. സഹസ്രാബ്ദങ്ങൾ പഴക്കമുള്ളവ കണ്ടെത്തുന്നതുപോലെയല്ലല്ലോ അവയിലേതെങ്കിലും പുന:സൃഷ്ടിക്കുന്നത്. പുറംമോടിയിൽ വിശ്വസിക്കാത്ത രീതിയാണെന്നു തോന്നുന്നു നിറങ്ങളുടെ കാര്യത്തിൽ പോലും അനുവർത്തിക്കുന്നത്. മൂന്നാം ലോക രാജ്യങ്ങളിലെ പാവങ്ങളാണ് ഉപഭോക്തൃ സംസ്കാരത്തിന്റെ അടിമകളെന്ന് വ്യക്തമാകുന്നതാണ് നിർമ്മിതികൾ. പരസ്യങ്ങൾ നമ്മുടെ ചിന്തയെയും സൗന്ദര്യസങ്കൽപ്പങ്ങളെയും നൈസർഗ്ഗിക ഭാവങ്ങളെയുമെല്ലാം പാടേ മാറ്റിത്തീർത്തിരിക്കുന്നു.

പലതരത്തിലുള്ള പെട്ടികൾ മിക്കവാറും എല്ലാ വീടുകളുടെ മുമ്പിലും കാണാം. ഓരോ കളറും ഓരോ തരം വേസ്റ്റുകൾ ശേഖരിക്കാനാണ് ഉപയോഗിക്കുന്നത്. കൃത്യമായ ഇടവേളകളിൽ സർക്കാർ ഇതൊക്കെ ശേഖരിച്ച് സംസ്കരിക്കുന്നു. റോഡിനിരുവശങ്ങളിൽ മാത്രമായാണ്

വീട്ടുകളെന്നതിനാൽ ഈ ശേഖരണം വിജയകരമായിനടക്കുന്നു.

മുതലാളിത്ത സമ്പദ് വ്യവസ്ഥയിൽ ചൂഷണത്തിന് പ്രാധാന്യം കൂടുതൽ ഉള്ളപ്പോൾ എങ്ങനെയാണ് ജനങ്ങൾക്ക് സേവനങ്ങൾ ചെയ്യുവാൻ ഇവർക്ക് കഴിയുന്നതെന്ന് നമ്മുടെ ആളുകൾ പഠിക്കാൻ ശ്രമിക്കണം. ലഭിച്ചിരുന്ന പരിമിതമായ സേവനങ്ങൾ പോലും ഇല്ലാതാകുന്ന കാലത്താണ് ഒന്നാം ലോകരാജ്യങ്ങളിലെ വേറിട്ട ചൂഷണത്തിന്റെ ഈ വ്യത്യസ്തമുഖം. മലിനീകരണ നിയന്ത്രണങ്ങളും ചട്ടങ്ങളും പാലിക്കപ്പെടാൻ ബോധപൂർവ്വമായി പ്രവൃത്തിക്കുന്ന പൗര ബോധമുള്ള ജനതകൂടി ഉണ്ടാകണം. ആരോഗ്യമുള്ള ശരീരത്തിലേ നല്ല ആത്മാവും മനസ്സുമുണ്ടാവുകയുള്ളൂ. അതിന് മാത്രമേ പുഷ്പിക്കാനും സുഗന്ധം പരത്താനും കഴിയൂ എന്ന് ഇവർ വിശ്വസിക്കുന്നുണ്ടാകുമെന്ന് കരുതാം.

മനുഷ്യമനസ്സ് സംതൃപ്തിതേടിയുള്ള യാത്രയിലാണ്. ജീവിതദശയിൽ സംതൃപ്തി നൽകാൻ എന്തൊക്കെ വേണമെന്നുള്ളത് ഉത്തരം കിട്ടാതെ അവശേഷിക്കുന്നു. അതോടൊപ്പം അങ്ങോട്ടുള്ള അവസാനിക്കാത്ത അസംതൃപ്തികളുടെ യാത്രയും.

കൃഷി ചെയ്യാൻ താത്പര്യമുള്ളവർക്ക് തരിശായ ഏകദേശം 5 സെന്റോളം സ്ഥലം കിട്ടും. സ്ഥലം പ്രതിവർഷം ഇരുപത് പൗണ്ട് വാടകയ്ക്കാണ് കൊടുക്കുന്നത്. ഇത് ആജീവനാന്തം കൈവശംവെയ്ക്കുവാനും ഉപയോഗിക്കുവാനും അവകാശമുണ്ടെന്നല്ലാതെ മറിച്ച് വില്ക്കാൻ കഴിയില്ലെന്ന് മാത്രമല്ല ഉപയോഗരഹിതമാണെങ്കിൽ സർക്കാർ തിരിച്ചെടുക്കുകയും ചെയ്യുന്ന നിയമം നിലവിലുണ്ട്. കൊച്ചു കേരളത്തിൽ മാത്രം 20 ലക്ഷത്തിലധികം പാർപ്പിടങ്ങൾ താമസിക്കാനാളില്ലാതെ കിടക്കുമ്പോൾ ഇത്തരം നിയമങ്ങളെക്കുറിച്ച് ആലോചന ഉണ്ടായാൽ നന്നാകും.

കൂലിവേലചെയ്ത് ഉണ്ടാക്കുന്ന മൂലധനം ഉപയോഗിച്ച് ആൾപ്പാർപ്പില്ലാത്ത മണിമാളികകൾ തീർക്കുന്നവർ പരസ്യങ്ങളുടെയും പൊങ്ങച്ചത്തിന്റെയും രക്തസാക്ഷികളായി മാറുകയാണ്. മതിലുകളും പ്രവേശന കവാടങ്ങളുമില്ലാത്ത ഒരു സുന്ദരലോകത്തിന്റെ കാഴ്ചകൾക്കൊപ്പം കാഴ്ചപ്പാടുകൾ മാറുകയല്ലാതെ വേറെന്താണ് പോംവഴി.

കടലാസ് സമ്മാനം

ലണ്ടൻനഗരത്തോട് വിടപറയുകയാണ്. ഹിത്രുഎയർപോർട്ടിലേക്ക് പോകുംവഴി ചിലപ്പോൾ ഇവിടെ ഒന്നുകൂടി സ്പർശിച്ചേക്കാം. യാത്രയുടെ അവസാനനാളുകൾ അടുത്തു തുടങ്ങിയതിന്റെ ഒരു ഫീൽ, എന്തോ നഷ്ടപ്പെടാൻ പോകുന്ന പോലൊരു അലട്ടൽ. ഇനിയൊരിക്കലും വരാൻ സാധ്യതയില്ലെങ്കിലും വീണ്ടും വരാമെന്ന് പറഞ്ഞാണ് ഓരോ യാത്രയും അവസാനിക്കുന്നത്. വീണ്ടുമെത്തിപ്പെടുവാനാഗ്രഹിക്കുന്ന പ്രതീക്ഷയിൽ തെറ്റൊന്നുമില്ലല്ലോ. സുഖകരവും സുന്ദരവുമായ താമസം, രുചികരമായ ഭക്ഷണം വേണ്ടുവോളം ശ്രദ്ധയും പരിഗണനയും നിറയെ സ്നേഹവും തന്ന ജയനോടും ഷീബയോടും മനസ്സിൽ കയറി കൂട്ടുകൂട്ടിയ രണ്ട് കുഞ്ഞുകൂട്ടുകാരോടുമെല്ലാം യാത്രപറയാതെ വയ്യല്ലോ?.

കാഴ്ചകളുടെ ഉള്ളറകളിലേക്ക് ഇറങ്ങിച്ചെല്ലുമ്പോൾ വിട്ടുപോരാൻ വിമ്മിട്ടപ്പെടുന്നതുപോലെ എന്തോ ഒന്ന് മനസ്സിൽ ഉടക്കി കൊണ്ടേയിരിക്കും. കാഴ്ചകളെ മനോഹരമാക്കിയ പുതിയ ബന്ധങ്ങളുടെ കരുതലും സ്നേഹവും സ്പർശവുമെല്ലാമായിരിക്കും ആ വിങ്ങലിൽ കുടിയിരിക്കുന്നത്. അകന്നുപോകുന്ന അസ്വസ്ഥതപ്പെട്ട മുഖങ്ങൾ കെടാതെ കൂട്ടിനുണ്ടാകുന്ന റാന്തൽപോലെ പുതിയ കാഴ്ചയുടെ ശോഭ തെളിച്ചുതുടങ്ങും.

ലണ്ടൻ വിക്ടോറിയ സ്റ്റേഷനിലേയ്ക്ക് പോകാനുള്ള ടാക്സി ലഭിക്കുവാൻ പരിചയക്കാരായ പലരെയും ഷീബ ഇതിനോടകം വിളിച്ചിരുന്നു. മറ്റ് മാർഗ്ഗമില്ലാത്തതിനാൽ ഓൺലൈനിൽ പണമടച്ച് യൂബർ ടാക്സി ബുക്ക് ചെയ്തു. വീടുകൾക്കെല്ലാം പോസ്റ്റ് കോഡുണ്ടെന്നതിനാൽ SE41JX എന്ന പോസ്റ്റൽ കോഡ് അടിച്ചാൽ ഗൂഗിൾ

മാപ്പിൽ നിങ്ങൾക്കും സ്ഥലം കണ്ടുപിടിക്കാം. വീടിന്റെ മുന്നിലേയ്ക്ക് ടാക്സി വന്നുകൊണ്ടിരിക്കുന്നത് മൊബൈലിൽ കണ്ടു കൊണ്ടാണ് ബാഗ് എടുത്ത് പുറത്തുവെച്ചത്. നാലു ദിവസത്തെ പരിചയം നാലു പതിറ്റാണ്ടുകളിലെ ബന്ധമായി ഉടലെടുത്തപ്പോലെ നഷ്ടപ്പെട്ടുപോയ എന്തോ ഒന്നിൽ മനംകൊട്ടുക്കുന്ന ഏകാന്തത തോന്നിത്തുടങ്ങി. ബ്രിട്ടീഷ് പൗരനും ആഫ്രിക്കൻ വംശജനുമായ കാർഡ്രൈവറോട് സംസാരിക്കുവാൻ ശ്രമിക്കാതിരുന്നതും ഈ വികാരമായിരിക്കും. അയാൾ കാണുന്നതിനായി മുൻ കരുതൽപോലെ ലൊക്കേഷൻ ഷെയർചെയ്യുകയും മറ്റും ചെയ്യുന്നുണ്ടായിരുന്നു. യാത്രയിലെപ്പോഴും ഇങ്ങനെയൊരു കരുതൽ ചിലപ്പോൾ ഉപകാരപ്പെട്ടേക്കും.

കുടിയേറി പാർത്ത് ബ്രിട്ടീഷ് പൗരൻമാരായവർ എല്ലാ സ്ഥലത്തുമുണ്ടെങ്കിലും കൂടുതലായി താമസിക്കുന്നത് ലൂവിഷാമിലാണെന്ന് തെരുവിലൂടെ ഒന്ന് നടന്ന് നോക്കിയാൽ മനസ്സിലാകും. ഇംഗ്ലീഷ് നാട്ടിൽ മലയാളികടയും കാണാവുന്ന ഒരു സ്ഥലം കൂടിയാണിത്. തെരുവുകളും അലങ്കാരങ്ങളുമെല്ലാം ഓരേ രീതിയിലായിരുന്നെങ്കിലും താമസക്കാരെയെല്ലാം നിറത്തിന്റെ അടിസ്ഥാനത്തിൽ തിരിച്ചറിയാവുന്ന മേഖല. നിറം നോക്കി ആളുകളെ ഏഷ്യൻ, ആഫ്രിക്കൻ എന്നൊക്കെ പലരും അടക്കം പറയാറുണ്ട്. മതവും ജാതിയും പോലുള്ള അധമവികാരമായ വംശ-വർണ്ണ വ്യത്യാസം പ്രകടമായില്ലെങ്കിലും ഈ സ്പിരിട്ട് മനസ്സിൽ കൊണ്ടുനടക്കുന്നവരുടെ എണ്ണം അത്ര കുറവൊന്നുമല്ലായിരുന്നു. വെളുത്തവന്റേതു മാത്രമായ ലോകമുണ്ടാകുമോ? വെളിച്ചം സുന്ദരമാക്കുവാൻ ഇരുളിനു മാത്രം കഴിയുമ്പോൾ കറുത്തവനെന്നും അയിത്തക്കാരനാണെന്ന തോന്നൽ എങ്ങനെയാണുണ്ടാവുക?

പുതിയ തലമുറയ്ക്ക് ഇത്തരം കാര്യങ്ങളിലൊന്നും താത്പര്യമില്ലാത്ത സ്വതന്ത്രമായ വിചാരധാരയുള്ളവരായിരുന്നു. ഭിന്നിപ്പിക്കുക എന്ന രീതി പയറ്റുന്നവർക്ക് ഇന്ന് നിറമാണ് പ്രശ്നമെങ്കിൽ നാളെ കുടിയേറ്റക്കാരാകുമെന്നത് സ്വഭാവികംമാത്രം. സുഖസൗകര്യങ്ങൾ കണ്ട് കുടിയേറിയ അഭയാർത്ഥികളാണ് തൊഴിലില്ലായ്മയ്ക്കും സാമ്പത്തികപ്രതിസന്ധിക്കും കാരണമെന്ന് പ്രചരിപ്പിക്കുന്ന രാഷ്ട്രീയ കക്ഷികളുമുണ്ട്. എല്ലാ രാജ്യങ്ങളെയുംപോലെ മാറ്റത്തിന്റെ പാതയിലാണ് ഇവരും. കുറ്റകൃത്യങ്ങളും ഭവനരഹിതരും കൂടിവരുന്നത് മാത്രമല്ല പൊതുമേഖലയിലെ സൗജന്യ സേവനങ്ങൾ കുറച്ചു കൊണ്ടുവരാനാണ് ഭരണാധികാരികൾ ശ്രമിക്കുന്നത്. കാലക്രമത്തിൽ ഇവിടെ സ്ഥിരതാമസമാക്കിയവർ കണ്ട സ്വപ്നസുന്ദരമായ ലോകത്തിന്റെ നിരാസമാകും.

വൈകീട്ട് അഞ്ചുമണിക്കാണ് ഡെവൻപ്രവിശ്യയിലെ എക്സിറ്ററിലേക്കുള്ള ബസ്. അവിടെ കാത്ത് നിൽക്കുന്നത് ബാല്യകാല സുഹൃത്തും സ്പോൺസറുമായ സാബു എബ്രഹമാണ്. മറ്റു പലരുമുണ്ടായിരുന്നെങ്കിലും അവരെല്ലാം തിരക്കേറിയ നഗരത്തിന്റെ വേവലാതിപൂർണ്ണമായ ജീവിതത്തിൽ ഉഴലുന്നവരായിരുന്നു. രണ്ട് പതിറ്റാണ്ടായി ഇവിടെ ജോലി നോക്കുന്ന ചങ്ങാതിയെ കണ്ടു കിട്ടിയിട്ട് അധികനാളായിട്ടില്ല. ഏതായാലും ചെന്ന് നോക്കട്ടെ. പരമാവധി വെറുപ്പിച്ചാലേ സൗഹൃദത്തിന്റെ ആഴവും പരപ്പും വ്യക്തമാകുകയുള്ളൂ.

ലണ്ടൻ വിക്ടോറിയ ബസ് സ്റ്റേഷൻ എത്താറായി. തോളിൽ തൂങ്ങിയ സഞ്ചി മടിയിലേക്ക്വെച്ച് കൈ പതുക്കെ ഉള്ളിലേക്ക് കടത്തി കിച്ചുതന്ന കടലാസ് സമ്മാനത്തിൽ ഒന്നുകൂടെ പതിയെ തലോടി. അങ്കിൾ ഇനിയെന്നാണ് വരിക എന്ന ചോദ്യം കരങ്ങളിലൂടെ പ്രവഹിക്കുന്നപോലെ, ഒപ്പം നിറയുന്ന കുഞ്ഞുമിഴികളും മനസ്സിലേക്ക് കടന്നുവന്നു.

പ്രതീക്ഷയുടെ മുനമ്പ്

സൗഹൃദം എന്ന ഒറ്റച്ചാന്താണ് ലോകത്തെ ഒന്നായി ചേർത്തു നിർത്തുന്നതെന്ന് പഴയ അമേരിക്കൻ പ്രസിഡണ്ട് വുഡ്റോ വിൽസൺ പറഞ്ഞെന്ന് കേട്ടിട്ടുണ്ട്. എന്നാൽ അതൊന്നു പരിശോധിച്ചു മനസ്സിലാക്കിയിട്ടു തന്നെ കാര്യം. അടുത്തറിയുകയും ഇടപഴകുകയും ചെയ്യുമ്പോഴാണല്ലോ സൗഹൃദങ്ങളുടെ ശേഷിയും ആഴവും പരപ്പുമൊക്കെ എത്രയുണ്ടെന്ന് മനസ്സിലാക്കാൻ കഴിയുക.

എന്നും ഏറ്റവും പ്രിയപ്പെട്ടതായിരുന്നു സൗഹൃദങ്ങൾ. നഷ്ടങ്ങൾ ധാരാളം സംഭവിച്ച് ഓർമ്മയിലെ നനുത്ത വേദനയായി മനസ്സിന്റെ കോണിലങ്ങനെ കിടക്കുന്നുണ്ട് മൃതങ്ങളായി ചിലത്. അവരോടൊപ്പം നില്ക്കാനും മനസ്സുതുറക്കാനും ശ്രമിച്ചിട്ടുണ്ടെങ്കിലും പലരും വഴിയിലുപേക്ഷിച്ചിട്ടുണ്ടെന്നുള്ള ബോധ്യം ചില തിരിച്ചറിവുകളൊക്കെ നല്കിയിട്ടുമുണ്ട്. സൗഹൃദങ്ങളുടെ അന്ത്യം ചിലരുടെ വിവാഹത്തോടെയും പ്രണയത്തോടെയും അസ്തമിച്ചുപോകാറുണ്ട്. അങ്ങനെ വേണമെന്നൊക്കെയാണ് ചുറ്റുപാടും പഠിപ്പിച്ചു കൊണ്ടിരിക്കുന്നതെങ്കിലും ഒറ്റച്ചാന്തിൽ തീർത്തവരെ നമ്മൾ കണ്ടെത്തുന്നതു വരെ മനസ്സിന്റെ ഒഴുക്ക് തുടർന്നുകൊണ്ടേയിരിക്കും.

ഡെവൻ കൗണ്ടിയിലേയ്ക്കുള്ള യാത്രയിൽ കുട്ടിക്കാലത്തിന്റെ സൗഹൃദങ്ങളായിരുന്നു മനസ്സിലേയ്ക്ക് കടന്നുവന്നത്. ഇടയ്ക്കെവിടെയോ അപകടമുണ്ടായതിനെത്തുടർന്ന് വഴി മാറ്റിവിട്ടതിനാൽ ഉദ്ദേശിച്ചതിലും വളരെ വൈകിയാണ് സുഹൃത്ത് സാബു എബ്രഹാമിന്റെ

എക്സീറ്ററിലെ വീട്ടിൽ എത്തിയത്. എട്ടാംക്ലാസുമുതൽ ഒരു ബഞ്ചി ല്ലിരുന്ന് പഠിച്ചവൻ കഷ്ടപ്പാടിന്റെ കാലത്തുനിന്നും വലിയ നിലയി ലേക്കുയർന്നിരിക്കുന്നു. വലിയ കാറും ബംഗ്ലാവും മാത്രമല്ല കടന്നു വന്ന കനൽവഴികളും മറക്കാതെ തണലിന്റെ കുടവിരിച്ച മരങ്ങളും മനസ്സിലൂടെ കടന്നുപോകുന്ന ചിന്തയുടെ മേച്ചിൽപ്പുറങ്ങളുമാണ് ഒരാളെ ധനവാനാക്കുന്നത്.

പണ്ട് അടികൂടിയതൊക്കെ ഇപ്പോൾ ആര് ഓർത്തിരിക്കാനാണ്. അങ്ങനെ ചില കുസൃതിത്തരങ്ങളൊക്കെ കൂട്ടിവെച്ച് പ്രതികാര ബോധം അലട്ടുന്ന ചിലരൊക്കെ ഉണ്ട്. എന്തായാലും തണുപ്പിനെ കൂസാതെ നോക്കി നിൽക്കുന്നുണ്ടായിരുന്ന അവന്റെ മിഴികളിൽ പറയുവാൻ കൂട്ടിവെച്ച നൂറായിരംകഥകൾ മന്ത്രിക്കുന്നതായാണ് തോന്നിയത്. പതിറ്റാണ്ടുകൾക്കുമുമ്പുള്ള ആ പഴയ ബഞ്ചുകളിലേയ്ക്ക് തിരിച്ചുപോയ രസകരമായ രാത്രിയായിരുന്നു, പഴയ ഓർമ്മകൾക്ക് ചിറകുമുളച്ച രാത്രി.

എട്ടാംതരത്തിൽ പഠിക്കുമ്പോൾ കുറച്ച് ബഞ്ചും ഡെസ്കുമല്ലാതെ സ്കൂളിന് സ്വന്തമായുണ്ടായിരുന്നത് ഈറ്റ ഇലയിൽ തീർത്ത മനോ ഹരമായ ഷെഡ് മാത്രമായിരുന്നു. മലവെള്ളപ്പാച്ചിലിനും ഉരുൾ പൊട്ടലിനും തകർക്കാൻ പറ്റാതെ അത് ഗ്രാമത്തിന്റെ വിശുദ്ധിയും വിശ്വാസവുമായി തലയുയർത്തി നിന്നു.

പഠനത്തോടൊപ്പം മഴ നനയാതെ ഇരുന്നു പഠിക്കാനുള്ള കെട്ടിടം ഒരു മോഹമായപ്പോൾ അതിന്റെ നിർമ്മാണവും അങ്ങനെ ഞങ്ങളുടെ ടൈംടേബിളിന്റെ ഭാഗമായി തീർന്നു. ജീവിത യാഥാർത്ഥ്യങ്ങളോട് മല്ലടിച്ച അവർ നിർമ്മാണ പ്രവൃർത്തിയിൽ മാത്രമല്ല അക്കാദമിക രംഗത്തും മികവുപുലർത്തി. സ്കൂൾ മുറ്റത്ത് തട്ടിക്കൂട്ടിയ വോളിബോൾ കളി മാത്രമായിരുന്നു ഒഴിവുസമയ വിനോദം. നാട്ടുകാരുടെയും വിദ്യാർ ത്ഥികളുടെയും കഠിനാദ്ധ്വാനംകൊണ്ട് ഒരു നിലയിൽ വാർത്തെടുത്ത മൂന്നുമുറി സ്കൂൾ കെട്ടിടമുണ്ടാക്കി പഠനം കുറച്ചുകൂടി നിലവാരത്തിലേ യ്ക്കുയർത്തി. അന്തരീക്ഷമലിനീകരണവും ശബ്ദമലീകരണങ്ങളും ഒട്ടു മില്ലെന്ന് പറഞ്ഞാൽ വിശ്വസിക്കാൻ കുറച്ച ബുദ്ധിമുട്ടായിരിക്കും എന്നാൽ ബസ്സും കാറും മോട്ടോർ ബൈക്കും ചീറിപ്പായാത്ത നാട്ടിൽ യാതൊരു വിധ ട്രാഫിക് നിയമങ്ങളുമില്ലായിരുന്നെന്നു എന്നു കൂട്ടി ച്ചേർക്കുമ്പോൾ കാര്യം പിടികിട്ടും. രാവിലെയും വൈകുന്നേരങ്ങളി ലും കുണ്ടും കുഴിയും നിറഞ്ഞ റോഡിലൂടെ കല്ലുകളിൽ ചാടിക്കടന്നു പോകുന്ന വില്ലീസ് ജീപ്പ് മാത്രമായിരുന്നു ഒരു കാഴ്ച.

മരണക്കിണറിൽ ജീവൻ കൈയിലെടുത്ത് ജീപ്പ്പായിക്കുവാ നെന്തെളുപ്പം എന്നു തോന്നുന്നതായിരുന്നു കല്ലാർ മുതൽ മാങ്കുളം

വരെയുള്ള അതിവേഗപാതയിലൂടെയുള്ള സഞ്ചാരം. സ്കൂൾ കട്ട് ചെയ്തു സിനിമയ്ക്ക് പോകാൻ ആഗ്രഹിച്ചില്ലെന്ന മാത്രമല്ല, ഓർത്തിട്ടുപോലുമില്ലാത്തവർക്ക് പള്ളിപ്പെരുന്നാളിനും അമ്പലത്തിലെ ഉത്സവത്തിനും വളരെ അപൂർവ്വമായി സിനിമാപ്രദർശനവുമായി ടൂറിങ്ങ് ടാക്കീസുകൾ എത്തിയിരുന്നു.

മൂന്ന് പതിറ്റാണ്ടുകൊണ്ട് എവിടെയും ബാല്യങ്ങൾക്ക് കുട്ടിത്തം നഷ്ടമായിരിക്കുന്നു. മുതിർന്നവരുടെ കിടമത്സരങ്ങൾക്ക് ഇരയാകുന്നതിനാൽ ബാല്യത്തിന്റെ കൃത്രിമത്വമില്ലാത്ത സ്വഭാവികഭാവം കൈമോശം വന്നു പോയിരിക്കുന്നു. ഒന്നര പതിറ്റാണ്ടിലെ ബ്രിട്ടീഷ്ജീവിതം രൂപഭാവങ്ങൾക്കല്ലാതെ മറ്റുമാറ്റങ്ങളൊന്നും സംഭവിച്ചിട്ടില്ലെന്നത് ആശ്വാസമായി.

ചിലതെല്ലാം കുറിച്ചു വയ്ക്കുന്നതിനേക്കാൾ ഓർമ്മകളാകുന്നതാണ് കൂടുതൽ മനോഹരമാകുകയെന്ന് തോന്നുന്നതായിരുന്നു ഇളം കുളിരണിഞ്ഞ മഞ്ഞ് പൊഴിയുന്ന ആ രാത്രി. വീടിനു പിന്നാമ്പുറത്തെ തുറസ്സായ സ്ഥലത്തേയ്ക്ക് അതിഥിയെ കാണാൻ ചന്ദ്രൻ ഇടയ്ക്കിടെ ഒളിഞ്ഞുനോക്കുന്നുണ്ടായിരുന്നു. മറക്കാൻപറ്റാത്ത അനുഭവങ്ങൾ സമ്മാനിച്ച രാത്രിയുടെ ഓർമ്മ ഹൃദയത്തിന്റെ കോണിലങ്ങനെ ചൂട്ടുപിടിച്ച് കിടക്കട്ടെ, എപ്പോഴെങ്കിലും തീ പിടിപ്പിക്കാവുന്ന തരത്തിൽ.

മീൻപിടിത്തവും പാചകവുമെല്ലാം ഒരു കലപോലെ കൂടെക്കൊണ്ടു നടക്കുന്നവൻ വരവിനെ ആഘോഷമാക്കാൻ കാത്തുനിന്നതുപോലെയാണ് പെരുമാറ്റത്തിൽ പ്രകടമായിരുന്നത്. കടലിൽ മീൻ പിടിക്കാൻ പോകണമെന്ന് മുൻപെ തീരുമാനിച്ചതിൽ ചൂണ്ടയും മറ്റ് സാധനങ്ങളും തയ്യാറാക്കി വെച്ചിരുന്നത് കാണിച്ചു തന്നിട്ടാണ് ഉറങ്ങാൻ വിട്ടത്.

മഞ്ഞ് വീഴുന്ന രാത്രികളിലെ ഉറക്കത്തിന്റെ ആലസ്യം പറഞ്ഞറിയിക്കാൻ പറ്റാത്ത സുഖമാണ് ഉണ്ടാക്കുക. ചാണകം മെഴുകിയ തറയിൽ വിരിച്ച തഴപ്പായയിൽ അവിടിവിടെ പിഞ്ചിപ്പോയ കമ്പിളിയിൽ മൂടിയ കിടത്തം മാത്രമല്ല തിരിഞ്ഞും മറിഞ്ഞും സുഖത്തിന്റെ ആഴങ്ങളിലേയ്ക്ക് ചേക്കേറുമ്പോൾ കാലുകളിൽനിന്ന് തെന്നിപ്പോകുന്ന പുതപ്പിനിടയിലൂടെ അരിച്ചുകയറുന്ന തണുപ്പ് ഉണ്ടാകുന്നത് ഉറക്കത്തിന്റെ ഉൻമാദമാണ്. പഴയ സൗഹൃദത്തിന്റെ കൂട്ടിലേയ്ക്ക് എത്തിപ്പെട്ടപ്പോൾ ഉറക്കത്തിന്റെ ലഹരി ആസ്വദിച്ച് ആലസ്യത്തിൽ വഴുതി വീണു.

രാവിലെ അഞ്ച്മണിക്ക് തന്നെ ഒരു കട്ടൻ കാപ്പിയും തയ്യാറാക്കി കടലാസു കപ്പുകളിൽ കുടിച്ചുകൊണ്ടാണ് തണുപ്പിലേക്കിറങ്ങിയത്. പുതുമഴയയിൽ പച്ചത്തവളകളെ പിടിക്കുവാൻ പെട്രോൾമാക്സിന്റെ

» ഹോപ്പ്നോസ്

വെളിച്ചത്തിൽ വയൽവരമ്പിലൂടെ നടക്കുന്നതുപോലെ തൊട്ടടുത്തെവിടെയോ പുഴയിൽ മീൻ പിടിക്കാൻ പോകുന്ന ലാഘവത്തോടെയാണ് വണ്ടി ഓടിച്ചിരുന്നത്. ഇരുപത് മൈൽ അകലെ ഡെവൻകൗണ്ടിയിലെ ഹോപ്പ്നോസ് എന്നറിയപ്പെടുന്ന സ്ഥലത്തേക്കായിരുന്നു യാത്ര. മീൻ പിടിക്കാൻ വരുന്നവർക്ക് പ്രതീക്ഷയുടെ മുനമ്പായതിനാലായിരിക്കും ഈ പേരിൽ അറിയപ്പെടുന്നത്. യൂറോപ്പുകാർ ജീവിതം വിനോദമാക്കിയവർതന്നെയാണ്. കുടിയേറ്റക്കാർ ബാങ്ക് ബാലൻസ് വർദ്ധിപ്പിക്കുന്നതിൽ മാത്രം സന്തോഷിക്കുകയും നാട്ടിലെ താമസിക്കാനാളില്ലാത്ത മണിമന്ദിരങ്ങളെ സ്വപ്നം കാണുകയും ചെയ്യുന്നവരിൽനിന്ന് ഏറെ വ്യത്യസ്തനായിരുന്നു ഇയാൾ.

മാനത്ത് വെള്ളകീറിത്തുടങ്ങിയിരുന്നില്ല. കുറച്ചകലെയായി തിരകൾ പാറക്കെട്ടിലേയ്ക്ക് ഇരച്ചുകയറുന്നതിന്റെ ഈണം കേൾ ക്കാം. വാഹനം റോഡുവക്കിൽ ചേർത്തു നിർത്തി കൈയിലുണ്ടായിരുന്ന ടോർച്ചു വെളിച്ചത്തിന്റെ സഹായത്താൽ ഞങ്ങൾ കുന്നിറങ്ങി സൗകര്യപ്രദമായ സ്ഥലത്തെത്തി. ട്രക്കിങ്ങിനും മറ്റും പറ്റിയ വഴിയിലൂടെ വളരെ സാഹസപ്പെട്ടാണ് താഴേയ്ക്കെത്തിയത്. കടൽക്കരയിൽ തണുത്തകാറ്റുകൊണ്ടിരിക്കുമ്പോൾ ഇറങ്ങിവന്നവഴിയിലൂടെ കണ്ണൊന്ന് പിറകോട്ട്പായിച്ചു. ചുറ്റുപാടും അൽപ്പം വെളിച്ചമുണ്ടായിരുന്നെങ്കിൽ ഒരിക്കലും ഈ സാഹസത്തിന് മുതിരില്ലെന്ന് തോന്നുന്ന തരത്തിലായിരുന്നു കാഴ്ചകൾ. രണ്ട് വശങ്ങളിലും അഗാധഗർത്തങ്ങൾ നിറഞ്ഞ വഴിയിലൂടെയാണ് ഇറങ്ങിവന്നതെന്ന് വിശ്വസിക്കാൻ കഴിയുന്നില്ല.

വേലിയേറ്റം എട്ടുമണി മുതലാണെന്ന് അറിയിപ്പുണ്ടായിരുന്നതിനാൽ നല്ല മീൻ കിട്ടുമെന്ന പ്രതീക്ഷയോടെ ഞങ്ങൾ മുനമ്പത്തു തന്നെ

സ്ഥാനം പിടിച്ചു. വെറുമൊരു ചൂണ്ടയും രണ്ടു പ്ലാസ്റ്റിക് കവറുമായി എത്തിയൊരാൾ വലിയ കൗശലക്കാരനായി ആദ്യം തനിക്ക് കിട്ടണം എന്ന രീതിയിൽ കുറച്ചുകൂടി മുനമ്പത്തേക്ക് മാറിനിന്നു. തിരകൾ ആഞ്ഞടിക്കുന്നതിനാൽ ആ ചങ്ങാതിക്ക് മീൻകിട്ടാനുള്ള സാധ്യത തീരെയില്ലെന്ന് സുഹൃത്ത് എന്നോട് വിളിച്ചു പറഞ്ഞത് മനസ്സിലാക്കാനുള്ള മലയാളം പഠിച്ചിരുന്നെങ്കിൽ മീൻപ്പിടിത്തത്തിന്റെ കൗശലവും സാമർത്ഥ്യവും അയാൾക്കില്ലെന്ന് ബോധ്യപ്പെട്ടുമായിരുന്നു. കടൽ കാറ്റ് കോച്ചുന്ന തണുപ്പിനാക്കം കൂട്ടുമ്പോൾ പ്രതീക്ഷയോടെ പലരും കുന്നിറങ്ങി വന്നുതുടങ്ങിയിരുന്നു. കുറച്ചുകഴിഞ്ഞാൽ ഇരിക്കുന്ന സ്ഥലമെല്ലാം വെള്ളം മൂടും. ഏകദേശം രണ്ട്മീറ്റർ വെള്ളമുയരുമെന്നു പറഞ്ഞതിനാൽ കുറച്ച് ഉയരത്തിലേക്ക് മാറി നല്ലൊരു സ്ഥലത്ത് ഇരിപ്പുറപ്പിച്ച് മീൻപിടിക്കുന്നത് വീക്ഷിച്ചുകൊണ്ടിരുന്നു.

ഓളം വെട്ടുന്ന തിരകളിലേയ്ക്ക് വീഴുന്ന നേർത്ത സൂര്യകിരണങ്ങൾ നോക്കെത്താദൂരത്തോളം പരന്നുകിടക്കുന്ന നീലക്കടലിന്റെ മാസ്മരികഭാവം വർദ്ധിപ്പിച്ചു കൊണ്ടിരുന്നു. ക്യാൻവാസിലേയ്ക്ക് വലിച്ചെറിഞ്ഞ ചായക്കൂട്ടുപോലെ ഉദയമോ അസ്തമയമോ എന്ന് സംശയിക്കുന്ന സുന്ദരഭാവങ്ങൾ മാനത്ത് വിടരുമ്പോൾ ആകാശത്തേക്കുയർത്തിവിട്ട പുകച്ചുരുളുകൾ തണുപ്പിന് തെല്ലാശ്വാസം നൽകി.

ചൂണ്ടയിടാൻ നല്ല പരിചയം വേണം, അത് ആഞ്ഞെറിഞ്ഞ് വളരെ അകലെ എത്തിക്കാൻ പരിചയം മാത്രമല്ല നല്ല ആരോഗ്യവും വേണമെന്നതിനാൽ കാഴ്ചക്കാരനാകാനാണ് വിധിക്കപ്പെട്ടത്. ഒരു ചൂണ്ടക്കോലിൽ നിരവധി ചൂണ്ടകളാണ് നിരത്തിയിട്ടുള്ളത്. ഓരോ ചൂണ്ടയും തിളക്കമുള്ള പേപ്പറിൽ പൊതിഞ്ഞിരിക്കും. ഈ കടലാസുകളുടെ അനക്കവും തിളക്കവും കണ്ട് ബ്രിട്ടീഷ് മീനുകൾ തീറ്റയില്ലാത്ത ചൂണ്ടയിൽ കുരുങ്ങും. ബുദ്ധിയില്ലാത്ത മീനുകളുടെ ഒരു ധാരാളിത്തത്തിന്റെ ബുദ്ധിശൂന്യതയാണ് അത്. സമയം നല്ലതാണെങ്കിൽ ഒറ്റ വലിയിൽ അഞ്ചും പത്തും മീനുകൾ കുരുങ്ങും. ഈ വിനോദത്തിൽ ഏർപ്പെടുന്നവരെ ഒരിക്കലും സങ്കടപ്പെട്ട് പിൻമാറാൻ കടൽ അനുവദിക്കാറില്ല. അവധിദിവസങ്ങളിൽ പലരും കുടുംബസമേതമാണ് മീൻപിടിക്കാൻ വരുന്നത്. തൊട്ടടുത്ത് നിലയുറപ്പിച്ച ചില സായിപ്പൻമാർ മീൻ കിട്ടുന്ന ചിന്തയൊന്നുമില്ലാതെ കുടിക്കുവാനും കൊറിയ്ക്കുവാനുമുള്ള സാധനങ്ങൾ ഒന്നൊന്നായി എടുത്തു നിരത്തിത്തുടങ്ങി. പാത്രത്തിലേയ്ക്ക് വീഴുന്ന മീനുകളെക്കാൾ ലയിക്കുന്ന വിനോദമായിരുന്നു അവരുടെ പ്രവൃത്തികൾ. ബിയർ ഗ്ലാസുകളിലേയ്ക്ക് പകർന്ന് നുകർന്നുകൊണ്ട് അവർ കൃത്യങ്ങളിൽ വ്യാപൃതരാകുന്നത്

മീൻപിടിത്തത്തെക്കാൾ കലാപരമായിരിക്കുന്നതായി തോന്നി. ചെയ്യുന്ന കാര്യങ്ങൾ സർഗ്ഗാത്മകവും സൗന്ദര്യാത്മകവുമാകണമെന്ന ധാരണ ചിലരുടെ മുഖഭാഗങ്ങളിൽ തെളിഞ്ഞുകാണാമെങ്കിലും നല്ല രണ്ടയല കിട്ടിയാൽ പൊരിച്ചടിക്കാമല്ലോയെന്ന ആവശ്യതകയുടെ ഭാവങ്ങളും പ്രത്യക്ഷമാകുന്ന മുഖങ്ങളുമുണ്ടായിരുന്നു. പത്തൊമ്പതാം നൂറ്റാണ്ടിൽ ഈ ഭാഗത്തുനിന്നും ധാരാളം ഖനനം നടത്തുകയും അക്കാലത്തെ നിർമ്മിതികൾക്കൊക്കെ ഇവിടെനിന്നും പൊട്ടിച്ചെടുത്ത കല്ലുകൾ ധാരാളം ഉപയോഗിച്ചിട്ടുമുണ്ട്. സ്വർണ്ണവും ലഭിച്ചിട്ടുണ്ടെന്നും അത് മ്യൂസിയത്തിൽ സൂക്ഷിച്ചിട്ടുണ്ടെന്നുമൊക്കെയാണ് പറഞ്ഞ് കേൾക്കുന്നത്.

പകലിനെ പതുക്കെ മാടിവിളിക്കുവാൻ തയ്യാറെടുക്കുന്ന അനന്തമായ ആകാശത്തിൽ താരാപഥങ്ങൾ അപ്രത്യക്ഷമായി തുടങ്ങി. തിരമാലകളുടെ തരംഗങ്ങൾപോലെ നീലയും ഇളംചുവപ്പും കൂടിക്കലർത്തി പുതിയ ദിവസത്തിന്റെ ചിത്രം രചനയിലാണ് പ്രകാശരശ്മികൾ. പരന്നുകിടക്കുന്ന സാഗരത്തിന്റെ നീലസൗന്ദര്യം കൺമുന്നിൽ ക്രമേണ വർദ്ധിച്ചുവരുന്ന കാഴ്ച മനസ്സിനെ അനുഭൂതിയുടെ വിഹായസ്സിലേയ്ക്കുയർത്തുകയാണ്. ദൂരകാഴ്ചയുള്ള തീരങ്ങളിലെല്ലാം വൻ പാറക്കെട്ടുകളായിരുന്നു. കടലിനോട് അടുത്തു ചേരുവാൻ കഴിയുന്ന ഒരു മുനമ്പ് മാത്രമേ ഉണ്ടായിരുന്നുള്ളൂ, അവാച്യമായ അനുഭൂതികളുടെ പ്രതീക്ഷ അസ്തമിക്കാത്ത മുനമ്പ്.

ആൻഡ്രൂവിന്റെ കല

ഹോപ്പ്നോസിൽനിന്നും മടങ്ങി വന്ന് പ്രഭാത ഭക്ഷണം കഴിച്ച് വേഗം തയ്യാറായി. പാഴാകുന്ന നിമിഷം കാഴ്ചകളുടെ നഷ്ടത്തിന്റെ കണക്കിലേക്ക് കൂട്ടുകൂടുമെന്നതിനാൽ എല്ലാം വേഗത്തിലായിരുന്നു. റോയൽഡെവൻ ഹോസ്പിറ്റലിൽ ജോലി ചെയ്യുന്ന കൂട്ടുകാരന്റെ ഭാര്യ ബിന്ദു അപ്പോഴേക്കും ജോലി കഴിഞ്ഞ് വന്നിരുന്നു. വീടിനുമുന്നിൽത്തന്നെയുള്ള മാസവാടക പാർക്കിങ്ങിൽ കാർ നിർത്തി ഇറങ്ങിവരുമ്പോഴേക്കും ഞങ്ങൾക്ക് പോകാനുള്ള സമയമായി. നല്ല പ്ലാനിങ്ങോടു കൂടിയ നിർമ്മിതികൾക്ക് ഒരുടുക്കും ചിട്ടയുമെല്ലാമുണ്ട്. വീടൊഴിച്ച് ബാക്കി സ്ഥലങ്ങളുടെ പരിപാലന നിയന്ത്രണങ്ങൾ സർക്കാരിലായതിനാൽ മുന്നിൽ തന്നെയുള്ള പാർക്കിങ്ങിനും പണം നൽകണം. വീടിനു പുറമെയുള്ള പരിപാലനമെല്ലാം സർക്കാർ ചെയ്യുന്നത് നല്ല കാര്യമായാണ് തോന്നിയത്. ഇഷ്ടമുള്ള നിറമടിക്കാത്ത വീടുകളെല്ലാം ഒരേപോലെ തോന്നുന്നത് ഭംഗി കൂട്ടുകയാണ് ചെയ്യുന്നത്. ഇടവഴികളും തുറസ്സായ ആധുനികകാലത്തിന്റെ മാലിന്യതിരുശേഷിപ്പുകളാകാത്തതിൽ നിയമംമാത്രമല്ല പൗരബോധംകൂടി പങ്കുവഹിക്കുന്നുണ്ടെന്ന് തോന്നുന്നു.

എക്സിറ്റെറിൽനിന്നും 60മൈൽ ദൂരെയുള്ള ലോങ്ങ്ലിറ്റ് സഫാരി പാർക്കിലേക്കാണ് യാത്ര. അങ്ങോട്ടുപോകുന്ന വഴിവക്കിലാണ് നമ്മുടെ തിരക്കേറിയ നഗരങ്ങൾക്ക് കോപ്പിയടിക്കാവുന്ന നല്ല മാതൃകയായ പാർക്ക് ആന്റ് റൈഡ് എന്ന നഗരാതിർത്തിയിലെ ഈ സൗജന്യ പാർക്കിങ്ങ്സ്റ്റേഷൻ. വാഹനബാഹുല്യം നഗരത്തെ

ഗതാഗക്കുരുക്കിലാക്കിയപ്പോൾ അതിജീവിക്കാനാണീ ആശയം കടന്നുവന്നത്. രാത്രിയും പകലുമായി പല ഷിഫ്റ്റുകളിൽ ജോലി ചെയ്യുന്നവർക്ക് സ്വന്തമായി വാഹനമില്ലെങ്കിൽ കടുത്ത കാലാവസ്ഥയിൽ യാത്രകൾ ദുഷ്കരമാകുന്നതിനാൽ ഒരു വീട്ടിൽ ഒന്നിലധികം വാഹനം കാണാം. അത്യാവശ്യങ്ങൾക്ക് വാഹനമുപയോഗിക്കുമ്പോൾ ഗതാഗതക്കുരുക്കെന്ന ബുദ്ധിമുട്ടുണ്ടാകുക സ്വാഭാവികമാണ് അതിനെ എങ്ങനെ ബുദ്ധിപരമായി കൈകാര്യം ചെയ്യാമെന്നതാണ് പ്രധാനനഗരഹൃദയങ്ങളിലേക്ക് പ്രവേശിക്കുന്ന സ്ഥലങ്ങളിൽ ഏർപ്പെടുത്തിയ ഈ പാർക്ക് ആന്റ് റൈഡ് സൗകര്യം. സ്വകാര്യ വാഹനങ്ങളിൽ എത്തുന്നവർ അവിടെ പാർക്ക് ചെയ്ത് പൊതുവാഹനങ്ങളിലേക്ക് പ്രവേശിച്ച് നഗരങ്ങളിലേക്ക് യാത്രചെയ്യാം.

നഗരത്തിൽ ഒരു മാസം തുടർച്ചയായി വാഹനം പാർക്കുചെയ്യുകയാണെങ്കിൽ പാർക്കിങ്ങ് ഫീ വാഹനത്തിന്റെ വിലയെ കടക്കുമെന്നു പറഞ്ഞാൽ അതിശയോക്തിപോലെ തോന്നുമെങ്കിലും അത്ര കഠിനമായ പാർക്കിങ്ങ് ഫീസാണ് ഏർപ്പെടുത്തിയിരുന്നത്. അതിനാൽ കൂടുതൽ പേർ പാർക്ക് ആന്റ് റൈഡ് ഉപയോഗിക്കുന്നുണ്ട്. ഈ സ്ഥിരസംവിധാനം നിയന്ത്രിക്കുന്നത് സർക്കാർ പൊതുഗതാഗതവകുപ്പാണെന്നു മാത്രമല്ല ഇവിടെ വാഹനം സൂക്ഷിക്കുന്നവർക്ക് നഗരഹൃദയത്തിലേക്ക് എപ്പോഴും ബസ് സൗകര്യം ഏർപ്പെടുത്തിയിട്ടുണ്ട്. കൂടുതൽ ആൾക്കാർ ഈ സൗകര്യം ഉപയോഗിക്കുന്നതിനാൽ ഗതാഗതക്കുരുക്ക് ഒഴിവാകുകയും വൻ പാർക്കിങ്ങ് ഫീ ലാഭിക്കുകയും ചെയ്യുന്നുണ്ട്. നഗരങ്ങളെ പല സോണുകളായി തിരിച്ച് പല സമയങ്ങളിൽ പലവിധ ടാക്സുകൾ ഏർപ്പെടുത്തിയിരിക്കുന്നതിനാൽ അനാവശ്യമായ നഗരയാത്രകളിൽനിന്ന് ആൾക്കാർ പിൻമാറുന്നു. പാർക്കിങ്ങൊക്കെ 5 മിനിട്ടിലധികമായാൽ പെട്രോളിന്റെ വിലപോലെ ചാർജ് കുതിച്ചു കയറുമെന്ന് എല്ലാവർക്കുമറിയാവുന്നതിനാൽ സമയത്തെക്കുറിച്ച് കൂടുതൽ ബോധവാൻമാരായിരിക്കും അവർ. ചെറിയ പ്രദേശമായ കേരളത്തിൽ വാഹനങ്ങളുടെ എണ്ണം രണ്ട് കോടിയിലെത്താറാകുമ്പോൾ ഇത്തരം കാര്യങ്ങളെപ്പറ്റി സർക്കാരിന് ആലോചിക്കാവുന്നതേയുള്ളൂ.

യാത്രക്കിടയിലാണ് നല്ലൊരു കലാകാരനായ ആൻഡി എന്ന ആൻഡ്രൂവിനെ പരിചയപ്പെട്ടത്. കലാകാരനെന്നു പറഞ്ഞാൽ മനസ്സിലേക്ക് ഉടനെ വരുന്നത് നല്ല ചിത്രങ്ങൾ വരയ്ക്കുന്നതോ പാട്ടു പാടുന്നതോ ആയ ദൃശ്യങ്ങളാണെങ്കിലും ഇയാൾ അത്തരക്കാരനൊന്നുമല്ല. അയാളുടെ പ്രവൃത്തികളെല്ലാം സംഗീതത്തിന്റെ മനോഹാരിത ഇറ്റ് വീഴുന്ന നിറച്ചാർത്തുകളാൽ സുന്ദരമായ മറ്റൊരു

കലയാണെന്ന മാത്രം. എപ്പോഴുമൊരു മൂളിപ്പാട്ടുമായി ദിവസവേതനത്തിന് ജോലിചെയ്യുന്ന ഗ്രീസും ഓയിലും നിറഞ്ഞ വേഷധാരി തിരുത്തിയത് സമ്പന്ന രാജ്യങ്ങളിലെല്ലാം ചെളി പറ്റുന്ന പണിക്കൊന്നും പോകേണ്ടതില്ലെന്ന എന്റെ ധാരണ കൂടിയായിരുന്നു. രാഗവും താളവുംമെല്ലാം ഒത്തുചേർന്ന പ്രവൃത്തിയിലെ സംഗീതാത്മകത ആരുമൊന്ന് നോക്കിനിന്നു പോകും. ഇദ്ദേഹമൊരു പ്രത്യേകതരം കലയിൽ നല്ല നൈപുണി തെളിയിച്ചിട്ടുണ്ട്, ചിത്രമെഴുത്തുപോലെ സുന്ദരമായ കല.

വാഹനങ്ങൾ ഉണ്ടാക്കുന്നതുപോലെത്തന്നെ പൊളിക്കുന്ന മനോഹരമായ കലയാണ് അയാൾ ചെയ്തുകൊണ്ടിരുന്നത്. പഴയ വാഹനങ്ങളും മറ്റും പൊളിക്കുന്ന വലിയ സ്ക്രാപ്പ് ഡമ്പിങ്ങ് സ്റ്റേഷനുകളെപ്പറ്റി കേട്ടിട്ടുണ്ട്. അമേരിക്കൻ രംഗങ്ങളൊക്കെ ചിത്രീകരിക്കുന്ന പഴയകാല സിനിമകളിൽ വണ്ടികളുടെ ഡംമ്പിങ്ങ് സ്റ്റേഷനുകളൊക്കെ കാണിക്കാറുമുണ്ട്. ധർമ്മേന്ദ്രയും ബച്ചനും തമ്മിൽ കാർ ഓട്ടമത്സരവും ക്രയിനിൽ തൂങ്ങിയ കാർ യന്ത്രത്തിൽവെച്ച് ഞെരിച്ചുടയ്ക്കുന്നതും നായകൻ രക്ഷപ്പെടുന്ന സീനുകളൊക്കെ പഴയ സിനിമാ പ്രേമികളെ വല്ലാതെ ഹരം കൊള്ളിച്ചിട്ടുമുണ്ട്. മാത്രവുമല്ല യൂറോപ്പിലും അമേരിക്കയിലുമെല്ലാം കേടായ വാഹനങ്ങൾ ഉപേക്ഷിച്ച് പുതിയത് വാങ്ങുകയാണ് പതിവെന്ന് കേട്ടിട്ടുമുണ്ട്. പഴയത് കളഞ്ഞ് പുതിയതുവാങ്ങുന്ന പഴയ രീതിയൊക്കെ ഇപ്പോൾ വല്ലാതെ മാറി ധാരാളിത്തത്തിന്റെ രീതികൾക്ക് സ്വയം കൂച്ചുവിലങ്ങുകൾ തീർത്ത് തുടങ്ങിയിരിക്കുകയാണ്.

പൂർണ്ണമായും യന്ത്രവത്ക്കരിച്ച സ്ഥലത്ത് ചിലർ തകൃതിയിൽ ജോലിയിൽ വ്യാപൃതരായിരുന്ന വലിയ സ്ക്രാപ്പ് യാർഡിൽ ധാരാളം വാഹനങ്ങൾ അടുക്കിയിട്ടിരുന്നു. ചിലർ ക്രയിൻ ഉപയോഗിച്ച് വാഹനം ഉയർത്തി യന്ത്രത്തിലേയ്ക്ക്‌വെച്ച് പപ്പടം പൊടിക്കുന്ന പോലെ ചെയ്യുമ്പോൾ മറ്റ് ചിലർ ഒന്നിനു മുകളിൽ ഒന്നൊന്നായി അടുക്കി വെയ്ക്കുകയും ചെയ്യുന്ന താളത്തെ ഞങ്ങൾ നോക്കി നില്ക്കുകയായിരുന്നു. ആരാലും ഗൗനിക്കപ്പെടാതെ ആരെയും ഗൗനിക്കാതയുള്ള നിൽപ്പും ഭാവവും കണ്ടിട്ടാകും അതിൽ തലമുതിർന്നയാൾ കാര്യങ്ങൾ അന്വേഷിച്ച് അടുത്തേക്ക് വന്നത്. യാത്രക്കാരനാണെന്നും കുറച്ച കാര്യങ്ങൾ മനസ്സിലാക്കാൻ വന്നതാണെന്നുമുള്ള ആഗമനോദ്ദേശ്യം അറിയിച്ചതിൽ ഓഫീസിലേക്ക് കൂട്ടിക്കൊണ്ടുപോയി അണിയാൻ സേഫ്റ്റി കോട്ടും മറ്റു സുരക്ഷാക്കായുള്ള സൗകര്യങ്ങളും ചെയ്തുതന്നു. ജോലിയും കാഴ്ചയുമൊക്കെ സുരക്ഷ ഉറപ്പാക്കുന്ന സംവിധാനങ്ങളാണ് ഇത്തരം അപകടകരമായ ജോലിചെയ്യുന്നവർക്ക്

ഏർപ്പെടുത്തിയിരിക്കുന്നത്. ഫോട്ടോ എടുക്കുന്നതിൽ ഒരു താല്പര്യവും അവർ കാണിച്ചെങ്കിലും കുറച്ചുനേരത്തെ ഞങ്ങളുടെ പെരുമാറ്റം തിരിച്ചിറങ്ങുന്നതിനു മുമ്പായി ചില സെൽഫികൾവരെയെത്തി. അപകടം പറ്റിയതും പഴയതും പല കേസുകളിൽ പെട്ടതുമായ വാഹനങ്ങളാണിവിടെ കൊണ്ടുവരാറ്. എഞ്ചിൻ പോലുള്ള ചില സാധനങ്ങൾ അഴിച്ചുമാറ്റി ബാക്കി ഒന്നാകെ പ്രസ്സ് ചെയ്ത് ഒരു ചതുരക്കട്ടയാക്കി മാറ്റി റീസൈക്ലിങ്ങിനായി പല സ്ഥലങ്ങളിലേക്ക് അയക്കും. കേസുകളിൽ ഉൾപ്പെട്ടതും അപകടം പറ്റിയതുമായ എന്തുമാത്രം വാഹനങ്ങളാണ് നമ്മുടെ നാട്ടിൽ ഒരു ഉപയോഗവുമില്ലാതെ സ്ഥലം മുടക്കികളായി തുരുമ്പെടുത്ത് നശിക്കുന്നത്. സൃഷ്ടിപരമായ ഈ സംഹാരങ്ങൾ വെറും എറിഞ്ഞുടയ്ക്കലല്ല, വളരെ ശ്രദ്ധയാവശ്യപ്പെടുന്ന ഒരു കലതന്നെയാണെന്നാണ് ആൻഡ്രൂ പഠിപ്പിക്കുന്നത്.

ഉത്പന്നങ്ങളുടെ നിർമ്മാതാക്കൾ തന്നെ റീസൈക്കിളിങ്ങിനായി തിരിച്ചെടുക്കുന്ന ഒരു സുരക്ഷിത തിരിച്ചുവാങ്ങൽ നിയമം യൂറോപ്പിൽ പല ഭാഗത്തും നിലവിലുണ്ട്. പരിസ്ഥിതി മലിനീകരണത്തെ തടയാൻ ഇത്തരം കർശന നിയമങ്ങൾ വേണം. അത്തരമൊരു സുരക്ഷിത തിരിച്ചെടുക്കൽ നിയമം പ്രാവർത്തികമാക്കപ്പെടുന്നുണ്ടോയെന്ന് പരിശോധിക്കപ്പെടണം. വീണ്ടും ഉപയോഗിക്കാൻ കഴിയുന്നതും അസംസ്കൃത വസ്തുവായി മാറ്റാൻ കഴിയുന്നതുമായ വസ്തുക്കൾ മാത്രം നിർമ്മാണത്തിന് ഉപയോഗിക്കുന്ന കാലമുണ്ടായില്ലെങ്കിൽ മണ്ണിനെക്കാൾ കൂടുതൽ പ്ലാസ്റ്റിക് പോലുള്ള മാലിന്യം കൊണ്ട് ഭൂമുഖം നിറയും.

വേസ്റ്റ്മാനേജ്മെന്റ് ശ്രമകരവും ശാസ്ത്രീയമായ രീതികൾ അവലംബിച്ച് വികസിപ്പിക്കേണ്ട ഉത്തരവാദിത്വം ക്ഷേമരാഷ്ട്ര സങ്കല്പത്തിൽ സർക്കാരുകളുടേതാണ്. പ്ലാസ്റ്റിക് മാലിന്യങ്ങളെ നിയന്ത്രിക്കാൻ ഉപഭോഗതൃഷ്ണയിൽപ്പെട്ട കമ്പോളസംസ്കാരം തയ്യാറാകാത്തതിനാൽ ജലസ്രോതസ്സുകളും കുറ്റിക്കാടുകളും മാലിന്യത്താൽ മൂടിയിരിക്കുന്നു. മനുഷ്യനെ മനുഷ്യന്റെ ശത്രുവായിക്കണ്ട് ബോംബുനിർമ്മാണം നടത്തുന്നവർക്ക് ഇതിനെക്കുറിച്ച് ചിന്തിക്കാൻ എവിടെ സമയം?

ലോങ്ങ്‌ലിറ്റ് സഫാരി പാർക്ക് അക്ഷരാർത്ഥത്തിൽ ജുറാസിക് പാർക്കിന്റെ ചെറുപതിപ്പാണ്. എല്ലാതരം വന്യജീവികളും സ്വൈരവിഹാരം നടത്തുന്ന പാർക്കിലൂടെ യാത്രചെയ്യാം. അഞ്ഞൂറിലധികം ഇനം മൃഗങ്ങളെയാണിവിടെ സംരക്ഷിക്കുന്നത്. കർശനമായ നിയമങ്ങൾ പാലിക്കപ്പെട്ടില്ലെങ്കിൽ മരണം സുനിശ്ചിതം. യാത്രയ്ക്കിടയിൽ തർക്കവും കലഹവും കൂടി കൈയൂക്ക് പരിശോധിക്കാൻ കാറിനുപുറത്തു ചാടിയ മക്കളെ ആശ്വസിപ്പിക്കാനിറങ്ങിയ വയോധികയായ

അമ്മായി അമ്മയെ സിംഹം ഭക്ഷണമാക്കിയ സംഭവം ഉണ്ടായി ട്ടുണ്ട്. ശരിക്കും അങ്ങനെത്തന്നെയായിരുന്നോ സംഭവിച്ചതെന്ന് ആലോചിക്കുമ്പോൾ ഉടലെടുത്ത ചെറിയൊരു ഭയം ഇടയ്ക്കിടെ വാഹ നത്തിന്റെ വാതിലുകളും ജനൽ ചില്ലുമെല്ലാം അടച്ചിട്ടുണ്ടെന്ന് ഉറപ്പാ ക്കാൻ തുടങ്ങി. അന്യദേശത്തു പോയി കാട്ടുമൃഗത്തിന്റെ കടി കൊണ്ട് ചാവേണ്ട കാര്യമില്ലല്ലോ, ആരും പുറത്തിറങ്ങാതിരിക്കാൻ ഇത്തരം വാസ്തവങ്ങളായ കഥകൾ നല്ലതുതന്നെയാണ്. സിംഹവും കടുവയും പോലുള്ള നൂറു കണക്കിന് മൃഗങ്ങൾ നിർബാധംമേയുന്ന കാട്. രണ്ടു മണിക്കൂർ ഈ പാർക്കിലൂടെ ഡ്രൈവ് ചെയ്താൽ ഡിനോസർ ഒഴിച്ച് മറ്റെല്ലാ മൃഗങ്ങളെയും കാണാം.

വിസിറ്റ് ചെയ്യാനെത്തിയത് പ്രഭാതത്തിലായിരുന്നതിനാൽ പലരും എണീറ്റ് വരുന്നതേ ഉണ്ടായിരുന്നുള്ളൂ. കോട്ടുവായിട്ട് ഉറക്കച്ചടവോടെ ചിലർ എഴുന്നേറ്റുവരുമ്പോൾ ഇളവെയിൽ കാഞ്ഞ് സിംഹങ്ങളും കടുവകളും വഴികൾക്കിരുവശവും കിടക്കുന്നുണ്ടായി രുന്നു. ആയിരക്കണക്കിന് ഏക്കറുകളിൽ വ്യാപിച്ചുകിടക്കുന്ന ഒരു കാട്ടിലാണ് ഈ പാർക്ക് നിർമ്മിച്ചിട്ടുള്ളത്. പ്രകൃതിയുടെ മനോഹ രമായ വശ്യതയാണ് സഞ്ചാരികളെ കൂടുതലും ഇവിടേക്ക് ആകർഷി ക്കുന്നത്. കൂട്ടമായി വരുന്ന മാനുകൾ വാഹനത്തിൽനിന്നും നീട്ടിയ കൈകളെ ചുംബിച്ച് കടന്നുപോയിക്കൊണ്ടിരുന്നു. എല്ലാ ഗേറ്റുകളും യന്ത്രവൽകൃതമായിരുന്നത് മാത്രമല്ല നിയന്ത്രിച്ചിരുന്നത് കൂടുതലും സ്ത്രീകളായിരുന്നു. ജോലികൾക്ക് ആൺ-പെൺ വ്യത്യാസങ്ങളില്ലാ ത്ത ഒരു ലിംഗസമത്വം നടപ്പിലായിരിക്കുന്നതുപോലെ. അക്രമകാരി കളായ മൃഗങ്ങൾക്കരികിലായി പച്ചച്ചായമടിച്ചവാഹനവും ഒരു ജീവ നക്കാരിയും ഉണ്ടായിരുന്നു. മുന്നിൽ ഉണ്ടായിരുന്ന ചുമന്ന കാറിനെ ലക്ഷ്യമാക്കി ഒരു ചീറ്റപ്പുലി പ്രകോപിതനായി ഓടിവരുന്നത് കണ്ടു. സ്പെയിനിലെ ഏറ്റവും പ്രചാരമുള്ളതും വിവാദവുമായ കാളപ്പോര് ആരംഭിക്കുന്നതുതന്നെ ചുവന്ന ടവ്വൽ കാണിച്ച് അതിനെ പ്രകോ പിതനാക്കിയിട്ടാണല്ലോ? കാളപ്പോരുകാരൻ ചുമന്ന ടവ്വൽ ഇളക്കി കാണിക്കുന്നതാണ് ചില ജീവികൾക്ക് പ്രകോപനം സൃഷ്ടിക്കുന്നത്, ചുവന്ന നിറത്തോട് പ്രത്യേകിച്ച് വിരോധമൊന്നുമില്ലെന്നാണ് വസ്തുത. നിറങ്ങൾ ജീവിതഘട്ടങ്ങളുടെ വെളിപ്പെടുത്തൽ മാത്രമാണ്, മാറ്റങ്ങൾക്കനുസരിച്ചുള്ള ഭാഷ സംവദിക്കാൻ തിരഞ്ഞെടുക്കുന്നുണ്ടാ വുമെന്നുമാത്രം.

സ്റ്റോൺ ഹെൻജ്

അപകടരഹിതവും സുരക്ഷിതവുമായി യാത്രചെയ്യാൻ റോഡിലെ കുണ്ടും കുഴിയും അനിവാര്യമാണെന്ന് ആരെങ്കിലും പറഞ്ഞാൽ അതിനെ വിശ്വസിക്കുകയും അംഗീകരിക്കുകയും ചെയ്യുന്ന മഹാൻമാരാണ് നമ്മുടെ ഭരണകർത്താക്കൾ. അതിനാൽ ഹെൽമറ്റിടാത്തവനെ പിടികൂടുകയും റോഡ് തോടാക്കിയവന് അവാർഡു നൽകുകയും ചെയ്യാറാണ് പതിവ്.

ഇൻഡ്യൻ റോഡുകളെയും മറ്റും കുറ്റംപറയുന്നവർ വണ്ടിക്കും ശരീരത്തിനുമുണ്ടാകുന്ന തേയ്മാനങ്ങളെക്കുറിച്ചും വ്യക്തിപരമായ സാമ്പത്തിക നഷ്ടത്തെക്കുറിച്ചും മാത്രമാണ് ചിന്തിക്കുന്നത്. ഇത്തരം റോഡുകളിലൂടെ പതിയെ വാഹനമോടിക്കുമ്പോൾ അപകടം കുറയുന്നതോടൊപ്പം ഒരു രാഷ്ട്രസേവനമാണ് അറിയാതെ ചെയ്യുന്നത്. ടയറിന്റെ തേയ്മാനം കൂടുന്നതിനാൽ റബ്ബർ കർഷകരും പാർട്ടുകൾ മാറ്റേണ്ടി വരുന്നതിനാൽ തൊഴിലാളികൾക്ക് ജോലിയും ഫാക്ടറി മുതലാളിമാർക്ക് ലാഭവും കിട്ടുന്ന ഒരു സത്കർമ്മം. ഒരു കുന്നിന് ഒരു കുഴിപോലെ സാമ്പത്തികമേഖലയുമായി കൂട്ടിയിണക്കിയാണ് ദീർഘവീക്ഷണമുള്ള ഭരണകർത്താക്കൾ പ്രവൃത്തിക്കുന്നതെന്ന് കാണാതിരിക്കരുത്.

യുനെസ്കോ പൈതൃകപ്പട്ടികയിൽപ്പെട്ട സ്റ്റോൺഹെൻജിലേയ്ക്കായിരുന്നു അടുത്ത യാത്ര. ലോങ്ങ് ലീറ്റ്സഫാരി പാർക്കിൽനിന്ന് വീണ്ടും ഇരുപത് മൈൽ മര്യാദയ്ക്കുപോയാൽ എത്തും. അല്ലെങ്കിൽ മുപ്പതുമൈൽ യാത്രചെയ്യേണ്ടി വരും. നാവിഗേറ്ററാണ് നേർവഴി കാണിച്ചിരുന്നതെങ്കിലും ചില സമയങ്ങളിൽ അവരുടെ പോക്ക ശരിയാണോ എന്ന സംശയത്തിൽ ഞങ്ങളും അനുസരണക്കേട്

കാണിച്ചിരുന്നു. നമ്മുടെ നാട്ടിൽ ഗൂഗിൾ മാപ്പ് നോക്കി വണ്ടിയോടിച്ച പലരും കുഴിയിൽ വീണിട്ടുള്ളതുകൊണ്ടാണ് ഈ സംശയം. അവിശ്വാസിയാകാതെ വിശ്വാസത്തോടെ വിധേയമാകാൻ യന്ത്രം ആവശ്യപ്പെട്ടുകൊണ്ടിരുന്നത് ഏറക്കുറെ ശരിയുമായിരുന്നു.

ട്രാഫിക് നിയമങ്ങൾ കർശനമായി പാലിച്ച് വാഹനമോടിച്ചിരുന്നതിനാൽ സുന്ദരമായ റോഡിലൂടെ മനോഹരമായി വണ്ടിപായുമ്പോഴും കുലുക്കവും ഇളക്കവും ഇല്ലാത്തതിനാൽ എനിക്കൊരു സുഖവും ലഭിച്ചില്ല. സുരക്ഷിതമായ യാത്രയ്ക്ക്' കുണ്ടും കുഴിയും അനിവാര്യമാണെന്ന് എന്റെ സിദ്ധാന്തം രണ്ട് പതിറ്റാണ്ടിലെ ബ്രിട്ടീഷ് അനുഭവപ്രകാരം അവൻ തീരെ സമ്മതിക്കുന്നുണ്ടായിരുന്നില്ല. രാജ്യസേവനത്തിൽ അത്ര തല്പരനല്ലാത്ത മുഖഭാവമാണെങ്കിലും കല്ലാർ മുതൽ മാങ്കുളം വരെയുള്ള വഴിയിലൂടെ പതിനാറു കിലോമീറ്റർ സഞ്ചരിക്കാൻ മൂന്ന് മണിക്കൂറിലധികം വേണ്ടിയിരുന്നത് മറന്നുപോയിട്ടുണ്ടാകില്ല. പതിറ്റാണ്ടുകൾക്കിടയിൽ ഒറ്റ അപകടം പോലുമുണ്ടാകാത്ത ഇന്ത്യയ്ക്ക് മാതൃകയായ റോഡിന് ഗിന്നസ് ബുക്കുകാർ പോലും ഇതുവരെ ശ്രദ്ധിച്ചിട്ടില്ലന്നത് വിഷമകരം തന്നെയാണ്.

വലതുമാറി ഇടതുമാറി വെട്ടിച്ച് കയറ്റുകയും അപശബ്ദങ്ങളും അട്ടഹാസങ്ങളും മുഴക്കിയുള്ള കോരിത്തരിപ്പുണ്ടാകയും ചെയ്യുന്ന യാത്രകൾ ബ്രിട്ടീഷുകാർക്ക് ഒരു തീരാനഷ്ടമാണല്ലോയെന്ന ദുഃഖം മനസ്സിനെ ഉലച്ചു. വിഭിന്നമായ രീതിയിൽ എത്ര വലിയ ട്രാഫിക് ബ്ലോക്കിലും ആരും ക്യൂ തെറ്റിച്ച് നുഴഞ്ഞുകയറി മിടുക്കൻമാരാകാൻ നോക്കാൻ ശ്രമിക്കാറില്ലാത്തത് ഡ്രൈവിങ്ങ് ത്രിൽ ആസ്വദിക്കാത്തവരായത് കൊണ്ടെന്ന് പറയേണ്ടി വരും. വാഹനങ്ങൾ തമ്മിൽ അകലം പാലിച്ച് പാർക്ക് ചെയ്യുന്നതുകൊണ്ട് വേഗത്തിൽ ഗതാഗതക്കുരുക്ക് അഴിയാൻ എല്ലാവരെയും സഹായിക്കുന്നുണ്ട്.

നഗരങ്ങൾ വിട്ട് ഗ്രാമങ്ങളിലൂടെ മാത്രമായി തീർന്ന യാത്രയിൽ കണ്ണിനെ കുളിരണിയിച്ചുകൊണ്ട് ഇരുവശങ്ങളിലും ബാർലി പാടം

വിളഞ്ഞുമറിഞ്ഞിരിക്കുന്നു. ഡെവൻകൗണ്ടിയും കഴിഞ്ഞ് മറ്റൊരു കൗണ്ടിയിൽ പ്രവേശിച്ച ഞങ്ങൾ സാലിസ്ബറിയിലേയ്ക്കുള്ള റോഡിലൂടെയാണ് പോയിക്കൊണ്ടിരിക്കുന്നത്. കുന്നും മലകളും പച്ചപ്പുകളും എല്ലാം ചേർന്ന തനി നാട്ടിൻപുറം. റോഡുകളെല്ലാം നഗര-ഗ്രാമ വ്യത്യാസമില്ലാതെ നന്നായി പരിപാലിച്ചിരുന്നതിനാൽ ട്രാഫിക് സിഗ്നലുകൾ പാലിക്കുവാൻ കഴിഞ്ഞു. ഇടയ്ക്കിടെ തടസ്സം സൃഷ്ടിക്കുകയും പണപ്പിരിവു നടത്തുന്ന ടോൾ ഗേറ്റുകളൊന്നും കാണാതിരുന്നത് മാത്രമാണ് ഒരു ബുദ്ധിമുട്ടായി തോന്നിയത്. ഇവരുടെ നിയമങ്ങൾ അനുസരിച്ച് വണ്ടി ഓടിക്കുവാൻ കഠിനശ്രമവും ക്ഷമയും അത്യാവശ്യമാണെന്നതിനാൽ ഞാൻ അതൊക്കെ വിട്ടിരുന്നു. വേണ്ടാത്ത ശീലമൊക്കെ പഠിച്ചുവെച്ചിട്ട് നാട്ടിൽപോയി വണ്ടി ഓടിച്ച് നാട്ടുകാരുടെ തല്ലുകൊള്ളേണ്ട കാര്യമില്ലെന്ന ഉപദേശവും കിട്ടിയിരുന്നു.

അന്വേഷിക്കുന്ന സ്ഥലം അടുത്താണെന്ന് നാവിഗേറ്റർ പറഞ്ഞു തരുന്നുണ്ടെങ്കിലും ആയിരക്കണക്കിന് ഏക്കർ പുൽമേടുകളിൽ കളിപ്പാട്ടംപോലെ കൂട്ടിയിട്ടിരിക്കുന്ന കാറുകളാണ് ദൂരകാഴ്ചയിൽ തെളിഞ്ഞുവന്നത്. പച്ചപ്പട്ട് വിരിച്ചപോലെ പറ്റെ ചേർന്നുകിടക്കുന്ന പുൽമേട്ടുകൾ കൃത്രിമമായി ഉണ്ടാക്കിയതായിരുന്നില്ല. പുൽത്തകിടികളിലും താഴ്‌വാരങ്ങളിലും ഉരുണ്ട് കളിക്കുന്നത് കുട്ടിക്കാലത്തെ വിനോദമായിരുന്നതിനാൽ അതിന്റെ ഭംഗി വല്ലാത്ത ആകർഷണമുണ്ടാക്കും. അടുത്ത് വരുംതോറും ഭംഗി കൂടിവരുന്ന നോക്കെത്താ ദൂരത്തോളം പരന്ന്കിടക്കുന്ന പച്ചയുടെ പരവതാനി ഒരു സുന്ദരകാഴ്ച തന്നെയാണ്. ഭംഗിയുള്ള മൊട്ടക്കുന്നിൽ നൂറുകണക്കിന് കാറുകളുടെ കൂട്ടം വ്യക്തമായികാണാം. എന്തിനാണീപാർക്കിംങ്ങ് എന്ന് ചിന്തിക്കുമ്പോഴേക്കും അടുത്ത റൗണ്ട്എബൗട്ടിൽനിന്ന് ഞങ്ങൾ തിരിഞ്ഞിരുന്നു. റോഡുകളിൽ കുണ്ടും കുഴിയുമില്ലാതിരുന്നതിനാൽ അവിടെ നിശ്ചയിക്കപ്പെട്ട സ്പീഡിൽ വണ്ടിയോടിക്കാൻ കഴിഞ്ഞിരുന്നു. കുഴിയിൽ ചാടി വണ്ടിക്കോമറ്റോ എന്തെങ്കിലും സംഭവിച്ചാൽ കോമ്പൻസേഷൻ ലഭിക്കുന്നതിന് സർക്കാരിനെതിരേ കേസുകൊടുക്കാവുന്ന ഇവിടത്തെ രീതിയൊക്കെ മാറ്റേണ്ട കാലം അതിക്രമിച്ച പോലെയാണ് എനിക്ക് തോന്നുന്നത്.

എത്തിച്ചേരേണ്ട സ്ഥലം കണ്ടെങ്കിലും അവിടേയ്ക്കുള്ള പ്രത്യേക കവാടത്തിലൂടെയല്ലാതെ പ്രവേശനം സാധ്യമായിരുന്നില്ല. അനുസരണശീലമില്ലായിരുന്ന ഞങ്ങൾ നാവിഗേറ്ററിനെ പറ്റിക്കാൻ ശ്രമിച്ച് പരാജയം സമ്മതിച്ച് ഒരു ഇടവഴിയിലൂടെ പ്രവേശിച്ച് വീണ്ടും 10 മൈൽകൂടി കറങ്ങിമുൻപ് കണ്ട പാർക്കിങ്ങ് സ്റ്റേഷനിലെത്തി. സ്റ്റോൺഹെൻജിന്റെ ഓഫീസും എക്സിബിഷനുമെല്ലാം

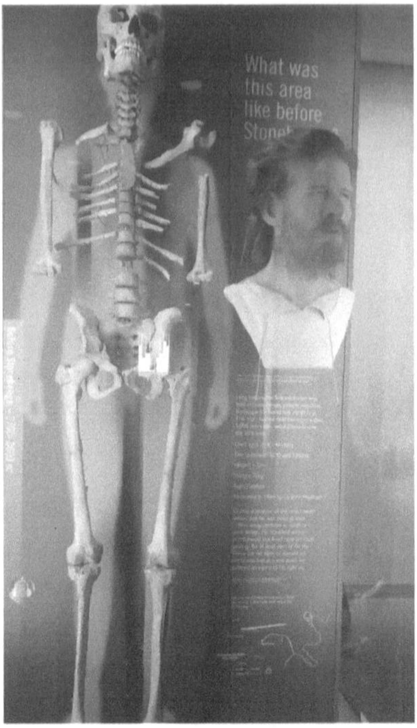

അവിടെയായിരുന്നു. സർക്കാർ സുരക്ഷാ സംവിധാനങ്ങളൊരുക്കിയ സ്ഥലത്തുനിന്ന് പ്രത്യേകമൊരുക്കിയ ബസ്സിലായിരുന്നു ബാക്കിയാത്ര.

5000 വർഷം പഴക്കമുള്ള മനുഷ്യന്റെ അസ്ഥികൂടവും മറ്റു പ്രാചീനമായ പല വസ്തുക്കളും പ്രദർശിപ്പിച്ചിരുന്നു. ലോകചരിത്രത്തിലും നരവംശ ശാസ്ത്രത്തിലും താൽപ്പര്യമുള്ളവർക്ക് ഉപകാരപ്പെടുന്ന കാഴ്ചകൾ. നിരവധി ശാസ്ത്രീയ പരിശോധനയിലൂടെ അയ്യായിരം വർഷങ്ങൾക്ക് മുൻപ് അസ്ഥികൂടത്തിന്റെ മുഖരൂപം എങ്ങനെയായിരുന്നിരിക്കണം എന്ന് അവിടെ പുനർസൃഷ്ടിച്ചിരുന്നു. സുന്ദരനും സുമുഖനുമായ അയാളുടെ മുഖം ഒരു പുന:സൃഷ്ടിയാണെന്ന് കാഴ്ചക്കാർക്ക് തോന്നുമായിരുന്നില്ല. ശാസ്ത്രത്തിന്റെ വളർച്ച പ്രപഞ്ചസത്യങ്ങളിലേക്ക് വഴിവിളക്കാവുന്നു എന്നതാണ് സത്യം.

സ്റ്റോൺഹെൻജ് ചരിത്രാതീത കാലത്തേക്കാണ് കാഴ്ചക്കാരനെ കൂട്ടിക്കൊണ്ടു പോകുന്നത്. ഓരോ ചരിത്രഘട്ടത്തിലൂടെയുമുണ്ടായ മാറ്റങ്ങളിൽ സ്റ്റോൺഹെൻജ് ഉണ്ടായെന്നല്ലാതെ കാര്യമായ തെളിവുകളില്ലാത്ത ചരിത്രവസ്തുക്കളാണിവ എന്ന രീതിയിലുള്ള ചർച്ചകളും നടക്കുന്നുണ്ട്. ഇവിടെയുള്ള ശിലകൾ എങ്ങനെ നിർമ്മിച്ചെന്നോ ആരു നിർമ്മിച്ചെന്നോ, ഏതു തരം വിദ്യകളാണ് ഉപയോഗിച്ചതെന്നോ കാര്യമായ തെളിവുകൾ ലഭിക്കാത്തതിനാൽ ഏകദേശം ബിസി 3000ത്തിനും 2000 ത്തിനുമിടയിലായിരിക്കാം ഇവയുടെ നിർമ്മിതി എന്ന് കരുതപ്പെടുന്നു. വിവിധ ഇനത്തിലും നിറത്തിലുമുള്ള ഈ കല്ലുകൾ മനുഷ്യശേഷിയാൽ ഇവിടെ എത്തിച്ചതാണെന്നും മലനിരകളുടെ തെന്നിമാറലിൽ രൂപപ്പെട്ടുവന്നതാണെന്നും പറയപ്പെടുന്നുണ്ട്. ഇംഗ്ലണ്ടിലെ ഡെവൺ പ്രവിശ്യയിൽ വിൽസ്ഷെയറിൽ സ്ഥിതിചെയ്യുന്ന ഈ പുരാവസ്തു ചരിത്രത്തെയും ലോകത്തെയും അത്ഭുതപ്പെടുത്തി നിലകൊള്ളുന്നു.

കരോലിനും ഗ്രേസും

കരോലിനെ കണ്ടത് ഡെവൺ കൗണ്ടിയിലെ എക്സീറ്റർ മലയാളി അസോസിയേഷന്റെ ഓണാഘോഷ പരിപാടിയിൽവെച്ചാണ്. ജൻമംകൊണ്ടും കർമ്മം കൊണ്ടും തികച്ചും ബ്രിട്ടീഷുകാരിയായ അവൾ അവിചാരിതമായി എത്തിപ്പെട്ടതൊന്നുമല്ല.

വർഷങ്ങൾക്ക് മുമ്പ് പഠനാവശ്യാർത്ഥം കേരളത്തിലുള്ളപ്പോൾ മുതലുള്ള പരിചയവും ബന്ധവും സൗഹൃദവും ഇന്നും മനസ്സിൽ സൂക്ഷിക്കുന്നു എന്നതിന്റെ തെളിവാകുകയാണ് അവളുടെ ഈ ദൂരെയാത്ര. സുന്ദരിയും ചെറുപ്പക്കാരിയുമാണ്. കൂടാതെ വിവാഹിതയും അമ്മയുമാണെന്ന കാര്യവും എടുത്തുപറയേണ്ടതുണ്ട്. ഇപ്പോൾ ബ്രിസ്റ്റോൾ യൂണിവേഴ്സിറ്റിയിൽ ഉദ്യോഗസ്ഥയായ അവൾ എൺപതുമൈൽ ഒരു കാരവൻ വണ്ടി ഓടിച്ച് ഇവിടെ വരുമെന്ന് തീരെ പ്രതീക്ഷിച്ചില്ല.

അവസാനം പിരിയുമ്പോൾ മുഖത്തുണ്ടായിരുന്ന അതേ പുഞ്ചിരിക്ക് ലാളിത്യവും മാധുര്യവും ഇത്തിരി കൂടിയിട്ടുണ്ടെന്നു മാത്രം. ഒരു പതിറ്റാണ്ടിനുശേഷവും ആ പുഞ്ചിരി മായാതെ സൂക്ഷിക്കുവാനുള്ള അത്ഭുതസിദ്ധി പ്രസരിപ്പായി പരക്കുന്നുണ്ട് ചുറ്റിലും. മായാത്ത പുഞ്ചിരി മുഖത്തെ അടയാളംപോലെ സൂക്ഷിക്കാൻ അവൾ നിരന്തരം ശ്രമിക്കുന്നുണ്ടാകുമെന്ന് തീർച്ചയാണ്.

യാത്രക്കിടയിൽ വിശ്രമിക്കണമെങ്കിലോ പാചകം ചെയ്യണമെങ്കിലോ സൗകര്യമാകുന്ന കാരവൻ വണ്ടിയിലായിരുന്നു കരോലിന്റെ വരവ്. സിനിമാക്കാരുടെമാത്രം കുത്തകയായ വാഹനം ചെറുതും വലുതുമായി സുലഭമാണിവിടെ. വീടില്ലാത്തവർക്ക് ഇത്തരം വണ്ടിയുണ്ടെങ്കിൽ താമസ കാര്യത്തിന് വേറെങ്ങും

അന്വേഷിക്കേണ്ടതില്ലെന്ന് തോന്നും. വെള്ളക്കാരുടെ നീണ്ടയാത്രകൾക്ക് മുഴവൻ ഇവൻ സഹായകമാകുന്നതിനാൽ മുറിവാടക ലാഭംതന്നെ. ടാക്സികൾ, കാരവനുകൾ എല്ലാം ഓൺലൈനിൽ ബുക്ക് ചെയ്താൽ നിങ്ങൾ ആവശ്യപ്പെടുന്ന സമയത്തും സ്ഥലത്തും എത്തിച്ചേരും. ഹീത്രു എയർപോർട്ടിൽനിന്നും ഒന്ന് സംഘടിപ്പിച്ചാൽ നിങ്ങളുടെ യാത്ര അവസാനിക്കുന്ന എഡിൻബർഗ് എയർപോർട്ടിൽ വാഹനം ഇട്ട് പോകാവുന്ന തരത്തിൽ പല കമ്പനികളും ഈ വാഹനങ്ങൾ ഒരുക്കി നിർത്തുന്നത് യാത്രികർക്ക് വളരെ സൗകര്യമാണ്.

അമ്മയോടൊപ്പം ചെമ്പൻ മുടിക്കാരിയായ നാല് വയസ്സുകാരി കൊച്ചുസുന്ദരി ഗ്രേസും കൂട്ടിനുണ്ടായിരുന്നു. ടെന്നീസ് കോച്ചായ ഭർത്താവ് തിരക്കിലായതിനാൽ ഒറ്റയ്ക്ക് ഡ്രൈവ് ചെയ്ത് വന്നിരിക്കുകയാണ്. സഞ്ചാരവിവരം മെസഞ്ചറിലൂടെ പലരെയും അറിയിച്ചിരുന്നതിൽ മലയാളനാടിനോട് പണ്ടേ പ്രിയമുള്ളവൾ തിയ്യതിയും സമയവുമെല്ലാം ഓർത്തുവെച്ചത് ഹൃദയത്തിൽ സൂക്ഷിച്ച ആ സൗഹൃദത്തിന്റെ ആഴവും പരപ്പും വ്യക്തമാകുന്നുണ്ട്. ഒരു പതിറ്റാണ്ടായി വല്ലപ്പോഴും കാണുന്ന ഫെയ്സ് ബുക്ക് പോസ്റ്റുകളല്ലാതെ യാതൊരു ബന്ധവുമില്ലായിരുന്നെങ്കിലും ഇന്നലെ കണ്ടുപിരിഞ്ഞ ഊഷ്മളതയാണ് അവരുടെ മുഖഭാവത്തിൽ അനുഭവപ്പെട്ടത്.

മലയാളം പറയാൻ മലയാളികൾ ബുദ്ധിമുട്ടുമ്പോൾ കരോലിന്റെ കരളേ കരളിന്റെ കരളേ എന്നോടെന്ത് പിണക്കം എന്ന പാട്ടും ഗ്രേസിന്റെ താളത്തിനൊത്ത ചുവടുകളുമെല്ലാം മനോഹരമായിരുന്നു. ഈ പാട്ട് പലവട്ടം അവൾ കേട്ടിരുന്നതിനാലാകണം പൂർണ്ണമായും ആസ്വദിച്ചാണ് ചുവടുകൾവെച്ചത്. ഒരു പക്ഷേ ഈ മലയാളം പാട്ടു പാടാൻ വേണ്ടികൂടിയാകും അവൾ എന്നെക്കാണാൻ ഓടി എത്തിയതെന്ന് തോന്നുന്നു. ലോകത്തിന്റെ ഏതോ കോണിലെ ഒരു പ്രാദേശികഭാഷയെ ഒരു പതിറ്റാണ്ടിനുശേഷവും നെഞ്ചോട് ചേർത്ത് സൂക്ഷിക്കുന്നത് മലയാളക്കര പകർന്നുകൊടുത്ത സൗഹൃദവും കരുതലുംകൊണ്ടാകാം.

എവിടെയൊക്കെ സഞ്ചരിച്ചാലും കുറച്ച് കാലം ആ പ്രദേശത്തിന്റെ ഒരു ഹാങ്ങ് ഓവർ ഉണ്ടാകുമെന്നല്ലാതെ നമുക്കൊന്നും ഇതുപോലെ അസ്ഥിക്കു പിടിക്കാറില്ലെന്നത് സ്വഭാവികമാണ്. കുറ്റപ്പെടുത്തലുകൾ നിറഞ്ഞ താരതമ്യം ചെയ്യലുകൾ രണ്ടു മാസംകൊണ്ടങ്ങ് തീരും. അത് പട്ടാളത്തിൽനിന്ന് വിരമിച്ചവർ യുദ്ധത്തെക്കുറിച്ചടിക്കുന്ന വീരവാദംപോലെ പതിയെ അന്തരീക്ഷത്തിൽ വിലയം പ്രാപിക്കും. പക്ഷേ, നമ്മുടെ നാടൻ വിഭവങ്ങളുടെ രുചി ഇപ്പോഴും നാവിൽ സൂക്ഷിക്കുന്നതും ദോശയും ഊത്തപ്പവും വീട്ടിൽ

പാചകം ചെയ്യുന്നതുമെല്ലാം തീർച്ചയായും വ്യത്യസ്തയാക്കുന്നുണ്ട് ഈ ബ്രിട്ടീഷുകാരിയെ. മത്തി മുളകിട്ടതും കപ്പയും അവരുടെ ഇഷ്ട ഭോജ്യങ്ങളിലൊന്നായി തീർന്നത് വെറുതെയൊന്നുമായിരിക്കില്ല. അത്യാവശ്യം മലയാളം പറയുവാൻ മകളെയും പഠിപ്പിച്ചിരിക്കുന്നതു കൊണ്ട് നമ്മുടെ നാടിനെയും നാട്ടാരെയും പരിധികളില്ലാതെ ഇഷ്ട പ്പെടുന്നുണ്ടിവർ എന്നാണ് തോന്നുന്നത്.

ജനിച്ചു വളർന്ന സാംസ്കാരിക പശ്ചാത്തലങ്ങളിൽനിന്നും വിഭിന്ന മായ ഒരു നാടിനെ ആർക്കും പ്രണയിക്കാൻ കഴിയുമെന്നാണവരുടെ പ്രവൃത്തി തെളിയിക്കുന്നത്. നാടിനെയെന്നാൽ നാട്ടാരെയാണ് ഉദ്ദേശിക്കുന്നതെന്നാണ് തോന്നുന്നത്. മണ്ണെല്ലായിടത്തും മണ്ണുതന്നെ പക്ഷേ, മനുഷ്യർ പലവിധമാണല്ലോ. ഔപചാരികതയുടെ പരിധി കളില്ലാതെ ഒഴുകുന്ന കെട്ടില്ലാവള്ളംപോലെയാണ് അത്തരക്കാരുടെ ഇഷ്ടം. അതിൽ ഭാഷയും ദേശവും വ്യക്തികളും ചെറുതിരകളായി ജലാശയത്തിൽ കുഞ്ഞോളങ്ങളിൽ ചാഞ്ചാടിക്കൊണ്ടേയിരിക്കും.

ഒരു പതിറ്റാണ്ടായി ചോറും സാമ്പാറുമൊക്കെ നല്ലപോലെ കഴി ച്ചിട്ടെന്ന് പറയുമ്പോഴേക്കും മുന്നിൽ നിരത്തിയ ആവി പറക്കുന്ന വിഭവങ്ങളുടെ മണം നാസാരന്ധ്രങ്ങൾ കടന്ന് അവളുടെ അധരങ്ങളെ നനച്ചു കഴിഞ്ഞിരുന്നു. ളുശനിലയിൽ നിരത്തിയ കറികൾ ഓരോ ന്നുമെടുത്ത് മണത്തും രുചിച്ചും ആസ്വദിക്കുമ്പോൾ ഓരോന്നിന്റെയും പേര് അവൾ ഓർത്തു പറയുന്നുണ്ടായിരുന്നു. കത്തിയും മുള്ളുമു പയോഗിച്ച് എന്നും അഭ്യാസം നടത്തുന്നവർ സദ്യ കൈകൊണ്ട് കുഴച്ചുവാരി കഴിക്കുന്നത് അവിടെ കൂടിയ മലയാളികൾക്ക് വേറിട്ട കാഴ്ചയായിരുന്നു. വ്യത്യസ്തമായ സംസ്കാരത്തോട് ലയിക്കാൻ കഴി യുന്നത് വിശാലമായ ചിന്തയിൽനിന്നാണെന്ന് കരോലിൻ സാക്ഷ്യ പ്പെടുത്തുന്നു. ഇത്തരം സൗഹൃദങ്ങൾ ജീവിതത്തിന്റെ നേട്ടങ്ങളാണ് അത് നേടിയെടുക്കലും കാത്തുസൂക്ഷിക്കലും ബുദ്ധിമുട്ടേറിയതും.

മുൻപരിചയങ്ങൾ ഒന്നുമില്ലാതിരുന്നിട്ടും പലവിധ കഥകൾ പറഞ്ഞ് ഏറെ നേരമായി ഗ്രേസ് എന്നോടൊപ്പമായിരുന്നു. മൂന്നുമണി കഴിഞ്ഞാൽ ഭർത്താവും എത്തിച്ചേരുമെന്നും ശനിയും ഞായറും പല സ്ഥലത്തും കറങ്ങി രാത്രിയോടേ വീട്ടിലെത്തു എന്നൊക്കെയുള്ള അവരുടെ സ്ഥിരം രീതികൾ ഇതിനോടകം വിശദീകരിച്ചിരുന്നു. എന്നോടൊപ്പമായിരുന്ന കൊച്ചുസുന്ദരി യാത്രപറഞ്ഞ് പിരിഞ്ഞെ ങ്കിലും കാറിനരികിലേക്ക് തിരിക്കുമ്പോഴും അവളുടെ ബന്ധനത്തി ൽനിന്ന് മോചിതനായിരുന്നില്ല ഞാൻ. അപരിചിതത്വങ്ങളില്ലാതെ ദേഹത്തേക്ക് ചാടിക്കയറിയ അവൾക്ക് കൊഞ്ചിപ്പറയുവാൻ ധാരാളമുണ്ടായിരുന്നു. മണ്ണപ്പം ചുട്ടതും കഞ്ഞിയും കറിയും വെച്ചതും

ഓടി തൊട്ടതുമൊക്കെയായിരിക്കും അവളുടെ ഭാഷയിൽ പറഞ്ഞിട്ടുണ്ടാവുക. കുഞ്ഞുമനസ്സ് എല്ലാം മറന്നിട്ടുണ്ടാകുമെങ്കിലും അവളുടെ വെളുത്ത പല്ലുകാട്ടിയ വിടന്ന ചിരി ഓർമ്മകളിൽ രൂപമില്ലാത്ത ബന്ധത്തിന്റ് പുതിയ അടയാളം വരച്ചുകഴിഞ്ഞിരിക്കുന്നു. ആ നിഷ്കളങ്കത്വം തെന്നലായി തഴുകുമ്പോൾ ഒരു പുതിയ ചിത്രത്തിന്റെ രചനയ്ക്കായി മനസ്സിന്റെ വെളുത്ത ക്യാൻവാസ് നിവർത്തപ്പെട്ടിരിക്കുന്നു. ഇഷ്ടംപോലെ നിറം ചാർത്താൻ വെമ്പുന്ന ഓർമ്മകളിൽ ഇനിയും അവൾക്ക് എന്തൊക്കെയോ പറയാനുണ്ടായിരുന്നപോലെ.

നാഷണൽ ഹെൽത്ത് സർവ്വീസ്

ബ്രിട്ടണിലെ നാഷണൽ ഹെൽത്ത് സർവ്വീസ് (NHS) വലുപ്പത്തിൽ ലോകത്തിലെതന്നെ മൂന്നാമത്തെ പൊതുമേഖലാസ്ഥാപനമാണ്. ലോകോത്തര നിലവാരമുള്ള ഈ ആതുരാലയം മുഴുവൻ പൗരൻമാർക്കും സൗജന്യ ചികിത്സ ഉറപ്പാക്കുന്നു. വികസ്വര രാജ്യങ്ങളിലെ ആതുരസേവന പ്രവർത്തകരുടെ തൊഴിൽ ദാതാവുകൂടിയായ ഈ സ്ഥാപനം ലോകത്തിന് മുൻപിൽ മാതൃകയായി പ്രൗഢിയോടെ തലയുയർത്തി നില്ക്കുന്നു.

പൗരൻമാർക്കെല്ലാം സൗജന്യ ചികിത്സയെന്നു കേൾക്കുമ്പോൾ പെട്ടെന്ന് വിശ്വസിക്കാൻ ബുദ്ധിമുട്ടാണെങ്കിലും ബ്രിട്ടീഷ് വാഴ്ചക്കാലത്ത് കോളനികളിൽ പലയിടത്തും ധർമ്മാശുപത്രികൾ ആരംഭിച്ചിരുന്നത് ഓർത്താൽ മതിയാകും. ലാഭം എങ്ങനെയുണ്ടാക്കാമെന്ന് സാമ്പത്തിക ഉപദേശങ്ങൾ വില്ക്കുന്ന രാജ്യത്തുതന്നെയാണ് ഈ സൗജന്യരീതി എന്നത് അതിശയമുണ്ടാക്കുകതന്നെ ചെയ്യും. പിന്നാക്ക രാജ്യങ്ങളിൽ ഏറ്റവും ലാഭകരമായ കച്ചവടം ആരോഗ്യ മേഖലയിൽ നടക്കുമ്പോൾ ഒരു മുതലാളിത്ത രാജ്യം സൗജന്യ ആരോഗ്യ സംരക്ഷണം നടത്തുന്നത് വിശ്വസിക്കാനിത്തിരി ബുദ്ധിമുട്ടു തന്നെയാണ്.

അടിസ്ഥാനപരമായി പൗരന് ലഭിക്കേണ്ട വിദ്യാഭ്യാസവും ആരോഗ്യസംരക്ഷണവും സൗജന്യമായി ആരംഭിച്ചതിന് ലേബർ പാർട്ടിയോട് നന്ദി പറയണം. 1948 ൽ ലേബർ പാർട്ടി അധികാരത്തിൽ വന്നപ്പോൾ ആരോഗ്യ മന്ത്രിയായിരുന്ന അന്യൂറിൻബിവാനാണ്

എല്ലാവർക്കും സൗജന്യ ആരോഗ്യ സംരക്ഷണ സംവിധാനം നടപ്പിലാക്കിയത്. പണിയെടുക്കുന്നവന്റെ യാതനകളെന്താണെന്നറിയുന്ന സംഘടനയും നേതാക്കളും രാജ്യത്തിന്റെ പ്രധാന സേവനങ്ങളൊക്കെ പൊതുമേഖലയിലാക്കാൻ തീരുമാനിച്ചത് ലേബർ പാർട്ടിയുടെ കരുത്തൊന്നു മാത്രം കൊണ്ടാണ്.

രണ്ട് പതിറ്റാണ്ടിലധികമായി ലാഭംകിട്ടാൻ സാധ്യതയുള്ള പൊതുമേഖലകൾ മുതലാളിമാർ ലോകമെമ്പാടും നോട്ടമിട്ടിരിക്കുകയാണ്. നമ്മുടെ റെയിൽവേയും എയർവേയുമെല്ലാം കൈവിട്ട് പോയി തുടങ്ങിയിരിക്കുന്നു. ഭരണാധികാരികളെ കൈയിലെടുത്ത് പതുക്കെ സേവനങ്ങൾ മുരടിപ്പിച്ച് നഷ്ടത്തിന്റെ കണക്ക് പറഞ്ഞ് മാധ്യമങ്ങളുടെ പിൻതുണയോടെ കാര്യം കൈക്കലാക്കുന്ന തന്ത്രപരമായ രീതിയാണ് എല്ലായിടത്തും അനുവർത്തിക്കുന്നത്. ടോണിബ്ലയർ ഒന്ന് തുടക്കമിട്ട് നോക്കിയിട്ടുണ്ടെങ്കിലും ഇതുവരെ ഒന്നും സംഭവിച്ചിട്ടില്ല. സർക്കാർ ടാക്സുകളും ചെറിയ ഇൻഷുറൻസും ചേർത്ത മൂലധനത്താൽ ഇപ്പോഴും ഭംഗിയായി നടക്കുന്ന NHs കൈയിലാക്കാൻ മരുന്നുകമ്പനികൾ വട്ടമിട്ടുപറക്കുകയാണ്.

പതിറ്റാണ്ടുകളായി നിലനിൽക്കുന്ന സേവനമേഖലയെ തൊടാൻ രാഷ്ട്രീയ ഭരണാധിപൻമാർക്ക് ചെറിയ ഭയമുണ്ടെന്നതാണ് വസ്തുത. ജനമിളകിയാൽ എന്തൊക്കെ സംഭവിക്കുമെന്ന് ഊഹിക്കാൻ കഴിയാത്ത സമരരീതികളാണ് യൂറോപ്യൻമാരുടേത്. പെട്രോൾ വില വർദ്ധനവിനെതിരേ റോഡിൽ കാറുകളുപേക്ഷിച്ച പ്രതിഷേധം നഗരങ്ങളെ നിശ്ചലമാക്കിയത് മറന്നുപോയിട്ടില്ലിവർ. ജനാധിപത്യ അവകാശങ്ങളേയും സ്വാതന്ത്ര്യത്തെയും ഹനിക്കുന്ന നടപടികൾക്കെതിരേ സംഘടനകളുടെ പിൻബലമില്ലാതെ ജനങ്ങൾ തെരുവിലിറങ്ങുന്നതും ഇവിടൊക്കെത്തന്നെയാണ്. വയോധികരെ സംരക്ഷിക്കാൻ ധാരാളം കെയർഹോമുകളുണ്ട്. മൂന്നാം ലോക രാജ്യങ്ങളിൽനിന്ന് തൊഴിൽ തേടി എത്തുന്നവരുടെ പ്രധാന താങ്ങാണ് എൻ. എച്ച്. എസ്. കേരളത്തിന്റെ വിദേശനാണ്യത്തിനായി നഴ്സിങ്ങ് മേഖലയെ താങ്ങിനിർത്തുന്നത് അക്ഷരാർത്ഥത്തിൽ ഇവരാണെന്നതിനാൽ സ്വല്പം ബഹുമാനമൊക്കെ ആകാവുന്നതാണ്.

ബിന്ദു ജോർജ് ജോലി ചെയ്യുന്ന റോയൽ ഡെവൺ ആശുപത്രിയിലേയ്ക്ക് ഒരെത്തിനോട്ടം നടത്താൻ മാത്രമാണ്കഴിഞ്ഞത്. ആധുനിക സംവിധാനങ്ങളോട് കൂടിയ ഈ പ്രാദേശിക ആശുപത്രിയിൽ എയർ ആംബുലൻസ് സൗകര്യം വരെ ഒരുക്കിയിട്ടുണ്ടായിരുന്നു. രോഗികളെ കാണുന്നതും അവരോട് സഹതപിക്കുന്നതുമെല്ലാം സ്വകാര്യതയിലേക്കുള്ള കടന്നുകയറ്റമായി കരുതുന്നതിനാൽ രോഗീ സന്ദർ

ശനത്തിനുള്ള കടുത്ത വ്യവസ്ഥകൾ നിരോധനത്തിനു സമമാണ്. രോഗികളെക്കാൾ എത്രയോ ഇരട്ടി സന്ദർശകരാൽ വീർപ്പുമുട്ടുന്ന ആതുരാലയങ്ങൾ രോഗവ്യാപനത്തെ കൂടുതലാക്കാൻമാത്രമേ സഹായിക്കൂ എന്ന തിരിച്ചറിവായിരിക്കും കാരണം. നിത്യോപയോഗത്തിന് തലച്ചോറിനെ ആശ്രയിക്കുന്ന രീതി ഉപേക്ഷിച്ച് സാങ്കേതികവിദ്യകൾ മാത്രം സ്കൂൾ മുതൽ ശീലിച്ചു വരുന്നതുകൊണ്ടാകാം പ്രായമായവരുടെ ഇടയിൽ മറവിരോഗം സാധാരണമാണ്. എത്രയൊക്കെ മഹത്തരമാണെങ്കിലും ആരോഗ്യമേഖല സ്വകാര്യവൽകരിക്കാനുള്ള നീക്കം വളരെ ശക്തമായി നിലനിൽക്കുന്നുണ്ട്.

യൂറോപ്യൻ യൂണിയൻ

ജനാധിപത്യ സംവിധാനത്തിൽ പൗരൻമാരുടെ താത്പര്യമെന്താണെന്ന് പ്രകടമാക്കുന്നതാണ് റഫറൻഡം. രണ്ട് തെരഞ്ഞെടുപ്പുകൾക്കിടയിലെ പ്രധാന കാര്യങ്ങൾ തീരുമാനിക്കാൻ ജനപ്രതിനിധികൾക്ക് കഴിയാതെ വരുമ്പോൾ ജനങ്ങളുടെ അഭിപ്രായം അനുസരിച്ച് തീരുമാനമെടുക്കുന്ന രീതി ബ്രിട്ടണിൽ നിലനില്ക്കുന്നുണ്ട്.

പ്രതിസന്ധികളിൽ കരകയറിയ അതിജീവനമാണ് ഓരോ സമൂഹത്തിന്റെയും സാമ്പത്തികചരിത്രം. യൂറോപ്യൻ യൂണിയനിലൂടെ അമേരിക്കൻ മേധാവിത്വത്തിനെതിരേയുള്ള പുതിയ സാമ്പത്തിക സമൂഹം ഉണ്ടാക്കാൻ മുൻകൈ എടുത്തത് ബ്രിട്ടനായിരുന്നെങ്കിലും റഫറൻഡത്തിലൂടെ യൂണിയനിൽനിന്ന് പുറത്തുപോകണം (ബ്രക്സിറ്റ്) എന്ന ആവശ്യം ഇപ്പോൾ രാഷ്ട്രീയത്തെ നിയന്ത്രിച്ചുകൊണ്ടിരിക്കുന്നു. തിരഞ്ഞെടുക്കപ്പെട്ട ഗവൺമെന്റുകൾ നാടിന്റെ പ്രത്യേക പ്രശ്നങ്ങളിൽ തീരുമാനമുണ്ടാക്കാനായി ജനഹിതമറിയാനായി റഫറൻഡം നടത്തുന്നത് നല്ലൊരു ജനാധിപത്യരീതി തന്നെയാണ്.

ലോകത്തിലെ പ്രധാനപ്പെട്ട ഫിനാൻഷ്യൽ ഹബ്ബായ ലണ്ടൻ നഗരത്തിലാണ് ആദ്യ സ്റ്റോക്ക് എക്സ്ചേഞ്ച്. വ്യവസായത്തോടൊപ്പം ലോകമെമ്പാടുമുള്ള രാജ്യങ്ങൾക്ക് സാമ്പത്തിക ഉപദേശങ്ങൾകൂടി വില്ക്കുന്ന രാജ്യമാണിത്. ജി. ഡി. പിയുടെ 0.62 ശതമാനം കൃഷിയിൽനിന്നും ലഭിക്കുന്ന രാജ്യത്തിന്റെ മൊത്തം സ്ഥലവിസ്തൃതിയിൽ 25 ശതമാനം കൃഷിക്കായി ഉപയോഗിക്കുന്നുണ്ട്. രാജ്യം ഉപയോഗിക്കുന്ന ഭക്ഷ്യധാന്യങ്ങളിൽ നല്ലൊരു ഭാഗം ഉത്പ്പാദിപ്പിക്കുന്ന

കർഷകരെ സബ്സിഡി നല്കി സർക്കാർ നിലനിർത്തുന്നു. എണ്ണയുടെയും വാതകത്തന്റെയും ഉത്പ്പാദന വിതരണം ആഭ്യന്തര ഉപയോഗത്തിൽ ഒതുങ്ങിനിൽക്കുന്നു. ആതുരസേവനമേഖല പരിപൂർണ്ണമായും സൗജന്യമായതിനാൽ ജനങ്ങൾക്ക് രോഗങ്ങളെ ഭയപ്പാടോടെ സമീപിക്കേണ്ടതില്ല.

ആയിരത്തി തൊള്ളായിരത്തി മുപ്പതോടുകൂടി ട്രേഡ് യൂണിയനും പിന്നീട് ലേബർ പാർട്ടിയും സജീവമായതോടെ കളക്ടീവ് ബാർഗെയ്നിങ്ങ് കൂടുകയും അത് ക്രമമായും സമ്പദ്ഘടനയുടെ സംസ്കാരത്തിന്റെ ഭാഗമാകുകയും ചെയ്തുകൊണ്ട് ലോകമെമ്പാടുമുള്ള സമ്പദ്ഘടനയിൽനിന്ന് വ്യത്യസ്തമായ ഒരുക്രമം നിലനിൽക്കുന്നതായി കാണാം. തൊഴിലാളികൾ എന്നാൽ നോക്കുകൂലി വാങ്ങുന്ന കൂട്ടർ എന്നുമാത്രം മനസ്സിൽ വന്നിട്ട് കാര്യമില്ല. ഈ സമ്പന്നരാജ്യത്തൊന്നും തൊഴിലാളികളും അവരുടെ സംഘടിത കൂട്ടങ്ങളുമില്ലെന്ന് ധരിക്കേണ്ടതില്ല.

കയറ്റുമതിയും ഇറക്കുമതിയും വഴി ലാഭംകൂട്ടാനും നിയമങ്ങളിൽ മാറ്റം വരുത്താനുമായുണ്ടാക്കിയ യൂറോപ്യൻ യൂണിയൻ എന്ന ആശയം ഇപ്പോൾ പരാജയപ്പെട്ട അവസ്ഥയാണുള്ളത്.

കിഴക്കൻ യൂറോപ്യൻ രാജ്യങ്ങളിൽനിന്നും കൂലി കൂടുതൽ ലഭിക്കുന്ന ബ്രിട്ടനിലേക്ക് കുടിയേറ്റമുണ്ടായത് തൊഴിൽ സുരക്ഷിതത്വത്തെ ബാധിക്കുമെന്നതിനാൽ റഫറൻഡത്തിലൂടെ യൂണിയനിൽനിന്ന് പുറത്തുപോകണമെന്ന് ജനങ്ങൾ ആവശ്യപ്പെട്ടുകഴിഞ്ഞു. സമ്പദ്ഘടനയുടെ നിലനിൽപ്പ് ആ രാജ്യത്തെ ബഹുഭൂരിപക്ഷത്തിന്റെ വരുമാനത്തെ ആശ്രയിച്ചായിരിക്കുമെന്ന് തെളിയിക്കുന്ന ഒരു മാതൃക കൂടിയാണിത്. കുടിയേറ്റക്കാരാണ് സാമ്പത്തിക പ്രതിസന്ധികൾക്ക് കാരണമെന്ന് ചൂണ്ടിക്കാണിക്കുന്നവരാണ് രാഷ്ട്രീയപ്പാർട്ടികൾ. അതങ്ങനെ എളുപ്പം പ്രവൃത്തിപ്പിക്കാൻ പറ്റുന്ന ഒരു മനോഭാവമാണല്ലോ. അദ്ധ്വാനമാണ് ഒരു വസ്തുവിന്റെ മൂല്യം കൂട്ടുന്നതെന്നും ആ മൂല്യമാണ് ലാഭമായി ചിലർ കൈവശംവെയ്ക്കുന്നതെന്നുമുള്ള സിദ്ധാന്തങ്ങൾക്ക് പ്രസക്തിയുണ്ടാക്കുന്നതാണ് സാമ്പത്തിക പ്രതിസന്ധികൾ ചിന്തിപ്പിക്കുന്നത്.

ശാസ്ത്രീയചിന്തയും യുക്തിബോധവും വർദ്ധിക്കുന്നതിനനുസരിച്ച് ആരാധനാലയങ്ങളിൽ ആരാധകരുടെ ബാഹുല്യം കുറഞ്ഞു വരുന്നതായി കാണാൻ കഴിയുന്നു. യൂറോപ്പിലെ പല ആരാധനാലയങ്ങളും ഭക്തരുടെ വരവില്ലാത്തതിനാൽ അടഞ്ഞു കിടക്കുന്നുണ്ട്. ഇപ്പോൾ വിശുദ്ധകർമ്മങ്ങൾ നടക്കാറില്ലാത്ത പല ദേവാലയങ്ങളും സർക്കാർ ഏറ്റെടുത്ത് പല ആഘോഷങ്ങൾക്കും വാടകയ്ക്ക് നൽകുന്നത് സാധാരണമായിരിക്കുന്നു. പുതിയ മേച്ചിൽപ്പുറങ്ങളായ പിന്നാക്ക

രാജ്യങ്ങളിൽ നല്ല മാർക്കറ്റ് ലഭിക്കുന്നതിനാൽ യൂറോപ്യൻ വിശ്വാസികളെ വീണ്ടെടുക്കാൻ അവർ വൃഥാവ്യായാമം ചെയ്യുന്നുമില്ല. മതപൗരോഹിത്യ ബോധങ്ങളിൽനിന്നും ചെറിയപക്ഷം മോചിതമാകുന്നതല്ലാതെ ബദൽചിന്തകൾ വളർന്നുവരുന്നില്ല എന്നുള്ളത് ഒരു നിശ്ചലത്വം സൃഷ്ടിച്ചിരിക്കുന്നു. സ്വാതന്ത്ര്യവും ജനാധിപത്യവും ലിംഗസമത്വവുമെല്ലാം അംഗീകരിക്കുന്നുണ്ടെങ്കിൽക്കൂടി പുറംലോകം അറിയാതെ ഒരു ബദലിനുവേണ്ടി ദാഹിക്കുന്നുണ്ടാകും ഈ സമൂഹവും.

ജയ്സാൽമർ അപാരത

നാടിനെക്കുറിച്ചോർക്കാത്ത യാത്രകളുടെ ഭാവുകത്വം നഷ്ടപ്പെടുമെന്ന് തീർച്ചയാണ്. തിരിച്ചുവരവിനെക്കുറിച്ചുള്ള ചിന്തകളാണ് എല്ലാ യാത്രകളെയും മനോഹരമാക്കിയിട്ടുള്ളത്.

വിളഞ്ഞുകിടക്കുന്ന ബാർലിപാടങ്ങൾ പല ഭാഗങ്ങളിലെയും ബ്രിട്ടന്റെ സൗന്ദര്യത്തെ വർദ്ധിപ്പിക്കുന്നുണ്ട്. നോക്കെത്താദൂരം പരന്നു കിടക്കുന്ന വിളഞ്ഞ പാടങ്ങളെങ്ങനെയാണ് തരിശായ ഭൂമിയുടെ പ്രതീതിയുണ്ടാക്കുന്നതെന്ന് തോന്നുമെങ്കിലും അങ്ങനെ തന്നെയാണ് ദൂരക്കാഴ്ചയിൽ തോന്നിക്കുക. മണലാരണ്യത്തിലെ മരുപ്പച്ചപോലെ ഇടയ്ക്കുമാത്രം നാമ്പുകാട്ടി നില്ക്കുന്ന മരച്ചില്ലകൾ കള്ളിമുൾച്ചെടിപോലെ തോന്നും. ഇളം കാറ്റിൽ കുണുങ്ങിയാടുന്ന ബാർലിപാടങ്ങൾ കണ്ടാൽ കാറ്റടിച്ച് മണൽകാട്ടിൽ തിരമാല കണക്കെ ഞൊറികൾ തീർത്ത പോലെയാണ് ദൂരക്കാഴ്ച.

സ്പെയിനിലെ ടബർനസ് മരുഭൂമിയാണ് യൂറോപ്പിൽ പ്രധാനം. ന്യൂക്ലിയർ പവർ സ്റ്റേഷൻ സ്ഥിതി ചെയ്യുന്ന പടിഞ്ഞാറൻ മേഖലയിൽ ബ്രിട്ടനിലും പേരിനൊന്നുണ്ടെന്നുമാത്രം. പച്ചപ്പ് നിറഞ്ഞ അന്തരീക്ഷത്തിലെ പൂക്കാത്ത കാട്പോലെ മരങ്ങളില്ലാത്ത മഞ്ഞ മണൽക്കാടും ഒരു കാഴ്ചതന്നെയാണ്. മണൽക്കാടിനെക്കുറിച്ചുള്ള ഓർമ്മകളിൽ തിളങ്ങിനിൽക്കുന്നത് രാജസ്ഥാനിലെ ഥാർ മരുഭൂമിയിലേക്കുള്ള യാത്രയായിരുന്നു.

ജയ്സാൽമർ, പേരിനെന്തോ കടുത്ത വശ്യതയുണ്ടായിരുന്നു. ചില പേരുകൾക്കങ്ങനെയാണ് വല്ലാത്തൊരു ചാരുത. അത് നമ്മളെ മായാവലയത്തിലാക്കും. ഇടയ്ക്കിടെ നാവിൻതുമ്പിൽ കടന്നുവരുന്ന

ഈ പേരിനെ അന്വേഷിച്ച് മനസ്സ് സഞ്ചരിച്ചുകൊണ്ടിരിക്കും.

ഗോൾഡൻസിറ്റി ഓഫ് രാജസ്ഥാൻ എന്നാണ് ജയ്സാൽമർ അറിയപ്പെടുന്നത്. രജപുത്ര രാജവംശത്തിന്റെ കേന്ദ്രമായി ആ കോട്ട ചരിത്രത്തിലേയ്ക്ക് തലയുയർത്തി നില്ക്കുന്നുണ്ട്.

ഡൽഹിയിൽനിന്നും ഒരു വൈകുന്നേരം കിട്ടിയ രുണിച്ച എക്സ്പ്രസ് വണ്ടിയിൽ കയറി ഞങ്ങൾ യാത്രയാരംഭിച്ചു. 20 മണിക്കൂറിലധികം വേണം അവിടെ എത്തിച്ചേരാൻ. വടക്കേ ഇന്ത്യൻ ട്രെയിൻ യാത്രയൊക്കെ പുതുമകളുള്ളതാകുമെങ്കിലും ഒരു വരണ്ട അനുഭവമാണുണ്ടാക്കുക. പക്ഷേ, ഇടയ്ക്കിടെ നിർത്തുന്ന ചെറിയ സ്റ്റേഷനിൽനിന്നും ലഭിക്കുന്ന ഭക്ഷണപദാർത്ഥങ്ങൾക്ക് ഒരു പ്രത്യേക രുചിയുള്ളത് ചൂടുകാലാവസ്ഥയിലെ മനസ്സിന്റെ വരൾച്ചയെ മാറ്റാനുപകരിക്കും. 'കേല... കേലാ...' വിളികൾ ഒരു ശരണമന്ത്രംപോലെ ശബ്ദമുഖരിതമായ ധാരാളം ചെറിയ സ്റ്റേഷനുകൾ ഉണ്ടാകും. അത്തരം ശബ്ദകോലാഹലങ്ങളുടെ മാധുര്യങ്ങൾ നുണയാത്ത വടക്കേ ഇന്ത്യൻ യാത്രയൊന്നും പൂർണ്ണതയിലാകില്ല. ചൂടുകാലാവസ്ഥയിൽ കിട്ടുന്ന ഈ പഴവർഗ്ഗങ്ങൾക്കൊക്കെ ഒരു പ്രത്യേക രുചി തന്നെയാണ്. ബോംബ് പരീക്ഷണം നടത്തിയ പൊഖ്റാനിൽനിന്നും കിട്ടിയ അച്ചാറിൽ പുരട്ടിയ കക്കിരിയുടെ രുചി നാവിൽ തുമ്പിലിപ്പോഴുമുണ്ട്.

കടുത്ത ചൂടിൽ വീശി വന്ന മണൽക്കാറ്റിൽ പാറിപ്പോയ മുടിയിഴകളെ ഒതുക്കി നിർത്തുമ്പോൾ ആ സ്ത്രീ ഒരു സമ്മാനംപോലെ ഇറ്റിച്ചു തന്ന അച്ചാറിന്റെ രുചിക്കൂട്ട് ഇന്ദ്രിയങ്ങളെ മായാവലയത്തിലാക്കിക്കളഞ്ഞു. ധാരാളം ചെറിയ സ്റ്റേഷനിലൂടെയൊക്കെ ഇതിനോടകം കടന്നുപോയിട്ടുണ്ടാകും. ചുറ്റിനും മണൽക്കാട് മാത്രമായിരുന്നതിനാൽ ചൂട് പറക്കുന്ന കാറ്റിനൊപ്പം പാറിവന്ന മണൽത്തരികൾ ശല്യംചെയ്തുകൊണ്ടിരുന്നു. അപൂർവ്വമായിമാത്രം പ്രത്യക്ഷപ്പെടുന്ന കള്ളിമുൾച്ചെടികൾ വെയിലേറ്റ് കരുവാളിച്ചിരുന്നു. സ്റ്റേഷനുകളിലെ ഉയർന്നുനില്ക്കുന്ന തറകളിലെ ചില ചെറിയ തണൽമരങ്ങളിലെ പച്ചപ്പുകൾ വരൾച്ചയിലും വെളുക്കെ ചിരിക്കാൻ ശ്രമിക്കുന്നത് മാത്രമായിരുന്നു സമാശ്വാസമായി ഇടയ്ക്കിടെ മനസ്സിനെ തഴുകി കടന്നു പോയിരുന്നത്.

വിനോദസഞ്ചാരം അവസാനിച്ചുതുടങ്ങുന്ന നാളുകളിലാണ് അങ്ങോട്ട് പോകാൻ സൗകര്യപ്പെട്ടതെങ്കിലും അത്ര സുഖകരമായ കാലാവസ്ഥയായിരുന്നില്ല യാത്രക്ക്. ഏപ്രിൽ ആദ്യവാരം ചൂട് കൂടുമെന്നതിനാൽ ഫെബ്രുവരി, മാർച്ച് മാസങ്ങളിലാണ് അങ്ങോട്ടുള്ള യാത്ര നന്നാകുക എന്നാണ് തോന്നുന്നത്. മരുഭൂമിയിൽ കെട്ടിയുയർത്തിയ ഡെസേർട്ട് ക്യാമ്പിലൊരു ദിവസം താമസിക്കുക എന്നത്

കുട്ടിക്കാലത്ത് സ്കൂളിൽ ഥാർ മരുഭൂമിയെക്കുറിച്ച് കേട്ടപ്പോൾ കയറിയ പൂതിയാണ്. അതാണ് പൂവണിയാൻ പോകുന്നതെന്നതിനാൽ കാലാവസ്ഥ ഒന്നും ഏശിയിരുന്നില്ല. അവിടെ ചെന്ന് താമസസ്ഥലം കണ്ടുപിടിക്കൽ ഒരു പണിതന്നെയാണല്ലോ എന്നായിരുന്ന മണലാരൃത്തിലൂടെ പാഞ്ഞുപോകുന്ന തീവണ്ടിയുടെ വേഗത്തിലുണ്ടായ ഏകചിന്ത.

ഇംഗ്ലീഷും ഹിന്ദിയുമടക്കം പല ഭാഷകളും അനായാസം കൈകാര്യംചെയ്യുന്ന ഒരവധൂതനായി ഒരാൾ മുന്നിൽ അവതരിച്ചു. സ്വൽപ്പം അലോസരംതോന്നിച്ച അയാളുടെ വെള്ള പൈജാമ ചെളി പുരണ്ട് മുഷിഞ്ഞിരിക്കുന്നതും പാൻമസാലയുടെ ക്ലാവു പിടിച്ചപോലുള്ള അവന്റെ പല്ലുകളും കണ്ടപ്പോൾ വേഷം മാറിയ മാരീചനെപ്പോലെയാണ് തോന്നിയത്. ഒരു സംഘം വിദേശടൂറിസ്റ്റുകളെ ഡൽഹി വിമാനത്താവളത്തിലാക്കി തിരിച്ചുവരികയാണെന്നും അയാൾ റിസോർട്ട് മുതലാളിയാണന്നും എല്ലാ സൗകര്യങ്ങളും ചെയ്തുതരാമെന്നും ഒരു രാത്രി ഥാർ മരുഭൂമിയിലെ അയാളുടെ ഡെസേർട്ട് ക്യാമ്പിൽ താമസിപ്പിക്കാമെന്നും കാമൽ സഫാരി, ഡെസേർട്ട് സഫാരി എല്ലാം ഇതിൽപ്പെടുമെന്നുംപറഞ്ഞു ശരിക്കും ഞങ്ങളെ കൈയിലെടുത്തു. വാക്കുകളിലെ മാസ്മരികയിൽ വീണുപോകുമ്പോൾ മനോഹരമായ മരുഭൂമിയാത്രയാണ് മനോമുകുരത്തിൽ തെളിഞ്ഞു വന്നത്. ഇടയ്ക്കവൻ മലയാളത്തിൽ രണ്ട് വർത്തമാനം കാച്ചുകയും കണ്ടിഷ്ടപ്പെട്ടാൽ മാത്രം സ്വീകരിച്ചാൽ മതിയെന്നുകൂടി പറഞ്ഞപ്പോഴേയ്ക്കും എന്റെ സംശയം പൂർണ്ണമായും മാറി. എല്ലാവരും അവന്റെ വലയിലായി. വടക്കെ ഇന്ത്യയിലുടനീളം സഞ്ചരിച്ച അനുഭവസ്ഥനായ കൂടെയുള്ള ഒരാൾ മാത്രം ഇവൻ തട്ടിപ്പുകാരനാണെന്നു പറയുന്നുണ്ടെങ്കിലും അയാൾ എല്ലാം ചേർത്ത പാക്കേജുമായാണ് വന്നിരിക്കുന്നതിനാൽ ഒന്ന് പരീക്ഷിക്കാമെന്ന് വെച്ചു.

ഉച്ചയൂണിനായി വയർ ദാഹിക്കുന്ന സമയത്താണ് ജയ്സാൽമർ സ്റ്റേഷനിൽ വണ്ടിയിറങ്ങിയത്.

പുറത്തെത്തിയതോടെ പഴംചക്കയുടെ മണമടിച്ചെത്തുന്ന ഈച്ചകൾപോലെ റിക്ഷാവാലകളുടെ പല സംഘങ്ങൾ ഞങ്ങളെ വളഞ്ഞു. വിലപിടിച്ചതൊക്കെ മാറത്തടക്കിപിടിച്ച് ആ ഘെരാവോയിൽ കുറച്ചു നിമിഷം ശ്വാസമടക്കിനിന്നു. അവരിൽനിന്ന് മോചിപ്പിക്കപ്പെട്ട ഞങ്ങളെ വിനോദിപ്പിക്കുവാൻ ഏറ്റെടുത്തയാൾ (വിനോദദായകൻ) കൊണ്ടുവന്ന വാഹനത്തിലേയ്ക്ക് നയിക്കുമ്പോൾ കൂട്ടം കൂടിയവരെയൊക്കെ സ്ഥലത്തെ ദാദയെപ്പോലെ എന്തൊക്കെയോ അസഭ്യം പറഞ്ഞോടിച്ചതിൽ ചെറിയ ഉൾഭയം ഉടലെടുത്തു.

അത്യാവശ്യം അടിച്ച നില്ലാവുന്ന ഏഴ് പേരടങ്ങുന്ന സംഘമായതിനാൽ വരുന്നതു നേരിടുക തന്നെയെന്നു തീരുമാനിച്ചുറപ്പിച്ചു. വാഹനം ചീറിപ്പാഞ്ഞ് ചില ഇടവഴികളിലൂടെ കടന്നുപോയിക്കൊണ്ടിരുന്നു. പഴയ ഹിന്ദി സിനിമയിലെ ഗബ്ബർസിങ്ങിന്റെ കൊള്ള സങ്കേതത്തിലേയ്ക്ക് തട്ടികൊണ്ടുപോകുന്ന പാവങ്ങളെപ്പോലെ ഞങ്ങൾ ഇളകിയാടുന്ന ജീപ്പിന്റെ താളത്തിൽ ഇരുന്നുകൊടുത്തു. പാഞ്ഞുപോകുന്ന ജീപ്പിന്റെ ബോണറ്റിലേയ്ക്ക് കാലുയർത്തിവെച്ചുള്ള നില്പിൽ ശരിക്കും അയാൾ ഗബ്ബർ സിങ്ങിന്റെ പൗത്രനോ മറ്റോ ആയിരിക്കുമെന്നാണ് തോന്നിയത്. ഒരു തോക്കിന്റെ കുറവുണ്ടായിരുന്നത് പരിഹരിക്കാൻ തലയിൽ കെട്ടിയ ദോത്തി അഴിച്ചു വീശുന്നത് കണ്ടപ്പോൾ എന്തോ അപായസൂചനയാണ് തോന്നിയത്.

പട്ടിണികിടന്ന സിംഹത്തിന്റെ മടയിലേയ്ക്ക് കയറിച്ചെന്ന ഇരയെപ്പോലെ അയാളുടെ മുഖത്തേക്ക് നോക്കി വിഷണ്ണനായി ഇരിക്കുകയല്ലാതെ എന്തുചെയ്യാൻ. വിവാദമുണ്ടാകില്ലെന്നുറപ്പായതിനാൽ നമുക്കവനെ ഗബ്ബർ സിങ്ങ് എന്നുതന്നെ വിളിക്കാം. പല ഭാഗങ്ങളിലും കാലിക്കൂട്ടങ്ങളും അവിടിവിടെ അലഞ്ഞുതിരിയുന്ന ആടുകളുമുണ്ടായിരുന്നു. ഗോമൂത്രവും ചാണകവുമെല്ലാം നിറഞ്ഞ വഴിയിലൂടെ ഷോർട്ട്കട്ട് ചാടി ഇപ്പോൾ സുന്ദരമായ റിസോർട്ടിലെത്തുന്നതും ഭാവനയിൽകണ്ടു ഞങ്ങൾ കമ്പിയിൽ മുറുക്കെ തൂങ്ങിക്കിടന്നു.

പണിനടന്നു കൊണ്ടിരിക്കുന്നതും ഒരു ഭാഗത്ത് ഇടിഞ്ഞു പൊളിഞ്ഞതുമായ ഇരുനില കെട്ടിടങ്ങൾക്കുനടുവിൽ വണ്ടി നിന്നു. ഇടിച്ചുനുറുക്കിയ അവസ്ഥയിൽനിന്നും പുറത്തുചാടിയ കാലുകളെ സ്വാഗതം ചെയ്തത് ഏതോ പശു അപ്പോൾ ഉപേക്ഷിച്ച ചാണകത്തിന്റെ ഒരു കുമ്പാരമായിരുന്നു. ചാണകത്തിൽ ചവിട്ടിയാൽ പച്ചിലതൊടണമെന്നാണ് കുട്ടിക്കാലത്ത് കേട്ടിട്ടുള്ളത്. അല്ലെങ്കിൽ മാഷിന്റെ അടികിട്ടുമത്രെ. ചെരുപ്പില്ലാതെ നടക്കുന്നതുകൊണ്ട് വഴിവക്കിലെ കമ്മ്യൂണിസ്റ്റ് പച്ചകൾ പറിച്ച് അതിൽ ചവിട്ടിയാണ് ബാക്കി യാത്രയുണ്ടാകുക. തൊടുവാനോ പറിച്ചെടുക്കാനോ കമ്യൂണിസ്റ്റ് പച്ചകളൊന്നുമവിടെയില്ലായിരുന്നതിനാൽ ഇനി സംഭവിക്കാൻ പോകുന്നത് ദുരിതമായിരിക്കുമെന്നുറപ്പായി.

ഗോപാലകരൊന്നുമില്ലാത്ത ആ വഴിയിലൂടെ നടക്കുമ്പോൾ ചാടിയെണീറ്റ ചിലർ സ്വാഗതം ചെയ്യുവാനായി പനിനീർ തളിക്കുംപോലെ ചുഴറ്റുന്ന വാലിൽനിന്ന് ചാണകം കലർന്ന ഗോമൂത്രം തെറിക്കുന്നുണ്ടായിരുന്നു. ഒരുവിധം ഗോക്കളുടെ ആട്ടും തുപ്പും, ചവിട്ടുംകുത്തുമേൽക്കാതെ അല്പം വൃത്തി തോന്നിക്കുന്ന ഒരു കെട്ടിടത്തിനുള്ളിലേയ്ക്ക് ഒരുവിധം പ്രവേശിച്ചു. താഴെയും മുകളിലുമായി രണ്ട്

മുറികളുമുള്ള ഇത് റിസോർട്ടാണത്രെ. രണ്ട് പേർക്ക് കിടക്കാമെന്ന ല്ലാതെ വായുസഞ്ചാരം പോലുമില്ലാത്ത അവന്റെ ഒരു റിസോർട്ട്. പിന്നെ വില പേശലായി കുറച്ചു സമയം. മൊത്തം പരിപാടികൾക്ക് നാല്പതിനായിരം ആവശ്യപ്പെട്ടത് പതിമൂവായിരം രൂപയിൽ ഒതു ക്കിയതിൽ ഗബ്ബർ സിങ്ങിനെ മലർത്തിയടിച്ച ബച്ചൻ കഥാപാത്രം പോലെ സന്തോഷത്തിലായിരുന്നു ഞാൻ. എന്നാൽ വിഡ്ഢികളായ ഇരകളെ എങ്ങനെ ഊറ്റാം എന്ന ചിന്തയായിരിക്കണം അയാളുടെ കറപിടിച്ച പല്ലുകാട്ടിയുള്ള ചിരിക്കുപിന്നിൽ ഉണ്ടായിരുന്നതെന്ന് പിന്നീടങ്ങോട്ട് അനുഭവം കാണിച്ചുതന്നു.

കൊള്ള സങ്കേതത്തിലകപ്പെട്ട ഞങ്ങൾക്കുചുറ്റും മുതലകൾക്കു പകരം മൂരിയും പോത്തുമായിരുന്നു കാവലിനായി ഉണ്ടായിരുന്നത്. കിട്ടിയ സ്ഥലത്തൊന്ന് വിശ്രമിച്ച ശേഷം ഉച്ചകഴിഞ്ഞ് ഒന്നു ചുറ്റാനായിരുന്നു പരിപാടി.

ചൂടുവർദ്ധിച്ചതോടെ ഫാനില്ലാത്ത മുറിയിൽനിന്ന് പുറത്തുചാടി യവർക്ക് കുടിവെള്ളംപോലും കിട്ടിയില്ല. ഈ തുകയ്ക്ക് ഭക്ഷണവും വെള്ളവുമൊന്നുമുണ്ടാകില്ലെന്ന പ്രഖ്യാപനം വന്നതോടെ ഞങ്ങൾ പൂർണ്ണമായും ആപ്പിലായെന്ന് പിടികിട്ടി. പിന്നീട് അവൻ അപ്രത്യക്ഷനായി എന്നു മാത്രമല്ല ഓരോ ആവശ്യങ്ങൾക്ക് ഞങ്ങൾ ചീത്ത വിളിക്കുന്നതു കേൾക്കാൻ നില്ക്കാതെ അയാൾ പൂർണ്ണമായും മുങ്ങി.

പൊഖ്റാനാണെങ്കിലും അണുബോംബാണെങ്കിലും വിശപ്പ് വിശപ്പുതന്നെയല്ലേ. ചൂടിനും കാറ്റിനുമൊന്നും വിശപ്പിനെ പിടിച്ചുനിർത്താനാവാതെ വന്നപ്പോൾ ചാണകത്തിൽ ചവിട്ടാതെ ചെറുതായി ചാടിയും പശുക്കളുടെ തൊഴിയിൽനിന്നെല്ലാം ഒഴിഞ്ഞ് വെട്ടിയും ജാഥയായി കുറെ ദൂരം നടന്ന് ഒരു ഹോട്ടൽ കണ്ടുപിടിച്ചു. കുട്ടിലകപ്പെട്ട ഞങ്ങളുടെ അവസ്ഥ ദയനീയമാണെന്ന് തോന്നിക്കുന്നതായിരുന്നോ ദേശവാസികളുടെ നോട്ടമെന്ന സംശയമുണ്ടായെങ്കിലും ഭക്ഷണം കഴിക്കുമ്പോൾ ജയ് സാൽമർ കോട്ട കാണാമെന്നത് ഒരു മെച്ചമായെന്ന് മാത്രം.

അടുത്തുള്ള സ്ഥലങ്ങൾ കുറച്ചൊക്കെ കറങ്ങി വൈകുന്നേരത്തോടെ സങ്കേതത്തിൽ തിരിച്ചെത്തുമ്പോൾ ഗബ്ബർ സിങ്ങിന്റെ അനുയായികൾ ദ്വാരപാലകരെപ്പോലെ നടക്കല്ലുകൾക്ക് ഇരുവശവും കുത്തിയിരുന്ന് പബ്ജികളിക്കുന്നുണ്ടായിരുന്നു.

ചൂടെന്നുവെച്ചാൽ അസഹനീയമായ ചൂടിൽ അവിടെ ജീവിക്കുന്നവർ എങ്ങനെയാണ് ഈ കാറ്റുകടക്കാത്ത മുറികളിൽ ഉറങ്ങാൻ കഴിയുന്നത്. കുറച്ചുകൂടി രാത്രിയായതോടെ കൊതുകുകളുടെ സംഗീതം

പതുക്കെ ശരണം വിളിയും പിന്നെ മുരൾച്ചയായും അനുഭവപ്പെട്ടു തുടങ്ങി. പാതിരാത്രിയോടെ ഗത്യന്തരമില്ലാതെ ഓരോരുത്തരും മുട്ടയിൽനിന്നും പുറത്തുവരുന്ന കോഴിക്കുഞ്ഞുങ്ങളെപ്പോലെ മുറിയിൽനിന്നും പുറത്തുചാടി.

ടെറസിൽ ഒരു പന്തലും കുറച്ച് ഷാംയാനകളും നിരത്തിയതു കണ്ട് അർദ്ധ മയക്കത്തിൽ ഞാൻ പതുക്കെ അങ്ങോട്ടു നീങ്ങി. ചെറിയ കാറ്റുള്ളതുകൊണ്ട് ഒരു സുഖം തോന്നി. എല്ലാവർക്കും മയക്കത്തിൽപ്പോലും ഒരേ മനസ്സെന്നപ്പോലെ കൊതുകടിയേറ്റ് മയങ്ങികിടന്നവർ പതിയെ എഴുന്നേറ്റു വന്നു. രാത്രി കാവൽക്കാരായ കൊതുകുപട്ടാളം ഗബ്ബർ സിങ്ങിന്റെ കിങ്കരൻമാരെപ്പോലെയാണ് ആക്രമിച്ചത്.

പശുക്കളെല്ലാം ഉറക്കമായതോടെ സ്വതന്ത്രരായ കൊതുകുകൾ സംഘടിതരായി ഞങ്ങളെ തിരഞ്ഞുവന്നു. ഉണർന്നിരുന്നവരെ ആക്രമിക്കുന്നതിൽ അവർക്ക് തീരെ താല്പര്യമില്ലെന്ന് തോന്നുന്നു. കൊള്ളക്കാരിൽനിന്നും കൊതുകുകടിയിൽനിന്നും രക്ഷപ്പെടാൻ കഴിയാത്ത നല്ലചൂടുള്ള ആ കാളരാത്രി എളുപ്പത്തിലൊന്നും മറന്നു പോകില്ല. കൊതുകുകളുടെ സംഹാരതാണ്ഡവത്തിൽ എപ്പഴോ മയക്കത്തിലേയ്ക്ക് വീണുപോയി. കൊട്ടുംചൂടിൽ പുതച്ചു കിടന്നെങ്കിലും പുറത്തുചാടിയ ശരീരഭാഗങ്ങളിൽ ഓർമ്മകൾ പൂക്കുന്ന ചുവന്ന അടയാളങ്ങൾ ബാക്കിവെച്ച രാത്രി വളരെക്കാലത്തിനുശേഷം ഗോമാതാക്കൾക്ക് ലഭിച്ച സുഖസുഷുപ്തിയുടെ രാത്രിയായിരുന്നു.

സൂര്യരശ്മികൾക്ക് ചരിവു വീണു തുടങ്ങിയെങ്കിലും പ്രതീക്ഷകൾ അസ്തമിച്ചിട്ടില്ലാത്തതിനാൽ ഥാർ മരുഭൂമിയിലേയ്ക്കായിരുന്നു അടുത്ത യാത്ര. ഡെസേർട്ട് ക്യാമ്പിലെ രാത്രിയും കാമൽ സഫാരി, ഡസേർട്ട് സഫാരിയുമൊക്കെ മനസ്സിൽ നിറഞ്ഞുനിന്നതിനാൽ ഇന്നെങ്കിലും ഒന്നാഘോഷിക്കാമെന്ന വിചാരത്തിലായിരുന്നു ഞങ്ങൾ. ഒരുദിവസത്തെ താമസത്തിനുള്ള സാധനങ്ങൾ മാത്രമെടുത്തിട്ട് ബാക്കിയുള്ളതെല്ലാം ഒരു മുറിയിൽവെച്ച് പൂട്ടാൻ പറഞ്ഞതിൽ ഒരു ചതി ഒളിഞ്ഞിരിക്കുന്നുണ്ടെന്ന് അപ്പോൾ തോന്നിയില്ല.

രണ്ടു മണിയോടെ വണ്ടി വന്നു. എസി വണ്ടിയിലെ യാത്ര സ്വപ്നം കണ്ട ഞങ്ങളുടെ പ്രതീക്ഷയെ തുടക്കത്തിലേ തകർത്തു. ഇനി ഞങ്ങളെയും കൊള്ളസംഘത്തിൽ എടുത്തതിന്റെ കഠിനമായ ട്രെയിനിങ്ങായിരിക്കുമോ ഇത്. മുൻ സീറ്റിലിരുന്ന് കാഴ്ചകളെല്ലാം ആസ്വദിച്ചു കളയാമെന്ന ഭാവത്തിൽ നിൽക്കുമ്പോൾ വന്ന വണ്ടിയിലതാ ഒരു ജപ്പാൻകാരി സുന്ദരി ഞെളിഞ്ഞിരിപ്പുണ്ട്. അവിടെനിന്നു 44 കിലോമീറ്റർ വരൾച്ചയിൽ സഞ്ചരിക്കണം ഥാർ മരുഭൂമിയിലെത്താൻ.

ചെറിയ കുണ്ടും കുഴികളുമൊക്കെ നിറഞ്ഞ പാത കണ്ണെത്താ ദൂരത്തോളം നീണ്ടുകിടക്കുന്നുണ്ട്. വീശിയടിക്കുന്ന ഉഷ്ണക്കാറ്റിനൊപ്പം പാറിവന്ന മണൽതരികൾ ജനൽചില്ലുകൾ അടയ്ക്കാൻ നിർബന്ധിച്ചു. ഉള്ളിലും പുറത്തും അസഹനീയമായ ഉഷ്ണം. ചൂടേറിയ സൂര്യകിരണങ്ങളെ മറയ്ക്കുവാൻ ഒരു മരച്ചില്ലപോലും എവിടെയുമുണ്ടായിരുന്നില്ല. പാതയ്ക്കിരുവശങ്ങളിലും അപൂർവ്വമായി മാത്രം മനുഷ്യജീവികളെ കാണാൻ കഴിഞ്ഞിരുന്നുള്ളൂ. വിജനമായ വീഥിയിൽ വാഹനത്തിന്റെ ഇരമ്പലല്ലാതെ മണൽക്കാറ്റിന്റെ മർമ്മരം മാത്രമുള്ള പൂർണ്ണവിജനത.

ഥാർ മരുഭൂമിയിലെത്തിയതോടെ അവിടെയുണ്ടായിരുന്ന ഒരു സംഘം വയസ്സൻ ഒട്ടകങ്ങൾ ഞങ്ങളെ വളഞ്ഞു. അവയുടെ പാർശ്വങ്ങളിൽ പരമ്പരാഗത രാജസ്ഥാനി വേഷം ധരിച്ച കറുത്ത് കരുവാളിച്ച മുഖത്തോട്ടു കൂടിയ ചിലർ നിന്നിരുന്നു. ചുവന്ന തലപ്പാവുകളാൽ ഭംഗി കൂട്ടുന്നവർ മുറുക്കി ചുവപ്പിച്ച പല്ലുകാട്ടി ചിരിച്ചു.

ജുഗ്നൂ രേ ജുഗ്നൂ രേ ജുഗ്നൂ
മാരി പാസ് ആവ്രേ ജുഗ്നൂ
ആകാശ് മാ താരാ ചമക് ചമക് ചമകേ
ചമക് ചമക്ക് ചമക്കേ
ധർത്തീ താരേ ചമക്ക്തീ ചമക്ക് ചമക്കേ
ചമക്ക് ചമക്ക് ചമക്കേ
മാരി സാഥ് ആത്കൽ സൂർതാരാ രാം രേ
സൂർതാരാ രാം രേ....

എവിടെനിന്നോ കാതുകളിലേയ്ക്കൊഴുകി വന്നു. 'കാഴ്ച' സിനിമയിലെ ആ സംഗീതത്തിന്റെ മാസ്മരികതാളം മണലാരണ്യത്തിലേക്ക് കൂട്ടികൊണ്ടുപോയി. ചെറിയ ആശ്വാസം നല്കുന്ന മണലാരണ്യത്തിൽ കാറ്റ് കുണുങ്ങിയാടുമ്പോൾ എനിക്കു ചുറ്റും ചുഴികൾ സൃഷ്ടിക്കുന്നുണ്ടായിരുന്നു. തിരമാലകൾ വന്ന് തീരത്തെ നക്കിതുടയ്ക്കുംപോലെ ചുറ്റുമുള്ള ചെറിയ കുഴികൾ മൂടിപ്പോകുന്ന കാഴ്ച മനോഹരംതന്നെ.

ഒട്ടകപ്പുറത്തെ യാത്ര സിനിമയിൽ കണ്ടിട്ടുണ്ടെന്നല്ലാതെ നേരിട്ടറിയുന്നത് ആദ്യമായിരുന്നു. മരുഭൂമിയിൽ മന്ദമാരുതനെപ്പോലെ ഒഴുകിവന്ന് കുളിരണിയിച്ച സംഗീതത്തിൽ മായാവലയം തിര വന്ന് തീരത്തെ ചുംബിക്കുംപോലെ വിഷമങ്ങളെ മായിച്ചുകളഞ്ഞു.

ഡെസേർട്ട് സഫാരിയാണ് മരുഭൂമിയിൽ ഏറ്റവും പ്രധാന ആകർഷണം. വിദേശരംഗങ്ങളൊക്കെ ചിത്രീകരിക്കുന്ന സിനിമകളിൽ മണൽ തെറിപ്പിച്ചുകൊണ്ട് പാഞ്ഞു പോകുന്ന വണ്ടികൾ കാണാൻ രസമാണ്. വീലുകളുടെ ഇടയിൽനിന്നും തെറിക്കുന്ന

മണൽക്കൂട്ട് ഒരു പൂമഴയുടെ പെരുന്നാളുപോലെ തോന്നും. കാറ്റിൽ പെട്ടെന്ന് രൂപമാറ്റം സംഭവിക്കുന്ന പീഠഭൂമികളിൽ ഇടയ്ക്ക് പ്രത്യക്ഷമാകുന്ന കുഴികൾ കാറ്റിൽ അപ്രത്യക്ഷമാകുന്ന കാഴ്ച കുറച്ചുനേരം നോക്കിനിൽക്കാൻ തോന്നും.

അവിടെനിന്നും ലഭിച്ച ഡ്രൈവർ ഞങ്ങളെ ഥാർ മരുഭൂമിയുടെ സ്വന്തം ചുവന്ന ഥാർ ജീപ്പിൽ കയറ്റി യാത്രയാരംഭിച്ചു. സിനിമയിലെ ക്ലൈമാക്സ് രംഗംപോലെ ചുറ്റിക്കറങ്ങിയ യാത്ര അവിസ്മരണീയംതന്നെ. ഡ്രൈവറുടെ അഭ്യാസപ്രകടനങ്ങൾ അയാളിലെ പരിചിതനായ കലാകാരനെ പുറത്തേയ്ക്ക് കൊണ്ടുവന്നു. കുറെ ദൂരം കഴിഞ്ഞപ്പോൾ ദൂരേക്ക് ചൂണ്ടിക്കാണിച്ചുകൊണ്ട് പാക്കിസ്ഥാൻ ബോർഡറെന്നു പറഞ്ഞെങ്കിലും മണൽക്കാട്ടിൽ ഇന്ത്യയും പാക്കിസ്ഥാനും അതിർത്തികളും മയിൽ കുറ്റിയുമെല്ലാം വെള്ളത്തിൽ വരച്ച വരപോലെയാണ് തോന്നിയത്.

തകരക്കഷ്ണങ്ങളും പനയോലയുമെല്ലാം എവിടുന്ന് കിട്ടിയോ ആവോ. വളരെ പണിപ്പെട്ട് കൂട്ടിക്കെട്ടിയ മണൽക്കാട്ടിലെ ചായക്കടയാണ് മരുഭൂമിയിലെ മരുപ്പച്ച. കൂടെയുള്ളവർ ഫോട്ടോയെടുക്കുമ്പോൾ ഞാനും ബിനീഷും പെട്ടെന്ന് രൂപംകൊണ്ട് മണൽക്കുഴിയിൽ ഇറങ്ങി കയറുന്ന തിരക്കിലായിരുന്നു. വണ്ടി കയറുന്നതിനുമുമ്പായി ഒരു ഫോട്ടോകൂടി എടുക്കാനായി മൊബൈൽ തപ്പിയെങ്കിലും അത് ഇതിനോടകം മണൽ കാറ്റിൽ അപ്രത്യക്ഷമായി കഴിഞ്ഞിരുന്നു. മണലിൽ കുറെ കസറത്ത് നടത്തിയന്നല്ലാതെ പ്രയോജമുണ്ടായില്ലെന്ന് മാത്രമല്ല അതുവരെ ഒപ്പിയെടുത്ത ഓർമയുടെ നിറം പകർന്ന ശേഖരമെല്ലാം സങ്കടത്തിന്റെ ഒരു മണൽക്കാറ്റ് വന്ന് മൂടിപ്പോയി.

ഡസേർട്ട് യാത്ര കഴിഞ്ഞു ക്യാമ്പിലേയ്ക്ക് കൂട്ടിക്കൊണ്ടുപോയ ഞങ്ങൾ ഇറങ്ങിയതും മുൻകൂട്ടി തീരുമാനിച്ചപോലെ ഡ്രൈവറും ജീപ്പും അപ്രത്യക്ഷമായി.

പരമ്പരാഗതവേഷം ധരിച്ച ഒരു രാജസ്ഥാനി പെൺകൊടി ഞങ്ങളെ കുങ്കുമക്കുറിയണിയിച്ച് സ്വീകരിക്കുമ്പോൾ പിന്നണിയിൽ രാജസ്ഥാനി നാടൻപാട്ടുപാടുന്ന കുറച്ചുപേരുമുണ്ടായിരുന്നു. ചുറ്റമതിലിനുള്ളിൽ ചില പെട്ടിക്കൂടുപോലെ മുറികളും ചായ കുടിക്കുവാനും മറ്റുമുള്ള സംവിധാനങ്ങളും കണ്ടു. ഞങ്ങളുടെ കണ്ണുകൾ ഡസേർട്ടിൽ സഞ്ചാരികൾക്കായി ഉയർത്തിയ ഷെഡ്ഡുകൾ തിരയുകയായിരുന്നു. അവിടെയാണല്ലോ ഞങ്ങളുടെ രാത്രിനിദ്ര. കുറെ സമയത്തിനു ശേഷം ഞങ്ങൾ മരുഭൂമിയിൽ അകപ്പെട്ടിരിക്കുകയാണെന്നു തിരിച്ചറിഞ്ഞു. കാറ്റും വെളിച്ചവും കടക്കാത്ത ഫാൻപോലുമില്ലാത്ത കുടുസ്സുമുറിയാണ്

ഞങ്ങൾക്കായി പറഞ്ഞുവെച്ചിരുന്നത്. മാത്രവുമല്ല ഞങ്ങളുടെ ഗബ്ബർ സിങ്ങുമായി അവർക്കു ബന്ധമില്ലെന്നു മനസ്സിലായതോടെ എങ്ങനെയും അവിടുന്നു രക്ഷപ്പെട്ടാൽ മതിയെന്നായി.

നോക്കെത്താദൂരത്തോളം പരന്നുകിടക്കുന്ന മരുഭൂമിയിൽ ഇരുട്ടു പരന്നു തുടങ്ങി. ഇരുളിന് കനംവച്ചതോടെ ഞങ്ങൾക്ക് വേവലാതിയായി. ആ പ്രദേശത്തൊന്നും മനുഷ്യവാസമുള്ള ലക്ഷണങ്ങളൊന്നും കാണുന്നില്ല. അവസാനത്തെ അടവായ പൂഴിക്കടകനെന്നപോലെ തിരിച്ചുപോകണമെന്നാവശ്യപ്പെട്ട് പൂഴിമണ്ണിൽ കുത്തിയിരിപ്പ് സമരം തുടങ്ങി.

ഞങ്ങളുടെ ഗബ്ബർ സിങ്ങുമായി സംസാരിച്ചതിൽ അവൻ പൂർണ്ണമായും കൈയൊഴിഞ്ഞതോടെ അവിടെയുള്ളവരും ഞങ്ങളെ വിട്ടു. കൂടെ ഉണ്ടായിരുന്നവർ ഹിന്ദി ഭാഷയിലെ അറിയാവുന്ന നല്ല പ്രയോഗങ്ങൾ മുഴുവനും അവന്റെ തറവാട്ടുകാരെ പ്രയോഗിച്ചിട്ടും അവൻ വെല്ലുവിളിക്കുകയാണുണ്ടായത്. തനി സ്വരൂപം പുറത്തുവന്ന ഭീഷണയിൽ തിരിച്ചുചെല്ലുമ്പോൾ അടിപൊട്ടുമെന്ന് തീർച്ചയായി.

ഭാഷയറിയാത്ത ജപ്പാൻകാരി കൂടി ഞങ്ങളോടൊപ്പം വന്നതോടെ ഒരു വിദേശിയെക്കാണിച്ച് ഞങ്ങൾ അവരെ ആകുംവിധം ഭീഷണിപ്പെടുത്തി. എല്ലാവരും മൗനമായി ഇനിയെന്തു ചെയ്യണമെന്നാലോചന തുടരുമ്പോൾ അകപ്പെട്ട പ്രശ്നത്തിന്റെ കയം മനസ്സിലാക്കാത്ത ജപ്പാൻകാരി കൂട്ടുകാരോടൊപ്പംനിന്ന് ഫോട്ടോയ്ക്ക് പോസ് ചെയ്യുകയായിരുന്നു. ഭാഷ അറിയാത്തതിന്റെ ധൈര്യം അപാരം തന്നെ. ഇതിനോടകം അവർ പല സ്ഥലങ്ങളിലും സഞ്ചരിച്ചു കഴിഞ്ഞത്രെ. അന്ന് രാത്രി വണ്ടിയിൽ ജയസാൽമറിൽനിന്നു മടങ്ങിപോകേണ്ടവളാണ് കൂളായി ഞങ്ങളോടൊപ്പം കുത്തിയിരിക്കുന്നത്. ചുറ്റും പടരുന്ന ഇരുളിൽ മിന്നാമിനുങ്ങിന്റെ വെട്ടംപോലും കാണാനില്ല.

രക്ഷപ്പെടാനുള്ള ആലോചനയിൽ തെളിഞ്ഞു വന്നത് സുഹൃത്തായ അശ്വതി ഐ. എ. എസിന്റെ മുഖമാണ്. ഗുരുസ്ഥാനീയനായ മുതിർന്ന അഭിഭാഷകനും എഴുത്തുകാരനുമായ സെലുരാജ് വക്കീലിന്റെ മകൾ അശ്വതിയുമായി എനിക്കും സൗഹൃദമുണ്ടായിരുന്നു. ഫോൺ നഷ്ടമായതിനാൽ എല്ലാ നമ്പറുകളും സുഹൃത്തിന്റെ കൈയിലെ ടാബിലൂടെ മെയിൽ ഐഡിയിൽ സേവ് ചെയ്ത ഗൂഗിൾ ബാക്ക് അപ്പ് സംവിധാനത്തിലൂടെ വീണ്ടെടുത്തു. ആ സമയത്ത് അശ്വതി കർണാടകയിലെ ഏതോ ജില്ലാ കളക്ടറായിരുന്നു. ഒറ്റവാക്കിൽ മറുപടി വന്നു –'ഡോൺണ്ട് വറി ഉടനെ ഒരാൾ കോണ്ടാക്ട് ചെയ്യും'. അഖിലേന്ത്യാ സർവ്വീസിന്റെ ഗുണമതാണ് കൂടെ പഠിച്ചവരോ ആരെങ്കിലും ഇന്ത്യാമഹാരാജ്യത്തിന്റെ ഏതു കോണിലുമുണ്ടാവുമവർക്ക്.

അധികം താമസിയാതെ ഒരു കോൾവന്നതിലെ മലയാളി ശബ്ദംകേട്ട് ഞാനൊന്നമ്പരന്നു. വനങ്ങൾ കുറവായിരുന്നെങ്കിലും മണൽക്കാട് മുഴുവൻ അധീനതയിലായിരുന്ന ജെയ്സൽമർ ജില്ലാ വനം വകുപ്പ് മേധാവിയായിരുന്ന അനൂപ് ഐ. എഫ്. എസ് ആണ് മറുതലയ്ക്കൽ സംസാരിച്ചത്. വീണ്ടും ഫോൺ വന്നു. അവിടെ താമസിക്കാനുള്ള എല്ലാ സൗകര്യങ്ങളും ഒരുക്കാം. അല്ലെങ്കിൽ തിരിച്ചു വരാമെന്നായിരുന്നു. മാനസികമായി ക്ഷീണിച്ച ഞങ്ങൾക്ക് അവിടെ തങ്ങാൻ താത്പര്യമില്ലായിരുന്നു. ഏതാനും മിനിട്ടുകൾക്കുള്ളിൽ ശത്രുക്കളെല്ലാം വരിവരിയായി വന്ന് ഞങ്ങളോടുള്ള പെരുമാറ്റത്തിൽ ക്ഷമ ചോദിച്ചു. ഒരു ജീപ്പ് തയ്യാറാക്കിത്തന്നു. അതിന് വാതിലുകളും ഒന്നുമുണ്ടായിരുന്നില്ലെങ്കിലും എങ്ങനെയും രക്ഷപ്പെട്ടാൽ മതിയെന്നായിരുന്നു ഞങ്ങൾക്ക്. നോക്കെത്താ ദൂരത്തോളം പരന്ന ഇരുട്ടിന്റെ ഭയാനകമായ നിശ്ശബ്ദതയിൽ മുഴങ്ങിയിരുന്നത് ഒട്ടകത്തിന്റെ ചില അമറലുകൾമാത്രം. കൂരിരുട്ടിലെ മങ്ങിയ വെളിച്ചമുള്ള ജീപ്പിന്റെ ഹെഡ് ലൈറ്റിനു പിന്നാലെ സഞ്ചരിക്കുമ്പോൾ കഴിഞ്ഞു പോയ പുകിലിനെക്കുറിച്ച് ഒന്നുമാലോചിക്കാതെ എന്തൊക്കയോ പറഞ്ഞു കൊണ്ട് ജപ്പാൻകാരി പൊട്ടിച്ചിരിക്കുന്നുണ്ടായിരുന്നു.

തിരിച്ചുപോയി വീണ്ടും പുലിമടയിൽ തലവെക്കേണ്ടതില്ലാത്തതിനാൽ ത്രീസ്റ്റാർ സൗകര്യത്തോടു കൂടിയ രണ്ട് മുറികൾ നഗരത്തിൽ തയ്യാറാക്കായിരുന്നതോടൊപ്പം വന്നിറങ്ങിയ ഞങ്ങളെ സ്വീകരിക്കാനായി ഒരു സംഘം മഫ്തിയിലെ ഉദ്യോഗസ്ഥരുമുണ്ടായിരുന്നു. അവരുടെ സഹായത്തോടെ ലഗേജുകളെല്ലാം എടുത്തെങ്കിലും ഇതിനോടകം ഗബ്ബർ സിങ്ങ് തന്റെ നല്ല ജീവനുംകൊണ്ട് കടന്നുകളഞ്ഞിരുന്നു. ഥാർ മരുഭൂമിയിൽ വെള്ളവും വെളിച്ചവുമായി പ്രത്യക്ഷപ്പെട്ട ഇന്നും മായാതെ നില്ക്കുന്ന രണ്ടുമുഖങ്ങളാണ്- അശ്വതിയും അനൂപും.

കാഴ്ചകളുടെ സൗകുമാര്യത മാത്രമല്ല യാത്രകൾ, പുതിയ സൗഹൃദങ്ങൾക്ക് വേദിയാവുകകൂടിയാണോരോന്നും.

ഹീബ്രൂവിന്റെ താരാപഥം

ഡെവൺ കൗണ്ടിയുടെ പുരാതന നഗരകേന്ദ്രമായ എക്സിറ്റർ സിറ്റി ഇംഗ്ലണ്ടിന്റെ തെക്ക് പടിഞ്ഞാറ് ഭാഗത്താണ് സ്ഥിതി ചെയ്യുന്നത്. സിറ്റി സെന്ററിലെ മ്യൂറൽ ചിത്രങ്ങളും മറ്റും കണ്ട് നടക്കുമ്പോഴാണ് ഇടിഞ്ഞുപൊളിഞ്ഞ കെട്ടിടങ്ങളുടെ ഭാഗങ്ങൾ ശ്രദ്ധയിൽപ്പെട്ടത്. മനോഹരമായ കെട്ടിടങ്ങൾക്കു നടുവിൽ നിറഞ്ഞ പച്ചപ്പുല്ലുകളുടെ മനോഹാരിതയിൽ ഉയർന്നു നിൽക്കുന്ന തകർന്ന മന്ദിരത്തിന്റെ ശിഷ്ടഭാഗം സൃഷ്ടിച്ച പൗരാണികതയാണ് എന്നിലെ കാഴ്ചക്കാരനെ അങ്ങോട്ട് ആകർഷിച്ചത്.

ചെത്തിതേക്കാത്ത ചുവന്ന ചുടുകട്ടയുടെ അടർന്നുപോയ ഭാഗങ്ങളൊക്കെ കാണുമ്പോൾ മുഗൾ ചക്രവർത്തി ഷാജഹാനെ തടവിലാക്കിയ കോട്ടയുടെ അവശിഷ്ടങ്ങൾപോലെ തോന്നും. ഉയർന്നു നിൽക്കുന്ന ഗോപുര കിളിവാതിലിൽ തൂങ്ങിക്കിടക്കുന്ന ഓട്ടുമണി ക്ലാവു പിടിച്ച് പഴക്കം ബാധിച്ചപോലെ തോന്നുന്നുണ്ട്. പൂർണ്ണമായും തകർന്നുടയാത്ത തൂണുകളിലേയ്ക്ക് പടർന്നുകയറിയ പച്ച വള്ളികളിലെ ദളങ്ങൾ പ്രതീക്ഷാപൂർവ്വം എന്നെയാണ് നോക്കുന്നതെന്ന് തോന്നുന്നു. ഇളം ചുവപ്പാർന്ന പരുക്കൻ മൺകട്ടകളിൽ ചുറ്റിപ്പടർന്നു തളിർവള്ളികളിൽ വെള്ളിക്കൊലുസുപോലെ ലില്ലിപൂക്കൾ വിരിഞ്ഞു നിന്നത് ചുറ്റും പ്രകാശം പരത്തുന്നുണ്ട്. ഭംഗിയായി ചുറ്റും വിരിച്ച വെളുത്ത മാർബിൾ കല്ലുകളാൽ തീർത്ത നടപാ,ത ചാഞ്ഞു തുടങ്ങിയ സൂര്യരശ്മിയേറ്റ് തിളങ്ങുന്നുണ്ടായിരുന്നു. ആൾക്കൂട്ടത്തിൽ ഒറ്റപെട്ടവനെപ്പോലെ തിരക്കേറിയ നഗരമദ്ധ്യത്തിലെ ശ്മശാന മൂകത തളംകെട്ടിയ അന്തരീക്ഷം ആരെയും അതിശയിപ്പിക്കുമെന്ന് തീർച്ചയാണ്. പഴകിയ ചരിത്രപുസ്തകത്തിൽനിന്ന് അടർന്നുപോയ

ചില താളുകൾ കാറ്റിൽ പാറി വന്ന് കാല്പാദങ്ങളിലേയ്ക്ക് വീണപോലെയാണത്.

രണ്ടാം ലോകയുദ്ധത്തിൽ ഫ്രഞ്ച്കാരുടെ ബോംബുവീണ തകർന്ന ഒരു ക്രിസ്ത്യൻ പള്ളിയുടെ ശിഷ്ടഭാഗങ്ങളായിരുന്നു അവ. ചില വെള്ളരിപ്രാവുകളുടെ നിഴലുകൾ മോക്ഷംകിട്ടാതെ അലയുന്ന ആത്മാക്കളെപ്പോലെ വെണ്ണക്കല്ലിൽ നിഴൽചിത്രം തീർക്കുന്നുണ്ടായിരുന്നു. മരിച്ചവരൊക്കെ ഇവിടെത്തന്നെ അന്ത്യവിശ്രമത്തിനായി തിരഞ്ഞെടുത്തപോലെ നാട്ടിവെച്ച ചില ഫലകങ്ങളൊക്കെ കാണുന്നുണ്ട്. പൊലിഞ്ഞുപോയ ആത്മാക്കൾക്ക് സ്വൈരമായി വിഹരിക്കാൻ ഓർമ്മയ്ക്കായി ഇന്നും സൂക്ഷിച്ചിരിക്കയാണത്, ഒരു ചരിത്രസ്മാരകംപോലെ.

വൈകുന്നേരം ലണ്ടനിലേക്ക് തിരിച്ചുപോകുന്നതിനുമുമ്പ് അവസാന ഓട്ടപ്രദക്ഷണത്തിലായിരുന്നു ഞാൻ. ധാരാളം കാണുവാനും കേൾക്കുവാനും ബാക്കിനിർത്തി മടക്കം തുടങ്ങുകയാണ് അടുത്തദിവസം രാവിലെ എട്ടു മണിക്കാണ് വിമാനം. 140 മൈൽ ദൂരെയുള്ള ഹീത്രുവിൽ എത്തിച്ചേരേണ്ടതുണ്ടെന്നതിനാൽ കൊട്ടിക്കലാശം എന്നൊക്കെ പറയുന്നരീതിയിൽ ഒരോട്ടമായിരുന്നു. രണ്ടാം ലോകയുദ്ധകാലത്തെ ബോംബുവീണ സ്ഥലവും, ജർമ്മൻ അധിനിവേശത്തെ തടഞ്ഞ റിവർഎക്സുമെല്ലാം കടന്നുപോയി.

ഞായറാഴ്ച അവധിയായതിനാൽ പല സ്ഥാപനങ്ങളും അടഞ്ഞുകിടന്നിരുന്നു. എക്സീറ്റർസിറ്റിസെന്ററിലേയ്ക്ക് കടക്കാൻവേണ്ടി പാർക്കിങ്ങിനുവേണ്ടി ഒരു സ്ഥലത്ത് വണ്ടിയടുപ്പിച്ചു. തിരക്കിന്റെ തീവ്രതയ്ക്കനുസരിച്ച് ഓരോ ഭാഗത്തും വ്യത്യസ്തമായ പാർക്കിങ്ങ് ഫീസുകൾ ഏർപ്പെടുത്തിയിരുന്നു. ചില്ലറയിട്ടും കാർഡുപയോഗിച്ചും പണമടയ്ക്കാവുന്ന ചെറിയബൂത്തുകൾ എല്ലാ സ്ഥലങ്ങളിലുമുണ്ടായിരുന്നു. സകലതും

ക്യാമറാ നിരീക്ഷണത്തിലായതിനാൽ പണം കൊടുക്കാതെ മനപ്പൂർവ്വം മറക്കുന്നവരെ ഓർമ്മപ്പെടുത്താൻ ബില്ലുമായി പോലീസ് വീട്ടുപടിക്കലെത്തുമായിരുന്നു.

സിറ്റി സെന്ററിലേയ്ക്ക് കടക്കാൻ ശ്രമിക്കുമ്പോഴാണ് ഒരു ഫലകം ശ്രദ്ധയിൽപ്പെട്ടത്. ബ്രിട്ടീഷ് അഭിഭാഷകരുടെ ഓഫീസായ അമിക്കസ് ദി ലോയുടെതായിരുന്നു അത്. ഒരു നൂറ്റാണ്ടോളം പഴക്കമുള്ള മനോഹരമായ കെട്ടിടത്തിനു മുമ്പിലെ ചെറിയ പൂന്തോട്ടത്തിൽനിന്ന് മഞ്ഞയും വെളുപ്പും ചേർന്ന പൂക്കൾ അതിഥികളായ ഞങ്ങളെ കാണാൻ എത്തിനോക്കുന്നുണ്ടായിരുന്നു. ചുവന്ന നിറമുള്ള ഇഷ്ടികയുടെ ഇടയിലുള്ള വെള്ളവരകൾ കെട്ടിടത്തെ ഒന്നാകെ സുന്ദരമാക്കിയിരുന്നു. ഒസ്യത്തുകളും മുക്ത്യാർ, ട്രസ്റ്റ്, ടാക്സ് സംബന്ധമായ കാര്യങ്ങൾ വീടുകളുടെ രജിസ്ട്രേഷൻ മുതലായവയൊക്കെ ചെയ്യുവാൻ സഹായിക്കുന്ന ഒരു ടീമാണ് അമിക്കസ്. വർഷങ്ങൾക്കു മുമ്പ് സ്വതന്ത്രമായി അഭിഭാഷകവൃത്തി തുടങ്ങിയപ്പോൾ ഓഫീസിനിട്ട പേരും അതുതന്നെ ആയിരുന്നതിനാൽ ഒരുനിമിഷം പിടിച്ചുനിർത്തി.

സിറ്റി സെന്ററിൽനിന്നും ചില്ലറ സാധനങ്ങൾ വാങ്ങുമ്പോഴാണ് ജി എസ് ടി ഇരുപത് ശതമാനമാണെന്ന് മനസ്സിലായത്. സഞ്ചാരിയായ ആൾക്കാർക്ക് ഇതിൽ ഒഴിവുണ്ടെന്ന വിവരം സുഹൃത്തുക്കൾക്കും പുതിയ അറിവായിരുന്നു. അസൽ പാസ്പോർട്ടും വിസയും ഹാജരാക്കാൻ കഴിയാതിരുന്നതിനാൽ ആ സൗജന്യം നേടിയെടുക്കാൻ കഴിഞ്ഞില്ല. ടാക്സ് വാങ്ങുന്നതിന്റെ സേവനമൊന്നും നല്കാത്തതിനാലാണ് ഈ ഒഴിവ് നൽകുന്നത്. സ്കാൻഡിനേവിയൻ രാജ്യങ്ങളിലും ഇത്തരത്തിൽ സഞ്ചാരികൾക്ക് നികുതി തിരിച്ചു നൽകാറുണ്ടെന്ന് കേട്ടിട്ടുണ്ട്. ഈ രേഖകൾ കൈവശം വെക്കാതെയുള്ള യാത്രയിൽ പോലീസ് പിടിച്ചാൽ പേടിക്കേണ്ടതൊന്നുമില്ല

താമസസ്ഥലത്തിന്റെ പോസ്റ്റ് കോഡ് കൃത്യമായി ഓർത്തുവെച്ചില്ലെങ്കിൽ ഒരു പണി ഉറപ്പാണെന്നുമാത്രം. സിനിമകളിൽമാത്രം കണ്ട ആ സൈറനടിച്ച് പോലീസ് വണ്ടിയിൽ ക്രിത്യസ്ഥലത്തെത്തിക്കുന്ന അനുഭവമൊന്നും ആസ്വദിക്കാൻ ഒരവസരം പോലും കിട്ടിയില്ല. കടന്നുപോയ ദിനങ്ങളിലെ യാത്രകളിലൊന്നും രേഖകൾ ആരും ആവശ്യപ്പെടുകയോ പരിശോധിക്കുകയോ ചെയ്തിരുന്നില്ല. പൗരൻമാരെയും സഞ്ചാരികളെയും സംശയദൃഷ്ട്യാ വീക്ഷിക്കുന്ന രീതി ഇല്ലെന്നതിനാൽ നാടുപോലെ സ്വാതന്ത്ര്യത്തോടെയാണ് ദിവസങ്ങൾ കഴിഞ്ഞത്.

സിറ്റി സെന്ററിൽനിന്ന് മറ്റൊരു വഴിയിലൂടെ പുറത്തേയ്ക്ക് പോകാൻ ശ്രമിക്കുമ്പോഴാണ് ഒരു കെട്ടിടത്തിന്റെ പാർശ്വഭാഗത്തെ വലിയ ചിത്രത്തിൽ കണ്ണുടക്കിയത്. പെട്ടെന്ന് ആകർഷിക്കുന്ന ചിത്രം കണ്ടാൽ വളരെ പൗരാണികമാണെന്ന് തോന്നും. പഴയ നാട്ടുമ്പുറത്തെ അങ്ങാടിയിലൊക്കെ വെള്ള തേച്ച മൺഭിത്തിയിൽ ചില വരയും കുറിയുമൊക്കെ കാണാം. ചിലപ്പോൾ അത് പലവിധ നിറത്തിലുമായിരിക്കും. കടത്തിണ്ണയിൽ അന്തിയുറങ്ങുന്ന ചില ഭ്രമാത്മക മനസ്സുകളുടെ പ്രതിഫലനമാണത്. രാത്രിയുടെ അന്ത്യയാമങ്ങളിൽ ആരോ കരിക്കട്ടകൊണ്ട് വരച്ചിട്ട ചിത്രങ്ങളെ ഓർമ്മപ്പെടുത്തുന്നതായിരുന്നു ആ ഭിത്തിയിലെ കലാസൃഷ്ടി. ഇടയിൽ കുമ്മായം അടർന്നുവീണ് അകത്തെ മൺകട്ടകളൊക്കെ പുറത്ത് കാണുന്നത് ഭംഗി കൂട്ടുകയാണ് ചെയ്തിരിക്കുന്നത്. ആ ചിത്രം ഒരു സുന്ദരിയുടേതായിരുന്നു. നഷ്ടപ്രണയത്തിൽ ഖിന്നനായ കാമുകൻ വിജനമായ രാത്രിയുടെ ഉൻമാദത്തിൽ കോറിയിട്ടതാകാം. കാതങ്ങളായിരം സഞ്ചരിച്ച് വന്ന ഒരാൾ ഇതിലേയ്ക്ക് നിർന്നിമേഷനായി നോക്കി നില്ക്കുമെന്ന് അതു വരച്ച ഷാജഹാൻ ഒരിക്കലും ചിന്തിച്ചിരിക്കില്ല.

പക്ഷേ, ഇതിനു വേറൊരു കഥയുണ്ട്. അലക്സാൻട്രോ മാനുവൽ ഡയസ് ഫോർട്ടോ എന്ന മ്യൂറൽ ചിത്രകാരനാണ് ഇതിന്റെ യഥാർത്ഥ സ്രഷ്ടാവ്. നഗരത്തിൽ മാത്രമല്ല രാജ്യത്തിന്റെ പല ഭാഗത്തും ഇത്തരം ചിത്രങ്ങൾ സൃഷ്ടിച്ചിട്ടുണ്ട് മൂപ്പർ. പല മ്യൂറൽ ചിത്രങ്ങളും വരച്ച പ്രശസ്തനായ ഈ ചിത്രകാരൻ തന്റെ ഉളി കൊണ്ട് കൊത്തിയും ചില ഭാഗങ്ങൾ കറുപ്പും വെളുപ്പും ചേർത്ത് മനോഹരമാക്കിയിരിക്കുകയാണീ ചിത്രം. ഈ ഗംഭീരസൃഷ്ടിയെ അതിശയത്തോടെയാണ് എല്ലാവരും നോക്കുന്നതെങ്കിലും ചരിത്രവും സംസ്കാരവുമായി അതിന്റെ ബന്ധം സ്രഷ്ടാവിനല്ലാതെ മറ്റാർക്കുമറിവില്ല.

ഈ സൃഷ്ടിയെപ്പറ്റി ഒരാൾ പറയുന്നത് “like Marmite” – people “will either love it or hate it”.

സോമർസെറ്റ്, ഡെവൻ കൗണ്ടികൾ വഴി നൂറോളം കിലോമീറ്റർ ഒഴുകുന്ന മനോഹരമായ പുഴയാണ് റിവർ എക്സ് എന്ന സുന്ദരി. വൈവിധ്യമാർന്ന വിവിധ മത്സ്യ ജീവികളാൽ സമ്പന്നമായ നദിയുടെ പ്രശാന്തമായ ഒഴുക്ക് നമ്മിൽ കുളിരണിയിക്കുന്ന ഓർമ്മകളുണ്ടാക്കുമെന്നുറപ്പാണ്. നമ്മുടെ നദികളും കനാലുകളുമെല്ലാം ദുർഗന്ധപൂരിതമായി അഴുക്കുകൾ വലിച്ചെറിയാനുള്ള സ്ഥലമായി മാറിയിരിക്കുന്ന ദയനീയാവസ്ഥയിൽ നഗരാതിർത്തിയിലൂടെ നിശ്ശബ്ദമായി ഒഴുകിക്കൊണ്ടിരിക്കുന്ന ശുദ്ധജല നദിയായ എക്സ് റിവറിലേയ്ക്ക് നോക്കാതിരിക്കാൻ കഴിഞ്ഞില്ല.

ബണ്ട് കെട്ടിയാണ് എക്സ്റ്റീറ്റർ നഗരവും ഡെവൺ കൗണ്ടിയുടെ പല ഭാഗക്കാരുടെയും വെള്ളംകുടി നടത്തുന്നത്. 25 പൗണ്ട് കൊടുത്താൽ നിങ്ങൾക്കും പുഴയുടെ തീരത്തിരുന്ന് ചൂണ്ടയിട്ട മീൻ പിടിക്കാമെങ്കിലും ആ ചൂണ്ടയ്ക്കൊരു പ്രത്യേകതയുണ്ടെന്നുമാത്രം; പിടിക്കുന്ന മീനിന് ഉമ്മ കൊടുക്കാനും വേണമെങ്കിൽ സെൽഫി എടുക്കാനുമൊക്കെ നിങ്ങൾക്കവകാശമുണ്ടെന്നല്ലാതെ ജീവൻ കളയാതെ അതിനെ തിരിച്ച് പുഴയിൽ വിട്ടില്ലെങ്കിൽ കുഴപ്പമാകും മാത്രം. റിവർ എക്സ് കടക്കുന്ന പാലത്തിൽനിന്ന് ശാന്തമായൊഴുകുന്ന നദിയിലേയ്ക്ക് നോക്കി ഒരു ദീർഘനിശ്വാസം വിടാനേ സമയം അനുമതി തന്നിരുന്നുള്ളൂ.

അതിരാവിലെത്തന്നെ ഹീത്രൂ വിമാനത്താവളത്തിൽ എത്തിച്ചേരുക സാഹസികമായതിനാൽ രാത്രി താമസം ഒരുക്കിയിരുന്നത് ഹെയിസിന് സമീപമുള്ള ഒരു സുഹൃത്തിന്റെ വീട്ടിലായിരുന്നു. കഴിഞ്ഞ ദിവസം രാത്രിയിൽ ബസിൽ സഞ്ചരിച്ച വഴിയിലൂടെയുള്ള പകൽ മടക്കയാത്ര സുഖകരമായിരുന്നു. ഇളം ചാറ്റൽ മഴത്തുള്ളികൾക്കിടയിലൂടെ അരിച്ചെത്തുന്ന പ്രകാശം ലണ്ടൻ നഗരത്തെ ഒരു മഴവിൽക്കൂടാരത്തിലാക്കി. ദൂരെ കുതിച്ചുയരുന്ന വിമാനങ്ങൾ

സ്വാഗതം ചെയ്യാനായി പുഷ്പവൃഷ്ടി നടത്തുന്നപോലെ തോന്നിച്ചു. രാവിലെ തന്നെ വിമാനതാവളത്തിലെത്താൻ വേണ്ട സൗകര്യങ്ങൾ ചെയ്തശേഷമാണ് സാബുവും കുടുംബവും മടങ്ങിപ്പോയത്. നാടിനെക്കുറിച്ചെപ്പോഴും ചിന്തിക്കുന്ന അവസരം കിട്ടിയാലുടൻ നാട്ടിലെത്താനാഗ്രഹിക്കുന്ന, തന്റെ കർമ്മമണ്ഡലമിവിടെയല്ലെന്ന് തിരിച്ചറിഞ്ഞ വ്യത്യസ്തനായൊരു സുഹൃത്ത്.

വളരെ തിരക്കേറിയ വിമാനത്താവളങ്ങളിലൊന്നാണ് ഹീത്രൂ. ഓരോനിമിഷവും പറന്നുയരുന്ന വിമാനങ്ങളുടെ വെള്ളിവെളിച്ചം ആകാശവിസ്മയം സൃഷ്ടിച്ചുകൊണ്ടിരിക്കും. കണ്ണും മനസ്സും തുറന്ന് ആകാശവീക്ഷണം നടത്തുന്ന രാത്രിയിൽ പറന്നുയരുന്ന വിമാനങ്ങൾ ആകാശത്ത് നക്ഷത്രക്കൂട്ടങ്ങളെപ്പോലെ വർണ്ണാഭമായ തിളക്കം സൃഷ്ടിച്ചുകൊണ്ടിരുന്നു. ഹീത്രൂ വിമാനത്താവളം കേന്ദ്രീകരിച്ച് എൺപതോളം വിമാനക്കമ്പനികൾ പ്രവൃത്തിക്കുന്നുണ്ട്. എൺപത്തിനാല് രാജ്യങ്ങളിലെ നൂറ്റി എൺപത്തഞ്ചോളം കേന്ദ്രങ്ങളിലേയ്ക്ക് ദിനംപ്രതി ആയിരത്തി നാനൂറ് വിമാനങ്ങൾ ഇവിടെനിന്നും പറന്നുയരുന്നുണ്ട്. തിരക്ക് കൂടിയ സമയങ്ങളിൽ നാല്പത്തഞ്ച് സെക്കന്റിൽ ഒരു വിമാനമെന്ന കണക്കിൽ ലാൻഡിങ്ങും നടക്കുന്നുണ്ട്. ഏറ്റവും മുൻപന്തിയിലായിരുന്നത് ഇപ്പോൾ ചൈനയുടെ ബീജിങ്ങ് വിമാനത്താവളം വന്നതോടെ പിന്നാക്കം പോയിരിക്കുകയാണ്. കടുത്ത തണുപ്പിൽ ജനാലകളെല്ലാം ബന്ധിതമായിരുന്നെങ്കിലും അകക്കണ്ണ് അകലേയ്ക്ക് തുറന്നുവെച്ച് സൂര്യനസ്തമിക്കാത്ത രാത്രിയിലെ നക്ഷത്രങ്ങളുടെ തിളക്കങ്ങളിലായിരുന്നു മനസ്സ്. ആ രാത്രി വർണ്ണപ്പകിട്ടിന്റെ നക്ഷത്രങ്ങൾ നിറഞ്ഞതായിരുന്നു, പ്രഭാപൂരം ചൊരിഞ്ഞ സൂര്യൻ അസ്തമിക്കാത്ത രാത്രി.

പുലർച്ചെ നാല് മണിക്കുതന്നെ ഹിത്രുവിമാനത്താവളത്തിലെത്തി. സാബുവിന്റെ സുഹൃത്ത് സോണി എന്നെ കൃത്യസമയത്തുതന്നെ നാലാംനമ്പർ ടെർമിനലിൽ എത്തിച്ചുതന്നു. യാത്രക്കാർ വന്നു തുടങ്ങുന്നതേ ഉണ്ടായിരുന്നുള്ളു എന്നാണ് തോന്നിയതെങ്കിലും കുറെയധികം ആൾക്കാർ ഇതിനോടകം ചെക്കിൻ നടത്തിക്കഴിഞ്ഞിരുന്നു. അവിടെ കുറെ യന്ത്രങ്ങൾ പ്രതിഷ്ഠിച്ചിരുന്നത് യാത്രക്കാരെക്കാത്താണെന്ന് കുറച്ചു കഴിഞ്ഞാണ് മനസ്സിലായത്. സമ്പൂർണ്ണമായും യന്ത്രവത്കരിച്ച ടെർമിനലിൽ സഹായിക്കാനായി അവിടെ യൂണിഫോം ധരിച്ച ചിലർ മാത്രമാണുണ്ടായിരുന്നത്. ആരാലും ശ്രദ്ധിക്കപ്പെടാതെ എന്തുചെയ്യണമെന്നറിയാതെ കുറച്ചുനിമിഷം പ്രതിസന്ധിയിലായി. അതിലൊരാൾ എന്തെങ്കിലും അങ്ങോട്ട് പറയുന്നതിനുമുമ്പായി ഇന്ത്യയിൽ നിന്നാണോ എന്നു ചോദിച്ചത്

എന്റെ പരുങ്ങലോ അലസവേഷമോ കണ്ടിട്ടായിരിക്കും. അയാൾക്ക് ഒരു മലയാളിലുക്ക് ഉണ്ടായിരുന്നതുപോലെ ഇപ്പോൾ തോന്നുന്നുണ്ട്. സഹായത്തിനെത്തിയ ജീവനക്കാരി പറഞ്ഞ പ്രകാരം പാസ്പോർട്ട് സ്കാൻ ചെയ്തപ്പോൾ ബോർഡിങ്ങ്പാസ്സുകൾ കിട്ടി. പിന്നീട് ബാഗേജുകൾ സ്കാനിങ്ങിനായി വിട്ടു. അതിൽ കെട്ടുവാനുള്ള ടാഗും പ്രിന്റ് ഔട്ടും കിട്ടി. ചെക്കിൻ മുഴുവനും സ്വയം ചെയ്യുന്ന തരത്തിൽ ആധുനികത കീഴടക്കിയ ഒരു ടെർമിനലായിരുന്നു അത്.

ഒരു വെണ്ണക്കൽ കൊട്ടാരംപോലെ ഉയർന്നുനിന്ന ചില്ലുകൂടാരം കഠിനമായ തണുപ്പിന് പ്രവേശനം നിഷേധിച്ചിരുന്നു. വിശാലമായ മൈതാനത്തേയ്ക്ക് തുടർച്ചയായി വിമാനങ്ങൾ പറന്നിറങ്ങുന്നതും ഉയർന്നു പൊങ്ങുന്നതുമായ കാഴ്ച അതിമനോഹരമായിരുന്നെങ്കിലും മടക്കയാത്രയിലേക്കുള്ള കൂടുമാറ്റത്തിൽ മനസ്സ് വേറെങ്ങോ സഞ്ചാരത്തിലായിരുന്നു. മഞ്ഞ് മൂടിക്കെട്ടിയ ആകാശംപോലെ എത്ര പെട്ടെന്നാണ് മനസ്സിന്റെ ഭാവങ്ങൾക്കും കാഴ്ചകൾക്കും നാമറിയാതെ ലയവും താളവുമെല്ലാം നഷ്ടപ്പെടുന്നത്. സുന്ദരമായ ഇംഗ്ലീഷ് ദിനരാത്രങ്ങൾക്ക് വിട നൽകിക്കൊണ്ട് ബോർഡിങ്ങ് പാസ്സുമായി കാത്തുകിടക്കുന്ന വിമാനത്തിനരികിലേക്ക് നീങ്ങി.

പകൽ വെട്ടം സ്വീകരിക്കാനായി ജ്വലിച്ച നിന്ന വഴിവിളക്കിന്റെ മിഴികൾ ഒന്നൊന്നായി അണഞ്ഞു തുടങ്ങി. ചക്രങ്ങൾക്ക് വേഗം കൂടി വന്ന് അവസാന വിളക്കും അപ്രത്യക്ഷമാക്കിക്കൊണ്ട് ഒരു പക്ഷിയെപ്പോലെ വിമാനം അനന്തവിതാനത്തേയ്ക്ക് പറന്നുയരുമ്പോൾ ഇംഗ്ലീഷുകാരുടെ സമയനിഷ്ഠക്കാരൻ ബിഗ് ബെന്നിന്റെ നാഴികമണി ഏഴാമതും അടിച്ചിരുന്നു. പുതിയ ലോകവും പുതിയ ആകാശവും തേടിയ തിരിച്ചുപോക്കിനായി സൂര്യനസ്തമിക്കാത്ത സാമ്രാജ്യത്തിന്റെ സൂര്യനുദിക്കാത്ത മഞ്ഞുപാളികളിലേയ്ക്ക് ഊളിയിട്ടുമ്പോൾ അനുഭൂതികൾ നിറഞ്ഞ മനസ്സിന്റെ ചില്ലുജാലകത്തെ പതിയെ ഒരു മേഘക്കീറുവന്ന് മറച്ചുകഴിഞ്ഞിരുന്നു.

തിരിച്ചുപോക്ക്

യാമങ്ങൾ കൊഴിഞ്ഞ് ജീവിതകാഴ്ചയുടെ സൗന്ദര്യസങ്കല്പങ്ങൾക്ക് മങ്ങലേല്പിക്കുംപോലെ എഴുത്തിന്റെ ചലനങ്ങളെ പുതച്ച ശ്വേതം ഉറഞ്ഞ് തുടങ്ങിയിരിക്കുന്നു. ഹർഷോന്മാദത്തിന്റെ ശംഖൊലികൾ നിറഞ്ഞ ഓർമ്മകളുടെ വസന്തകാലം തീരാറായപോലെ വാക്കുകൾക്കുവേണ്ടി തപ്പിതടച്ചിൽ അനുഭവപ്പെടുന്നുണ്ട്. തീരാത്ത യാത്രകളാണ് മനസ്സിലെങ്കിലും താത്ക്കാലിക വിരാമത്തിനു സമയമായതിന്റെ മണിമുഴക്കം കാതിൽ അലയടിക്കുന്നു. വെള്ളവും വളവും ദാഹിക്കുന്ന വേരുകൾപോലെ ഉള്ളിലൊതുക്കിയ ആഗ്രഹങ്ങൾ യാത്രാമഴയെ വീണ്ടും പ്രണയിച്ചു തുടങ്ങിയിരിക്കുന്നു. പുതിയ ഊർജം സംഭരിക്കുവാൻ പ്രയാണത്തിലാണ് മനസ്സ്.

കൂട്ടിവെച്ച ധാരാളം അനുഭൂതികൾ വീണ്ടും നുകരാൻ കഴിയുന്ന ഓർമ്മകളുടെ പുതിയ രാപകലുകൾ തേടിയുള്ള ഒരു തിരിച്ചുപ്പോക്ക് യാത്രയുടെ അനിവാര്യതയാണ്.

അനുഭവങ്ങളുടെ പങ്കുവെക്കലിനുവേണ്ടിയുള്ള ദാഹമാണ് മടക്കയാത്രയുടെ ഊർജം. കഥ കേൾക്കാൾ കാതോർക്കുന്ന ആരോ ഒരാൾ എവിടെയോ കാത്തുനിൽക്കുമെന്ന തോന്നൽ യാത്രക്ക് അർത്ഥവത്തായ പൂർണ്ണത സൃഷ്ടിക്കുന്നു. സ്വന്തംവേരുകളിലേക്കുള്ള മടക്കയാത്രയില്ലെങ്കിൽ, മാധുര്യമുള്ള അനുഭവങ്ങൾക്ക് ശ്രോതാക്കളില്ലെങ്കിൽ അപൂർണ്ണമാകുന്നതാണ് യാത്രകൾ.

യാത്രയിലുടനീളം അറിയാതെ ഉടലെടുത്ത മാനസിക ബന്ധങ്ങൾ, മറക്കാൻ കഴിയാത്ത പുതുസൗഹൃദങ്ങളുടെ സുഖകരമായ ബന്ധനങ്ങൾ, ഭാവങ്ങളിൽനിന്നുമെല്ലാം അകലേക്ക് നടന്ന്

നീങ്ങുമ്പോൾ മനസ്സറിയാതെ എവിടെയോ ചില വിങ്ങലുകൾ അനു ഭവപ്പെട്ടുന്നുണ്ടായിരുന്നു. കാലിൽ തറച്ച മുള്ളുകൾ ഊരിയെടുക്കുമ്പോ ഴുള്ള ആ നൊമ്പരംപോലെ ഈ തിരിച്ചുപ്പോക്കുകൾ സുഖകരമായ വേദനയാണ് മനസ്സിലേക്ക് പടർത്തുന്നത്.

യാത്ര ഒരു സർവ്വകലാശാലയാണ്. അവിസ്മരണീയമായ അനുഭ വങ്ങൾ അനർഗളമായി ഒഴുകിവരുന്ന കർമ്മത്തിന്റെ പാഠശാലകൾ. എന്ത് പഠിപ്പിച്ചു എന്നതിനേക്കാൾ എന്ത്പഠിച്ചു എന്ന് ചോദ്യമു യർത്തുന്ന ആത്മാവിലേക്കുള്ള തിരിച്ചുപോക്കുകൾ കൂടിയാണത്. പുതിയ സൗഹൃദങ്ങളെ ഉണ്ടാക്കുകയും പഴയതിന്റെ കാതലിനെ ഊതിയുണർത്തുകയും ചെയ്യുന്നുണ്ടത്. പാതിയടഞ്ഞ ജാലകപഴു തിലൂടെ ഒഴുകിയെത്തുന്ന പരിമിതമായ നിലാവെളിച്ചംപോലെ, ദൃഷ്ടികൾക്കപ്പുറമായ യൂറോപ്പിന്റെ കാണാപ്പുറങ്ങളിലേക്ക് അകക്ക ണ്ണ് തുറന്നുവെക്കാൻ മാത്രം കഴിഞ്ഞ ഏതാനും അവിസ്മരണീയ സുന്ദര ദിനരാത്രങ്ങൾ.

താത്കാലിക വിരാമത്തിൽ മനസ്സ് ശാന്തമാകുമ്പോൾ അനുഭവ ങ്ങളുടെ ഓർമ്മയിലേയ്ക്കൊന്നു തിരിച്ചുപോകാൻ കഴിഞ്ഞാൽ അത് നിങ്ങൾക്ക് തീർച്ചയായും നവോൻമേഷം പകരും, ബിഥോവന്റെ സിംഫണിപോലെ സംഗീതത്തിന്റെ മായാലോകത്തേയ്ക്ക് ആനയിക്കും, എസ്.പി.ബി.യുടെ പ്രണയ ഭാഷയായി അത് നമ്മോട് സംവദിക്കും. പുഷ്പങ്ങളിൽനിന്നു മധു നുകരുംപോലെ അതിന്റെ സൗരഭ്യം നിങ്ങളുടെ ഹൃദയത്തിലേക്ക് ഇറങ്ങിച്ചെല്ലും. ഓർമ്മകളി ലേയ്ക്കുള്ള മടങ്ങിപ്പോക്ക് യഥാർത്ഥ യാത്രയേക്കാൾ വ്യത്യസ്തമായ അനുഭൂതിയാണ് സൃഷ്ടിയ്ക്കുകയെന്ന് അടിവരയിടും.

അനുഭൂതിയുടെ നിമിഷങ്ങൾ അനുവാദമില്ലാതെ കടന്നു പോകും. ആരെയും കാത്തുനിൽക്കാതെ പുതിയ പ്രതീക്ഷകളോടെ അത് അനന്ത വിഹായസിലേക്കു പറന്നുയരും. പുതിയ നിറച്ചാർത്തുകൾ ക്കുള്ള വലിയ കാൻവാസുകൾ തേടി, പുതിയ രാപ്പകലുകൾ തേടി. കേവലമായ കാഴ്ചകളുടെ സൃഷ്ടി, ഉപരിപ്ലവമായ അനുഭവങ്ങളും അഭിപ്രായങ്ങളും മാത്രമാണെന്നതിനാൽ എല്ലാ ഇന്ദ്രിയാനുഭവങ്ങളും നുകരുന്ന മറ്റൊരു യാത്രവരെ ഈ അനുഭൂതികൾ ഊർജ്ജംപകരു മെന്ന് തീർച്ചയാണ്.

"യാത്ര- നിങ്ങളെ ആദ്യം അത്ഭുതസ്തബ്ധനും മൂകനുമാക്കും,
പിന്നെ ഒരു കഥാകാരനും"

www.ingramcontent.com/pod-product-compliance
Lightning Source LLC
LaVergne TN
LVHW100246051026
849517LV00006B/2008